SOUTH-INDIAN INSCRIPTIONS

Tamil Inscriptions of Rajaraja, Rajendra-chola, And Others In The Rajarajesvara Temple At Tanjavur

SALMON BOOKS

SOUTH-INDIAN INSCRIPTIONS

Tamil Inscriptions of Rajaraja, Rajendra-chola, And Others In The Rajarajesvara Temple At Tanjavur

Hultzsch, E.

SALMON BOOKS

Chennai New Delhi

SALMON
BOOKS

ISBN 9789370710177 | Salmon Books
No. 44, Nallathambi Street,
Triplicane, Chennai 600 005

Printed and bound in India
MJP 1564

Publisher : C. Janarthanan

Publisher's Note

The legacy of a country is in its varied cultural heritage, historical literature, developments in the field of economy and science. The top nations in the world are competing in the field of science, economy and literature. This vast legacy has to be conserved and documented so that it can be bestowed to the future generation. The knowledge of this legacy is slowly getting perished in the present generation due to lack of documentation.

Keeping this in mind, the concern with retrospective acquiring of rare books has been accented recently by the burgeoning reprint industry. Salmon Books is gratified to retrieve the rare collections with a view to bring back those books that were landmarks in their time.

In this effort, a series of rare books would be republished under the banner, "Salmon Books". he books in the reprint series have been carefully selected for their contemporary usefulness as well as their historical importance within the intellectual. We reconstruct the book with slight enhancements made for better presentation, without af-fecting the contents of the original edition.

Most of the works selected for republishing covers a huge range of subjects, from history to anthropology. We believe this reprint edition will be a service to the numerous researchers and practitioners active in this fascinating field. We allow readers to experience the wonder of peering into a scholarly work of the highest order and seminal significance.

SALMON BOOKS

Orr and Barton, Photographers, Bangalore.

Photo etching, Survey of India Offices, Calcutta August 189[illegible]

THE TANJORE TEMPLE.

INSCRIPTIONS OF THE TANJAVUR TEMPLE.

PART I.

INSCRIPTIONS ON THE WALLS OF THE CENTRAL SHRINE.

No. 1. On the north and west walls, upper tier.

This inscription consists of nine sections engraved on the north wall and four sections on the west wall of the central shrine. It opens with a Sanskrit *ślôka*, according to which it is an edict of Râjarâja, (*alias*) Râjakêsarivarman. The remainder of the inscription, like all the other Tañjâvûr inscriptions, is written in Tamil.

After the list of conquests, which is found at the beginning of many inscriptions of the Chôḷa king Râjarâja, paragraph 2 contains the date, after which this and all the other Tañjâvûr inscriptions were incised. On the 20th day of the 26th year of his reign, Kô-Râjakêsarivarman, *alias* Râjarâjadêva, issued orders, that the gifts made by himself, those made by his elder sister (*viz.*, Kundavaiyâr), those made by his wives, and those made by other donors should be engraved on the stone walls of the temple. A second important fact, which we learn from paragraph 2, is, that the Tañjâvûr temple had been built by Râjarâjadêva himself, and that it was called after him Râjarâjêśvara, *i.e.*, the Îśvara (*temple*) of Râjarâja.

Paragraphs 3 to 107 contain a list of gold images, vessels and ornaments, which the king himself presented to the temple of Râjarâjêśvara (paragraphs 3 to 98) and to the image of Dakshiṇa-Mêru-Viṭaṅkar (paragraphs 99 to 107) on the following dates : —

Paragraphs	3 and 4 :	25th year,	312th day.
„	5 to 9 :	26th „	14th „
„	10 to 16 :	„ „	27th „
„	17 :	„ „	34th „
„	18 :	25th „	275th „
„	19 to 32 :	26th „	104th „
„	33 :	„ „	318th „
„	34 to 50 :	„ „	319th „
„	51 to 107 :	23rd to 29th year.	

The last set of paragraphs (51 to 107) was incised at a later date than the preceding part of the inscription, to which it refers as previously engraved (paragraph 51).

Part of the gifts, which the king made between his 23rd and 29th year, were taken from the treasures, which he seized after having defeated the Chêra king and the Pâṇḍyas in Malainâḍu[1] (paragraphs 34, 51, 52 and 107). A number of gold trumpets were presented to the temple, after he had assumed the titles of Śivapâdaśêkhara, 'the devotee of Śiva,' and of Râjarâja, 'the king of kings' (paragraph 55), and a number of gold flowers, after he had returned from the conquest of Satyâśraya (paragraph 92).

Each of the gifts is stated to have been weighed by 'the stone called (*after*) Âḍavallâṉ.' This was evidently a standard weight for gold, or a set of such weights, made of stone and preserved at the shrine of the god Âḍavallâṉ or Âḍavallâr, who was also called Dakshiṇa-Mêru-Viṭaṅkar.[2]

Text.

A. North wall.

First section.

[1.] ஸ்வஸ்தி ஸ்ரீ: [||*] ஸகல விபுவநுவஸ்ரேணிஶேகரோஹாவதாநிகஷ [|*] ஸாவஸம ராஜராஜஸ்ய ராஜகேஸரிவர்ம்மண: ||— [க*] திருமகள் போலப்பெருநிலச்-செல்வியுந்தனக்கேயுரிமை பூ-

[2.] ண்டமை மநக்கொளக்காந்தளூர்ச்சாலை கலமறுத்தருளி வெங்கைநாடுங்கங்கபாடியுந்-தடிகைபாடியும் நுளம்பபாடியுங்குடமலைநாடுங்கொல்ல-

[3.] முங்கலிங்கமும் எண்டிசை புகழ் தர ஈழமண்டலமும் இரட்டபாடி ஏழரை இலக்கமுந்திண்டிறல் வென்றித்தண்டாற்கொண்ட தன்னெழில் வளரு-

[4.] ழியுளெல்லாயாண்டுந்தொழுதக விளங்கும் யாண்டெய் செழியரைத்தேசு கொள் கோராஜகேஸரிவர்ம்மரான ஸ்ரீராஜராஜதேவர்க்கு யாண்டு இ-

[5.] ருபத்தாறுவது நாள் இருபதினால் உடையார் ஸ்ரீராஜராஜதேவர் தஞ்சாவூர்க்-கோயிலினுள்ளால் இருமடிசோழநின் கீழைத்திரும-

[6.] ஞ்சநசாலை தாநஞ்செய்தருளாவிருந்து பாண்ட்யகுலாஸநிவளநாட்டுத்தஞ்சாவூர்க்கூற்-றத்துத்தஞ்சாவூர் நாம் எடுப்பிச்ச திருக்கற்றளி

[7.] ஸ்ரீராஜராஜீஸ்வரமுடையார்க்கு நாங்குடுத்தநவும் அக்கன் குடுத்தநவும் நம் பெ-ண்டுகள் குடுத்தநவும் மற்[று]ம் குடுத்த[ா]ர் குடுத்தநவும்

Second section.

[1.] ஸ்ரீவிமாநத்திற்கல்லிலெ வெட்டுக என்று திருவாய் மொழிந்தருள வெட்-டிந [உ*]

[2.] யாண்டு இருபத்தைஞ்சாவது நாள் முன்னூற்றிருபத்திரண்டினால் உடையார்

[3.] ஸ்ரீராஜராஜதேவர் குடுத்த ஸ்ரீவலி எழுந்தருளும் பொன்னின் கொள்கைதேவர்

[4.] ஒருவர் ஆடவல்லானென்னுங்கல்லால் நிறை எண்ணூற்றிருபத்தொன்பதின் க-

[5.] ழஞ்செய் முக்காலெய் மூன்று மஞ்சாடி — [௩*] நாளதினாலெய் குடுத்த பொன்னின் வ-

[6.] ஸாஸ்ரீவலித்தாலம் ஒன்று மெற்படி கல்லால் நிறை தொளாயிரத்துத்தொ-

[7.] ண்ணூற்றெய்ங்கழஞ்சரையெ நாலு மஞ்சாடி — [௪*] யாண்டு இருபத்தாறுவது நாள் பதிநாலி-

---

[1] This name means 'the hill-country' and is now-a-days confined to Malayâḷam or Malabar. In the times of Hiuen-Tsiang and of Albêrûnî, the synonymous terms Malakôṭṭa and Malaya seem to have included, besides Malabar, the whole southern part of the Madras Presidency beyond the Kâvêrî (see General Cunningham's *Ancient Geography of India*, Vol. I, p. 549; *Indian Antiquary*, Vol. XVIII, p. 241). In the present case, Malainâḍu evidently comprises the territories of the Pâṇḍyas, besides those of the Chêra king.

[2] See No. 2, paragraphs 12 and 13.

Plate II

Third section.

[1.] னால் உடையார் ஸ்ரீராஜராஜதெவர் குடுத்த பொன்னின் திருப்பட்டம் ஒன்று
ஆடவல்லானென்னுங்கல்லால் நிறை நானூற்றுத்தொண்ணூற்றொன்பதி-

[2.] ன் கழஞ்சு — [௫*] நாளதினாலெய் குடுத்த பொன்னின் திருப்பட்டம் ஒன்று
மெற்படி கல்லால் நிறை நானூற்றுத்தொண்ணூற்று நாற்கழஞ்சரையெய்
இரண்டு

[3.] மஞ்சாடி — [௬*] நாளதினாலெய் குடுத்த பொன்னின் திருப்பட்டம் ஒன்று
மெற்படி கல்லால் நிறை நானூற்றெண்பத்து நாற்கழஞ்செ கால் — [௭*]
நாளதினாலெ கு-

[4.] டுத்த பொன்னின் திருப்பட்டம் ஒன்று மெற்படி கல்லால் நிறை நானூற்றுத்-
தொண்ணூற்றெழுகழஞ்சரை — [௮*] நாளதினாலெய் குடுத்த பொன்னின் திருப்ப-

[5.] ட்டம் ஒன்று மெற்படி கல்லால் நிறை நானூற்றுத்தொண்ணூற்றொருகழஞ்-
சரை — [௯*] நாள் இருபத்தெழினால் உடையார் ஸ்ரீராஜராஜதெவர் சிறுதநத்-

[6.] துக்குடுத்த பொன்னின் தளிகை ஒன்று ஆடவல்லானென்னும் கல்லால் நிறை
அறுநூற்றைய்ம்பத்திருகழஞ்செய் எட்டு மஞ்சாடி — [௰*] நாளதி-

[7.] னாலெய் குடுத்த பொன்னின் தளிகை ஒன்று மெற்படி கல்லால் நிறை
நானூற்றுத்தொண்ணூற்று முக்கழஞ்செய் கால் — [௰௧*] நாளதினாலெய் குடுத்த

Fourth section.

[1.] பொன்னின் மண்டை ஒன்று மெற்படி கல்லால் நிறை மூன்னூற்றுத்தொண்-
ணூற்றெழுகழஞ்செ ஆறு

[2.] மஞ்சாடி — [௰௨*] நாளதினாலெ குடுத்த பொன்னின் மண்டை ஒன்று மெற்படி
கல்லால் நிறை மூன்னூற்-

[3.] றுத்தொண்ணூற்று முக்கழஞ்செய் மஞ்சாடி — [௰௩*] நாளதினாலெய் குடுத்த
பொன்னின் மண்டை ஒன்று

[4.] மெற்படி கல்லால் நிறை மூன்னூற்றுத்தொண்ணூற்றெண்கழஞ்செய் குன்றி —
[௰௪*] நாளதினாலெய் குடு-

[5.] த்த பொன்னின் மண்டை ஒன்று மெற்படி கல்லால் நிறை மூன்னூற்றுத்-
தொண்ணூற்று அறுகழஞ்சு — [௰௫*]

[6.] நாளதினாலெய் குடுத்த பொன்னின் கெண்டி ஒன்று மெற்படி கல்லால் நிறை
இருநூற்றெண்பத்து நா-

[7.] ற்கழஞ்சரை — [௰௬*] நாள் முப்பத்து நாலினால் உடையார் ஸ்ரீராஜர[ா]ஜதெ-
வர் சிறுதநத்துக்குடுத்த பொன்னி-

Fifth section.

[1.] ன் தட்டம் ஒன்று ஆடவல்லானென்னுங்கல்லால் நிறை நாற்பதின் கழஞ்செய்
கால் — [௰௭*] யாண்டு இருபத்தைஞ்சாவது நாள் இருநூற்றெழுபத்தைஞ்சினால்
உடையார் ஸ்ரீராஜராஜதெவர் ஸ்ரீராஜராஜீஸ்வரமுடையார் ஸ்ரீவிமாநத்துச்செம்-
பின் ஸ்தூபித்தறியில் வைக்கக்குடுத்த செப்புக்குடம் ஒன்று

[2.] நிறை மூவாயிரத்து எண்பத்து முப்பலத்தில் சுருக்கிந தகடு பல பொன் ஆ-
டவல்லானென்னுங்கல்லால் நிறை இரண்டாயிரத்துத்தொளாயிரத்து இருபத்தறு-
கழஞ்சரை — [௰௮*] யாண்டு இருபத்தாறாவது நாள் நூற்று நாலினால் உடை-
யார் ஸ்ரீராஜராஜதெவர் ஸ்ரீராஜராஜீஸ்வரமுடையார்க்குக்குடுத்த பொ-

[3.] ன்னின் கிடாரம் ஒன்று ஆடவல்லானென்னும் கல்லால் நிறை பதினொராயி-
ரத்து எழுநூற்று நாற்பத்து இருகழஞ்சு — [௰௯*] நாளதினாலெய் குடுத்த பொ-
ன்னின் ஒட்டுவட்டில் ஒன்று மெற்படி கல்லால் நிறை நானூற்று எண்பத்-
தெண்கழஞ்சு — [௨௰*] நாளதினாலெய் குடுத்த் பொன்னின் கல-

[4.] சம் ஒன்று மெற்படி கல்லால் நிறை ஐஞ்ஞூற்று எழுகழஞ்சு — [௨௧*] நாளதி-
னாலெய் குடுத்த பொன்னின் கலசம் ஒன்று மெற்படி கல்லால் நிறை நா-
னூற்றெண்பத்து முக்கழஞ்சு — [௨௨*] நாளதினாலெய் குடுத்த பொன்னின் கல-
சம் ஒன்று மெற்படி கல்லால் நிறை நானூற்றுத்தொ-

[5.] ண்ணூற்று இருகழஞ்[சு —] [௨௩*] நாளதினாலெய் குடுத்த பொன்னின் கலசம்
ஒன்று மெற்படி கல்லால் நிறை நானூற்றுத்தொண்ணூற்றிருகழஞ்செ கால் —
[௨௪*] நாளதினாலெய் குடுத்த பொன்னின் கலசம் ஒன்று மெற்படி கல்லால்
நிறை ஐஞ்ஞூற்றொருபத்திருகழஞ்சரை — [௨௫*] நா-

[6.] ளதினாலெய் குடுத்த பொ[ா]ன்னின் படிக்க[ம்] ஒன்று கால் மூன்றும் வளையில்
இரண்டும் உள்ப்பட மெற்படி கல்லால் நிறை எண்ணூற்றிருகழஞ்சரை —
[௨௬*] நாளதினாலெய் குடுத்த பொன்னின் தட்டம் ஒன்று மெற்படி கல்லால்
நிறை நாற்பத்தொன்பதின் கழஞ்செ முக்கால் — [௨௭*] நாளதினா-

[7.] லெய் கு[டு]த்த பொன்னின் தட்டம் ஒன்று மெற்படி கல்லால் நிறை நாற்-
பத்தொன்பதின் கழஞ்செ முக்கால் — [௨௮*] நாளதினாலெய் குடுத்த பொன்னின்
தட்டம் ஒன்று மெற்படி கல்லால் நிறை ஐம்பதின் கழஞ்சு — [௨௯*] நாள-
தினாலெய் குடுத்த பொன்னின் தட்டம் ஒன்று மெற்படி கல்லால் நிறை

Sixth section.

[1.] நாற்பத்தொன்பதின் கழஞ்செ முக்காலெ இரண்டு மஞ்சாடியுங்குன்றி — [௩௰*]
நாளதினாலெ-

[2.] ய் குடுத்த பொன்னின் குறுமடல் ஒன்று மெற்படி கல்லால் நிறை தொண்-
ணூற்-

[3.] று எழுகழஞ்சு — [௩௧*] நாளதினாலெய் குடுத்த பொன்னின் மாநவட்டில் ஒன்று
மெற்படி

[4.] கல்லால் நிறை இருபதின் கழஞ்சு — [௩௨*] யாண்டு இருபத்தாறாவது நாள்
முன்னூற்றொருபத்தெட்டினால் கு-

[5.] டுத்த உடையார் கொயிலில் முழத்தின் கீழ் வெள்ளியின் ஸ்ரீவாதவீடு ஆறு
தொளை உசரமும் நால் வி-

[6.] ரலெ ஆறு தொளைச்சுற்றும் உடைய பொன்னின் க்ஷெத்ரவாலதெவர் [வா]ஹ-
நிகெஸாக்ஷ மூ-

[7.] விரலெ மூன்று தொளை உசரமும் நாலு ஸ்ரீஹஸ்தத்திலும் பிடிச்சருளின ஶூலமு-
மும் கவாலமு-

[8.] ம் வாஶமும் ஶரோஹகமும் வெள்ளியின் ஸ்ரீவாதவீடமும் உள்பட நிறை எழுபத்-
திருகழஞ்சரை [௩௩*]

Seventh section.

[1.] உடையார் ஸ்ரீராஜராஜதெவர் செரமானையும் பாண்டியர்களையும் மலைநாட்டு எறிந்து
கொண்ட பண்டாரங்களில் யாண்டு இருபத்தாறாவது நாள் முன்-

[2.] னூற்று ஒருபத்தொன்பதினால் ஸ்ரீராஜராஜஈஶ்வரமுடைய வரமஸ்வாமிக்குக்குடுத்த
பொ[ா]ன்னின் சின்னங்கள் ஆடவல்லான் என்னும் கல்லா-

[3.] ல் நிறையெடுத்து கல்லில் வெட்டினபடி [௩௪*] காளாஞ்சி ஒன்று பொன்
ஐஞ்ஞூற்று எண்பத்து அறுகழஞ்சு — [௩௫*] காளாஞ்சி ஒன்று பொன்
அறுநூ-

[4.] ற்று இருபத்து இருகழஞ்சரை — [௩௬*] குடம் ஒன்று பொன் முன்னூற்று
எண்பத்து இருகழஞ்சரை — [௩௭*] குடம் ஒன்று பொன் முன்னூற்று
அறுபத்து எழு-

[5.] கழஞ்சு — [௩௮*] குடம் ஒன்று பொன் முன்னூற்று ஐம்பத்து இருகழஞ்சு — [௩௯*] குடம் ஒன்று பொன் இருநூற்றுத்தொண்ணூற்று நாற்கழஞ்சு — [௪௰*] கறண்டிகைச்-

[6.] செப்பு ஒன்று அடியும் மூழலும் உட்பட பொன் நூற்று இருபத்து ஒருகழஞ்-சரை — [௪௧*] இலைச்செப்பு ஒன்று யாளிக்கால் நாலும் மூழலும் உட்பட பொ-

[7.] ன் நூற்று எண்பத்து ஐங்கழஞ்செ முக்கால் — [௪௨*] இலைச்செப்பு ஒன்று யாளிக்கால் நாலும் [மூ]ழலும் உட்பட பொன் நூற்று நாற்பத்து எழு-கழஞ்சு — [௪௩*]

[8.] தளிகை ஒன்று அடியுட்பட பொன் ஆயிரத்து ஒருநூற்று முப்பத்து ஐங்கழஞ்ச-ரை — [௪௪*] கல[சப்பா]னை ஒன்று [மூ]க்கும் அடியும் உட்பட் பொன் நானூற்று எ-

Eighth section.

[1.] ழுபதின் கழஞ்சு — [௪௫*] கலசப்பானை ஒன்று மூக்கும் அடியும் உட்பட பொன் நானூ-

[2.] ற்று முப்பத்து எண்கழஞ்சு — [௪௬*] பொன்னின் கொடி தூக்கத்தில் தலையில் தைச்ச

[3.] பூப்பதினாறு உட்பட எட்டினால் பொன் எழுபத்து எண்கழஞ்செய் முக்கால் [௪௭*] தா-

[4.] ளைத்தாள்வட்டில் ஒன்று கருக்கிரண்டும் சிங்கபாதமிரண்டும் உட்பட பொன் நா-

[5.] னூற்று நாற்பத்து எண்கழஞ்சு — [௪௮*] திருமுடி ஒன்று பொன் இருநூற்று எழு-

[6.] பத்து முக்கழஞ்சு — [௪௯*] ஈச்சொப்பிக்கை ஒன்று பொன் இருநூற்று நாற்கழ-

[7.] ஞ்சு — [௫௰*] யாண்டு இருபத்து மூன்றாவது முதல் யாண்டு இருபத்தொன்-பதாவது

[8.] வரை. ஸ்ரீராஜராஜீஶ்வரமு உடைய பரமஸ்வாமிக்கு உடையார் ஸ்ரீராஜராஜதே-

Ninth section.

[1.] வர் தம் பண்டாரங்களிலும் சேரமானையும் பாண்டியர்களையும் மலைநாட்டு எறிந்து கொண்ட பண்டாரங்களிலும் குடுத்த பொன்னின் சின்ன-

[2.] ங்களும் பொன்னின் திருசூஹாரணங்களும் உள்ளிட்டன யாண்டு இருபத்தைஞ்-[ச]ாவதும் யாண்டு இருபத்தாறாவதும் இந்த ஜமதிப்படையில் இதனுக்கு முன் கிழக்கடைய கல்லில்

[3.] வெட்டின நீக்கி நின்றன ஆடவல்லானென்னுங்கல்லால் நிறை எடுத்து கல்லில் [ெ]வட்டினபடி — [௫௧*] சேரமானையும் பாண்டியர்களையும் மலைநாட்டு எறிந்து கொண்ட பண்டாரங்களில் குடு-

[4.] த்தன [௫௨*] ஈச்சொப்பிக்கைய் ஒன்று பொன் முப்பத்து நாற்கழஞ்சு — [௫௩*] ஈச்சொப்பிக்கைய் ஒன்று பொன் முப்பத்து முக்கழஞ்சு — [௫௪*] சிவபாதசே-கரனென்றும் ஸ்ரீராஜராஜனென்றும் திருநாமம் வாங்-

[5.] கி கங்கில் ஒன்றும் குழல் இரண்டும் மோதிரம் ஐஞ்சும் உடைய பொன்னின் காளங்கள் — [௫௫*] காளம் ஒன்று பொன் இருநூற்றுத்தொண்ணூற்று நாற்-கழஞ்சரை — [௫௬*] காளம் ஒன்று பொன் இருநூற்று-

[6.] த்தொண்ணூற்று ஐங்கழஞ்செய் கால் — [௫௭*] காளம் ஒன்று பொன் இரு-நூற்றுத்தொண்ணூற்று அறுகழஞ்செய் முக்காலெ இரண்டு மஞ்சாடி — [௫௮*] காளம் ஒன்று பொன் இருநூற்றுத்தொண்ணூற்று அறுக-

[7.] ழஞ்சரையாக இரண்டுநால்[1] பொன் ஐஞ்ஞூற்றுத்தொண்ணூற்று முக்கழஞ்சு [—] [௫௯*] காள[ம்] ஒன்று பொன் இருநூற்றுத்தொண்ணூற்று நாற்கழஞ்செய் ஒன்[ப]து மஞ்சாடியுங்குன்றி — [௬௰*] காளம் ஒன்று

[8.] பொன் இருநூற்றுத்தொண்ணூற்றுக்கழஞ்செய் முக்கால் — [௬௧*] காளம் ஒன்று பொன் இருநூற்று எண்பத்து அறுகழஞ்செய் மூன்று மஞ்சாடியு[ங்குன்றி] [௬௨*] [கா]ளம் ஒ[ன்]று பொன் இருநூற்றுத்தொண்ணூற்று

B. West wall.

First section.

[1.] எண்கழஞ்சரையெயிரண்டு மஞ்சாடி — [௬௩*] காளம ஒன்று பொன் இருநூற்று எண்பத்து எழுகழஞ்செய் முக்காலெ நாலு மஞ்சாடியுங்குன்றி — [௬௪*] பண்டாரங்களில் குடுத்தன [௬௫*] காளம் ஒன்று பொன் நூற்று

[2.] அறுபத்து எண்கழஞ்செய் கால் — [௬௬*] காளம் ஒன்று பொன் நூற்று அறுபத்து எண்கழஞ்சு — [௬௭*] ஒற்றை கங்கில் ஒன்றும் குழல் ஒன்றும் உள்பட பொன் நூற்று நாற்பத்து ஒன்பதின் கழஞ்சரை-

[3.] யெ . மூன்று மஞ்சாடி — [௬௮*] . அடுத்து விளக்கின மொட்டும் பறளையும் உட்பட திருப்பள்ளித்தொங்கல் மகுடங்கள் — [௬௯*] திருப்பள்ளித்தொங்கல் மகுடம் ஒன்று பொன் நாற்பத்து ஒன்பதின் கழஞ்சரையெ இ-

[4.] ரண்டு மஞ்சாடியும் குன்றியாக மூன்றினால் பொன் நூற்று நாற்பத்து எண்கழஞ்செய் முக்காலெயிரண்டு மஞ்சாடியுங்குன்றி — [௭௰*] திருப்பள்ளித்தொங்கல் மகுடம் ஒன்று பொன் நாற்பத்து ஒன்பதின்

[5.] கழஞ்செ மூக்காலாக[2] ஐஞ்சினால் பொன் இருநூற்று நாற்பத்து எண்கழஞ்செய் முக்கால் — [௭௧*] திருப்பள்ளித்தொங்க[ல்] மகுடம் ஒன்று பொன் ஐம்பதின் கழஞ்சாக இரண்டினால் பொன் நூற்றுக்-

[6.] கழஞ்சு — [௭௨*] திருப்பள்ளித்தொங்கல் மகுடம் ஒன்று பொன் நாற்பத்து ஒன்[ப]தின் கழஞ்சாக இரண்டினால் பொன் தொண்ணூற்று எண்கழஞ்சு — [௭௩*] திருப்பள்ளித்தொங்கல் மகுடம் ஒன்று பொன்

[7.] ஐம்பத்து ஒருகழஞ்சு — [௭௪*] திருப்பள்ளித்தொங்கல் மகுடம் ஒன்று பொன் நாற்பத்து ஒன்பதின் கழஞ்செ எழுமஞ்சாடியுங்குன்றியாக இரண்டினால் பொன் தொண்ணூற்று எண்கழஞ்செய் முக்கா-

[8.] ல் [—] [௭௫*] திருப்பள்ளித்தொங்கல் மகுடம் ஒன்று பொன் ஐம்பதின் கழஞ்செ இரண்டு மஞ்சாடியுங்குன்றி — [௭௬*] திருப்பள்ளித்தொங்கல் மகுடம் ஒன்று பொன் நாற்பத்து எண்கழஞ்செ முக்கால் — [௭௭*] திருப்ப-

[9.] ள்ளித்தொங்கல் மகுடம் ஒன்று பொன் ஐம்பதின் கழஞ்செ முக்காலெ இரண்டு மஞ்சாடியுங்குன்றி — [௭௮*] திருப்பள்ளித்தொங்கல் மகுடம் ஒன்று பொன் ஐம்பதின் கழஞ்செ முக்காலாக இரண்டினால் பொன்

Second section.

[1.] நூற்று ஒருகழஞ்சரை — [௭௯*] திருப்பள்ளித்தொங்கல் மகுடம் ஒன்று பொன் நாற்பத்து ஒன்பதின் கழ-

[2.] ஞ்சரை — [௮௰*] திருப்பள்ளித்தொங்கல் மகுடம் ஒன்று பொன் நாற்பத்து ஒன்பதின் கழஞ்செ ஆறு மஞ்-

[3.] சாடி — [௮௧*] திருப்பள்ளித்தொங்கல் மகுடம் ஒன்று பொன் நாற்பத்து ஒன்பதின் கழஞ்செ கால் — [௮௨*] திருப்பள்-

---

[1] Read இரண்டினால்.

[2] Read முக்காலாக.

[4.] ளித்தொங்கல் மகுடம் ஒன்று பொன் நாற்பத்து எண்கழஞ்சரை [—] [௮௩*] திருப்பள்ளித்தொங்கல் மகுடம்

[5.] ஒன்று பொன் நாற்பத்து ஒன்பதின் கழஞ்செ இரண்டு மஞ்சாடியுங்குன்றி — [௮௪*] திருப்பள்ளித்தொங்கல்

[6.] மகுடம் ஒன்று பொன் நாற்ப்பத்து எண்கழஞ்செ முக்காலெ இரண்டு மஞ்சாடி-யுங்குன்றி — [௮௫*] திருப்ப-

[7.] ள்ளித்தொங்கல் மகுடம் ஒன்று பொன் ஐம்பதின் கழஞ்செ. மஞ்சாடி — [௮௬*] திருப்பள்ளித்தொங்கல்

[8.] மகுடம் ஒன்று பொன் நாற்பத்து ஒன்பதின் கழஞ்செ முக்காலெ இரண்டு மஞ்சாடியுங்குன்றியாக மூன்றிறு-

[9.] ல் பொன் நூற்று நாற்பத்து ஒன்பதின் கழஞ்சரையெ இரண்டு மஞ்சாடியுங்-[கு]ன்றி [—] [௮௭*] யவஜூதரு்ழ

Third section.

[1.] ஐகூடிழ மொட்டு அடுத்து விளக்கின பறளையுட்பட ஐஞ்சிநால் பொன் ஐம்பதின் கழஞ்சு — [௮௮*] வண்ணிகைத்திருக்கொற்றக்குடை மகுடம் மொட்டு அடுத்து விளக்கின . பறளை

[2.] உள்ப்பட ஒன்று பொன் பதினைங்கழஞ்சரையெ இரண்டு· மஞ்சாடியுங்குன்றி — [௮௯*] இலைத்தட்டு ஒன்று பொன் தொளாயிரத்துத்தொண்ணூற்று ஐங்கழ-ஞ்சு — [௯௰*] இலைத்த-

[3.] ட்டு ஒன்று பொன் தொளாயிரத்து எண்பத்து எண்கழஞ்சு — [௯௧*] ஸகஸ்ரா-ஶ்ரயனை எறிந்து எழுந்தருளி வந்து ஸ்ரீவாதவ-ஹுமாக அட்டித்திருவடித்தொழு-தன [௯௨*] திருப்பொற்பூ

[4.] ஒன்று பொன் பதின் கழஞ்சாக இரண்டிறைற்பொன் இருபதின் கழஞ்சு — [௯௩*] திருப்பொற்பூ ஒன்று பொன் ஒன்பதின் கழஞ்செய் முக்காலெ நாலு மஞ்சாடியுங்குன்றியாக பன்னிர-

[5.] ண்டிறைற்பொன் நூற்று ஒருபத்து ஒன்பதின் கழஞ்சரையெ நாலு மஞ்சாடி — [௯௪*] திருப்பொற்பூ ஒன்று பொன் ஒன்பதின் கழஞ்செய் முக்காலெ நாலு மஞ்சாடியாக திருப்பொற்பூ-

[6.] ப்பத்திநாற்பொன் தொண்ணூற்று ஒன்பதின் கழஞ்சரை — [௯௫*] திருப்பொற்பூ ஒன்று பொன் ஒன்பதின் கழஞ்செய் முக்காலெ மூன்று மஞ்சாடியுங்குன்றி — [௯௬*] திருப்பொற்பூ ஒன்று

[7.] பொன் கழஞ்செய் முக்காலெ மஞ்சாடி — [௯௭*] தாமரைச்செயல் திருப்பொற்பூ ஒன்று பொன் பதின் முக்கழஞ்செய் ஆறு மஞ்சாடி — [௯௮*] தக்ஷிணமேரு-விடங்கர்க்குச்சார்த்தி அருள-

[8.] க்குடுத்தன — [௯௯*] அஞ்சடுத்து விளக்கின கிரள்மணிவடம் ஒன்று பொன் நாற்பத்து ஒன்பதின் கழஞ்செய் எழுமஞ்சாடியுங்குன்றி — [௱*] ஒப்பன் திருக்-கைக்காறை ஒன்று பொன் ஐம்பத்து

[9.] ஒருகழஞ்சரை — [௱௧*] ஒப்பன் திரு[க்]கைக்காறை ஒன்று பொன் நாற்பத்து ஐங்கழஞ்சரையெ இரண்டு மஞ்சாடி — [௱௨*] ஒப்பன் திருக்கைக்காறை ஒன்று பொன் நாற்பத்து ஒன்பதின் கழஞ்செய்

Fourth section.

[1.] முக்காலெ இரண்டு மஞ்சாடியுங்குன்றி — [௱௩*] ஒப்பன் திருக்கைக்காறை ஒன்று பொன் நாற்பத்து ஐங்கழஞ்செய் முக்கால் — [௱௪*]

[2.] ஒப்பன் திருவடிக்காறை ஒரிணை பொன் தொண்ணூற்று அறுகழஞ்சரை[ர] [௱௫*] [தி]ருப்பட்டிகை ஒன்று பொன் நூற்று நாற்பத்து

3. ஒன்பதின் கழஞ்செய காலே — [ஙக*] சேரமானையும் பாண்டியர்களையும் மலைநாட்டு
ன]வித்து கொண்ட பண்டாரங்க-
[4] ளில் பொன் கொண்டு செய்து குடுத்த திருப்பட்டம் ஒன்று பொ[ன ெ]காணா-
விரத்து எண்பத்து ஒருமஞ்செய காலே — [ஙன*]

TRANSLATION.

First part.

1. Hail! Prosperity! This (*is*) the edict (*śâsana*) of Râjarâja, (*alias*) Râjakêsarivarman, which is cherished by the multitude of the diadems of (*i.e.*, which is obeyed by) the crowd of all princes.[2]

2. On the twentieth day of the twenty-sixth year (*of the reign*) of Kô-Râjakêsarivarman, *alias* Śri-Râjarâjadêva, who,—while (*his*) heart rejoiced, that, like the goddess of fortune, the goddess of the great earth had become his wife,—in his life of growing strength, during which, having been pleased to cut the vessel (*kalam*) (*in*) the hall (*at*) Kândalûr,[3] he conquered by his army, which was victorious in great battles, Vêngai-nâḍu, Ganga-pâḍi, Tadigai-pâḍi, Nulamba-pâḍi, Kuḍamalai-nâḍu, Kollam, Kalingam, Îra-maṇḍalam, (*the conquest of which*) gave fame (*i.e.*, made (*him*) famous) (*in*) the eight directions, and the seven and a half *lakshas* of Iraṭṭa-pâḍi,—deprived the Śeriyas (*i.e.*, the Pâṇḍyas) of their splendour, while (*he*) was resplendent (*to such a degree*) that (*he*) was worthy to be worshipped everywhere;—having been pleased to make gifts (*in*) the royal bathing-hall (*Tiru-mañjana-śâlai*) to the east (*of the hall*) of Irumaḍi-Śôraṉ within the Tañjâvûr palace (*kôyil*), the lord (*uḍaiyâr*) Śri-Râjarâjadêva vouchsafed to say:—"Let the gifts made by us, those made by (*our*) elder sister,[4] those made by our wives, and those made by other donors to the lord (*uḍaiyâr*) of the sacred stone-temple (*tirukkaṟṟaḷi*), (*called*) Śri-Râjarâjêśvara,—which we caused to be built (*at*) Tañjâvûr, (*a city*) in Tañjâvûr-kûṟṟam, (*a subdivision*) of Pâṇḍyakulâśani-valanâḍu,—be engraved on stone on the sacred shrine (*śrî-vimâna*)!" (*Accordingly, these gifts*) were engraved (*as follows*):—

3. On the three-hundred-and-twelfth day of the twenty-fifth year (*of his reign*), the lord Śri-Râjarâjadêva gave one gold (*image of*) Kolgaidêvar,[5] which is to be present (*at*) the sacred offerings (*śri-bali*),[6] weighing eight hundred and twenty-nine *karañju*[7] and three quarters and three *mañjaḍi* by the stone called (*after*) Âḍavallâṉ.

---

[1] The ன of ன]வித்து seems to be corrected from ண.

[2] This *Anushṭubh* verse is quoted, with three misreadings, in Dr. Burnell's *South-Indian Palæography*, second edition, p. 40, note 2. Similar verses are found on the seals of the two Leyden grants; see Dr. Burgess's *Archæological Survey of Southern India*, Vol. IV, pp. 204 and 224.

[3] This expression, which was mistranslated in Vol. I, seems to refer to some incident in the king's early life, perhaps to some feat, by which he showed the great strength of his arm. In an inscription of the 12th year of his reign, which was published in Vol. I (No. 146), காந்தளூர்ச்சாலை கலமறுத்த is the only epithet, which precedes the name of the king as a kind of *biruda*.

[4] அக்கன் seems to be used for அக்கை, just as அப்பன் for அப்பை. The elder sister referred to is Kundavaiyar, the queen of Vallavaraiyar Vandyadêvar; see the introduction to No. 6. The gifts, which were made by herself, the king's wives and others, are recorded in various other inscriptions of the Tanjâvûr temple.

[5] *I.e.*, the god (*who is*) to receive (*the offerings*).

[6] According to Winslow, the secondary idol of a temple (உற்சவமூர்த்தி விக்கிரகம் or *utsava-vigraha*) is carried about in processions, while the chief idol (*mûla-vigraha*) remains stationary.

[7] 1 கழஞ்சு consists of 20 மஞ்சாடி, 1 மஞ்சாடி of 2 குன்றி, and 1 குன்றி weighs about 2 grains.

4. On the same day (*he*) gave one dish (*tâla*) of gold for the sacred offerings, supported by a lotus (*padmâsana*), weighing nine hundred and ninety-five *karañju* and a half and four *mañjâḍi* by the same stone.

5. On the fourteenth day of the twenty-sixth year (*of his reign*), the lord Śrî-Râjarâjadêva gave one sacred diadem (*tiruppaṭṭam*) of gold, weighing four hundred and ninety-nine *karañju* by the stone called (*after*) Âḍavallâṉ.

6. On the same day (*he*) gave one sacred diadem of gold, weighing four hundred and ninety-four *karañju* and a half and two *mañjâḍi* by the same stone.

7. On the same day (*he*) gave one sacred diadem of gold, weighing four hundred and eighty-four *karañju* and a quarter by the same stone.

8. On the same day (*he*) gave one sacred diadem of gold, weighing four hundred and ninety-seven *karañju* and a half by the same stone.

9. On the same day (*he*) gave one sacred diadem of gold, weighing four hundred and ninety-one *karañju* and a half by the same stone.

10. On the twenty-seventh day (*of his twenty-sixth year*), the lord Śrî-Râjarâjadêva gave out of (*his*) minor treasure (*śiṟudanam*) one gold plate (*taḷigai*), weighing six hundred and fifty-two *karañju* and eight *mañjâḍi* by the stone called (*after*) Âḍavallâṉ.

11. On the same day (*he*) gave one gold plate, weighing four hundred and ninety-three *karañju* and a quarter by the same stone.

12. On the same day (*he*) gave one gold bowl (*maṇḍai*), weighing three hundred and ninety-seven *karañju* and six *mañjâḍi* by the same stone.

13. On the same day (*he*) gave one gold bowl, weighing three hundred and ninety-three *karañju* and (*one*) *mañjâḍi* by the same stone.

14. On the same day (*he*) gave one gold bowl, weighing three hundred and ninety-eight *karañju* and (*one*) *kuṉṟi* by the same stone.

15. On the same day (*he*) gave one gold bowl, weighing three hundred and ninety-six *karañju* by the same stone.

16. On the same day (*he*) gave one gold pitcher (*keṇḍi*), weighing two hundred and eighty-four *karañju* and a half by the same stone.

17. On the thirty-fourth day (*of his twenty-sixth year*), the lord Śrî-Râjarâjadêva gave out of (*his*) minor treasure (*śiṟudanam*) one gold salver (*taṭṭam*), weighing forty *karañju* and a quarter by the stone called (*after*) Âḍavallâṉ.

18. On the two-hundred-and-seventy-fifth day of the twenty-fifth year (*of his reign*), the lord Śrî-Râjarâjadêva gave one copper water-pot (*kuṭa*), to be placed on the copper pinnacle (*stûpittari*) [1] of the sacred shrine (*śrî-vimâna*) of the lord of the Śrî-Râjarâjêśvara (*temple*), weighing three thousand and eighty-three *pala*.[2] The various gold plates (*tagaḍu*), which were laid over it, weighed two thousand nine hundred and twenty-six *karañju* and a half by the stone called (*after*) Âḍavallâṉ.

19. On the one-hundred-and-fourth day of the twenty-sixth year (*of his reign*), the lord Śrî-Râjarâjadêva gave to the lord of the Śrî-Râjarâjêśvara (*temple*) one gold kettle (*kiḍâram*), weighing eleven thousand seven hundred and forty-two *karañju* by the stone called (*after*) Âḍavallâṉ.

20. On the same day (*he*) gave one gold *ôṭṭu-vaṭṭil*,[3] weighing four hundred and eighty-eight *karañju* by the same stone.

---

[1] According to Winslow, தூபி or ஸ்தூபி is a synonym of *śikhara*, the upper pinnacle of a temple.

[2] பலம், 'a weight, thirteen of which make a trifle over a pound;' Winslow.

[3] This word signifies perhaps 'a cup (*resembling*) a shell (ஓடு).'

21. On the same day (*he*) gave one gold pot (*kalaśa*), weighing five hundred and seven *karañju* by the same stone.

22. On the same day (*he*) gave one gold pot, weighing four hundred and eighty-three *karañju* by the same stone.

23. On the same day (*he*) gave one gold pot, weighing four hundred and ninety-two *karañju* by the same stone.

24. On the same day (*he*) gave one gold pot, weighing four hundred and ninety-two *karañju* and a quarter by the same stone.

25. On the same day (*he*) gave one gold pot, weighing five hundred and twelve *karañju* and a half by the same stone.

26. On the same day (*he*) gave one gold spittoon (*paḍikkam*), weighing eight hundred and two *karañju* and a half by the same stone,—including the three legs and the two rings (*vaḷaiyil*).

27. On the same day (*he*) gave one gold salver (*taṭṭam*), weighing forty-nine *karañju* and three quarters by the same stone.

28. On the same day (*he*) gave one gold salver, weighing forty-nine *karañju* and three quarters by the same stone.

29. On the same day (*he*) gave one gold salver, weighing fifty *karañju* by the same stone.

30. On the same day (*he*) gave one gold salver, weighing forty-nine *karañju* and three quarters, two *mañjâḍi* and (*one*) *kuṉri* by the same stone.

31. On the same day (*he*) gave one small receptacle for sacred ashes (*kuṟu-maḍal*) of gold, weighing ninety-seven *karañju* by the same stone.

32. On the same day (*he*) gave one gold measuring-cup (*mâna-vaṭṭil*), weighing twenty *karañju* by the same stone.

33. On the three-hundred-and-eighteenth day of the twenty-sixth year (*of his reign*), (*he*) gave a gold (*image of*) Kshêtrapâladêva, (*which measured*) by the cubit-measure (*muram*), (*preserved*) in the temple (*kôyil*) of the lord, three fingers (*viral*) and three *tôrai*[1] in height from the feet to the hair, which had a sacred foot-stool (*śrîpâdapîṭha*) of silver, (*measuring*) six *tôrai* in height and four fingers and six *tôrai* in circumference, and which weighed seventy-two *karañju* and a half,— including the spear (*śûla*), the skull (*kapâla*), the noose (*pâśa*) and the drum (*ḍamaruka*), which (*the image*) held in its four divine hands, and the sacred foot-stool of silver.

34. Out of the treasures (*bhaṇḍâra*), which he seized after having defeated the Chêra king (*Śêramâṉ*) and the Pâṇḍyas in Malaiṇâḍu, the lord Śrî-Râjarâjadêva gave on the three-hundred-and-nineteenth day of the twenty-sixth year (*of his reign*) to the supreme lord (*paramasvâmin*) of the Śrî-Râjarâja-Îśvara (*temple*) the following gold emblems (*chihna*), which were weighed by the stone called (*after*) Âḍavallâṉ and engraved on stone :—

35. One betel-pot (*kâḷâñji*), (*consisting of*) five hundred and eighty-six *karañju* of gold.

36. One betel-pot, (*consisting of*) six hundred and twenty-two *karañju* and a half of gold.

37. One water-pot (*kuṭa*), (*consisting of*) three hundred and eighty-two *karañju* and a half of gold.

38. One water-pot, (*consisting of*) three hundred and sixty-seven *karañju* of gold.

[1] 1 முழம் or cubit consists of 2 சாண் or spans, 1 சாண் of 12 விரல் or finger's breadths, and 1 விரல் of 8 rice corns, which are here called தோரை.

39. One water-pot, (*consisting of*) three hundred and fifty-two *kaṛañju* of gold.

40. One water-pot, (*consisting of*) two hundred and ninety-four *kaṛañju* of gold.

41. One chunnam box (*kaṛaṇḍigaichcheppu*), (*consisting of*) one hundred and twenty-one *kaṛañju* and a half of gold, — including the stand (*aḍi*) and the lid.[1]

42. One betel-leaf box (*ilaichcheppu*), (*consisting of*) one hundred and eighty-five *kaṛañju* and three quarters of gold, — including four lion's feet (*yâḷikkâl*) and the lid.

43. One betel-leaf box, (*consisting of*) one hundred and forty-seven *kaṛañju* of gold, — including four lion's feet and the lid.

44. One plate (*taḷigai*), (*consisting of*) one thousand one hundred and thirty-five *kaṛañju* and a half of gold, — including the stand.

45. One censer (*kalaśappâṉai*), (*consisting of*) four hundred and seventy *kaṛañju* of gold, —including the spout (*mûkku*) and the stand.

46. One censer, (*consisting of*) four hundred and thirty-eight *kaṛañju* of gold, —including the spout and the stand.

47. Eight gold chains (*koḍi*), consisting of seventy-eight *kaṛañju* and three quarters of gold, — including sixteen flowers, (*two of*) which were attached to the hanging part (*tûkkam*) (*and*) to the top part (*talai*) (*respectively, of each chain*).

48. One *târaittâḷ-vaṭṭil*, (*consisting of*) four hundred and forty-eight *kaṛañju* of gold, — including two bass-reliefs (*karukku*) and two lion's feet (*siṁhapâda*).

49. One sacred crown (*tiru-muḍi*), (*consisting of*) two hundred and seventy-three *kaṛañju* of gold.

50. One handle (*kai*) for a fly-whisk (*ichchôppi*), (*consisting of*) two hundred and four *kaṛañju* of gold.

Second part.

51. From the twenty-third year to the twenty-ninth year (*of his reign*), the lord Srî-Râjarâjadêva gave to the supreme lord of the Śrî-Râjarâjêśvara (*temple*) out of his own treasures and out of the treasures, which he seized after having defeated the Chêra king and the Pâṇḍyas in Malainâḍu, the following emblems (*chihna*) of gold, sacred ornaments (*âbharaṇa*) of gold, *etc.*, which were weighed by the stone called (*after*) Âḍavallâṉ and engraved on stone,—excluding those (*gifts of*) the twenty-fifth year and the twenty-sixth year, which had been engraved on the adjacent stones before this (*part of the inscription*) on the east of this upper tier (*jugatippaḍai*) :—[2]

52. Out of the treasures, which he seized after having defeated the Chêra king and the Pâṇḍyas in Malainâḍu, (*he*) gave :—

53. One handle for a fly-whisk, (*consisting of*) thirty-four *kaṛañju* of gold.

54. One handle for a fly-whisk, (*consisting of*) thirty-three *kaṛañju* of gold.

55. Having obtained the illustrious names of Śivapâdaśêkhara[3] and Śrî-Râjarâja,[4] (*he gave the following*) gold trumpets (*kâḷam*), which had one *kaṅgil* (?), two pipes (*kuṛal*) and five rings (*môdiram*):—

---

[1] அழல் is probably the same as அடல் or அடி.

[2] This clause refers to the first part of the present inscription, which precedes the second part on the upper tier of the north wall and is consequently, with respect to it, situated in the east. On *jagatippaḍai* see page 35, note 2.

[3] *I.e.*, 'he whose diadem are Śiva's feet,' 'the devotee of Śiva.'

[4] *I.e.*, 'the illustrious king of kings.'

56. One trumpet, (*consisting of*) two hundred and ninety-four *karañju* and a half of gold.

57. One trumpet, (*consisting of*) two hundred and ninety-five *karañju* and a quarter of gold.

58. One trumpet, (*consisting of*) two hundred and ninety-six *karañju* and three quarters and two *mañjâḍi* of gold.

59. Two trumpets, consisting of five hundred and ninety-three *karañju* of gold,—each (*consisting of*) two hundred and ninety-six *karañju* and a half of gold.

60. One trumpet, (*consisting of*) two hundred and ninety-four *karañju*, nine *mañjâḍi* and (*one*) *kuṉri* of gold.

61. One trumpet, (*consisting of*) two hundred and ninety *karañju* and three quarters of gold.

62. One trumpet, (*consisting of*) two hundred and eighty-six *karañju*, three *mañjâḍi* and (*one*) *kuṉri* of gold.

63. One trumpet, (*consisting of*) two hundred and ninety-eight *karañju* and a half and two *mañjâḍi* of gold.

64. One trumpet, (*consisting of*) two hundred and eighty-seven *karañju* and three quarters, four *mañjâḍi* and (*one*) *kuṉri* of gold.

65. Out of (*his own*) treasures (*he*) gave :—

66. One trumpet, (*consisting of*) one hundred and sixty-eight *karañju* and a quarter of gold.

67. One trumpet, (*consisting of*) one hundred and sixty-eight *karañju* of gold.

68. A single (*trumpet*), (*consisting of*) one hundred and forty-nine *karañju* and a half and three *mañjâḍi* of gold, — including one *kaṅgil* and one pipe (*kuṟal*).

69. (*The following*) tops (*makuṭa*) for temple-parasols (*tiruppaḷḷittoṅgal*), including a knob (*moṭṭu*) and a plate (*paṟalai*) soldered together :—

70. Three tops for temple-parasols, consisting of one hundred and forty-eight *karañju* and three quarters, two *mañjâḍi* and (*one*) *kuṉri* of gold, — each (*consisting of*) forty-nine *karañju* and a half, two *mañjâḍi* and (*one*) *kuṉri* of gold.

71. Five tops for temple-parasols, consisting of two hundred and forty-eight *karañju* and three quarters of gold; — each (*consisting of*) forty-nine *karañju* and three quarters of gold.

72. Two tops for temple-parasols, consisting of one hundred *karañju* of gold, — each (*consisting of*) fifty *karañju* of gold.

73. Two tops for temple-parasols, consisting of ninety-eight *karañju* of gold, — each (*consisting of*) forty-nine *karañju* of gold.

74. One top for a temple-parasol, (*consisting of*) fifty-one *karañju* of gold.

75. Two tops for temple-parasols, consisting of ninety-eight *karañju* and three quarters of gold, — each (*consisting of*) forty-nine *karañju*, seven *mañjâḍi* and (*one*) *kuṉri* of gold.

76. One top for a temple-parasol, (*consisting of*) fifty *karañju*, two *mañjâḍi* and (*one*) *kuṉri* of gold.

77. One top for a temple-parasol, (*consisting of*) forty-eight *karañju* and three quarters of gold.

78. One top for a temple-parasol, (*consisting of*) fifty *karañju* and three quarters, two *mañjâḍi* and (*one*) *kuṉri* of gold.

79. Two tops for temple-parasols, consisting of one hundred and one *karañju* and a half of gold,—each (*consisting of*) fifty *karañju* and three quarters of gold.

80. One top for a temple-parasol, (*consisting of*) forty-nine *karañju* and a half of gold.

81. One top for a temple-parasol, (*consisting of*) forty-nine *kaṛañju* and six *mañjâḍi* of gold.

82. One top for a temple-parasol, (*consisting of*) forty-nine *kaṛañju* and a quarter of gold.

83. One top for a temple-parasol, (*consisting of*) forty-eight *kaṛañju* and a half of gold.

84. One top for a temple-parasol, (*consisting of*) forty-nine *kaṛañju*, two *mañjâḍi* and (*one*) *kuṉṟi* of gold.

85. One top for a temple-parasol, (*consisting of*) forty-eight *kaṛañju* and three quarters, two *mañjâḍi* and (*one*) *kuṉṟi* of gold.

86. One top for a temple-parasol, (*consisting of*) fifty *kaṛañju* and (*one*) *mañjâḍi* of gold.

87. Three tops for temple-parasols, consisting of one hundred and forty-nine *kaṛañju* and a half, two *mañjâḍi* and (*one*) *kuṉṟi* of gold,— each (*consisting of*) forty-nine *kaṛañju* and three quarters, two *mañjâḍi* and (*one*) *kuṉṟi* of gold.

88. Five tops for white parasols (*dhavalachchhattra*), consisting of fifty *kaṛañju* of gold, — including a plate (*paṟaḷai*) soldered together with the knob (*moṭṭu*).

89. One top for a coloured sacred parasol of victory (*vaṉṉigai-tiru-koṟṟa-kuḍai*), (*consisting of*) fifteen *kaṛañju* and a half, two *mañjâḍi* and (*one*) *kuṉṟi* of gold,— including a plate soldered together with the knob.

90. One betel-leaf salver (*ilaittaṭṭu*), (*consisting of*) nine hundred and ninety-five *kaṛañju* of gold.

91. One betel-leaf salver, (*consisting of*) nine hundred and eighty-eight *kaṛañju* of gold.

92. Having returned from the conquest of Satyâśraya, (*he*) poured out as flowers at the sacred feet (*śrîpâdapushpa*) and worshipped the feet of the god (*with the following gold flowers*) :—

93. Two sacred gold flowers (*tirupporpû*), consisting of twenty *kaṛañju* of gold,— each (*consisting of*) ten *kaṛañju* of gold.

94. Twelve sacred gold flowers, consisting of one hundred and nineteen *kaṛañju* and a half and four *mañjâḍi* of gold,— each (*consisting of*) nine *kaṛañju* and three quarters, four *mañjâḍi* and (*one*) *kuṉṟi* of gold.

95. Ten sacred gold flowers, consisting of ninety-nine *kaṛañju* and a half of gold,— each sacred gold flower (*consisting of*) nine *kaṛañju* and three quarters and four *mañjâḍi* of gold.

96. One sacred gold flower, (*consisting of*) nine *kaṛañju* and three quarters, three *mañjâḍi* and (*one*) *kuṉṟi* of gold.

97. One sacred gold flower, (*consisting of*) (*one*) *kaṛañju* and three quarters and (*one*) *mañjâḍi* of gold.

98. One sacred gold flower, shaped like a lotus (*tâmarai*), (*consisting of*) thirteen *kaṛañju* and six *mañjâḍi* of gold.

99. To Dakshiṇa-Mêru-Viṭaṅkar (*he*) gave (*the following ornaments*), to be worn (*by this god*) :—

100. One string of round beads (*tiraḷ-maṇi-vaḍam*), (*consisting of*) five (*strings*) soldered together, (*and containing*) forty-nine *kaṛañju*, seven *mañjâḍi* and (*one*) *kuṉṟi* of gold.

101. One polished[1] ring for the arm of the god (*tirukkaikkâṟai*), (*consisting of*) fifty-one *kaṛañju* and a half of gold.

---

[1] ஒப்பன் seems to be another form of ஒப்பம், 'polish'; compare அறன், கலன், நிலன், பதன், பலன் for அறம், கலம், நிலம், பதம், பலம்.

102. One polished ring for the arm of the god, (*consisting of*) forty-five *karañju* and a half and two *mañjâḍi* of gold.

103. One polished ring for the arm of the god, (*consisting of*) forty-nine *karañju* and three quarters, two *mañjâḍi* and (*one*) *kuṉṟi* of gold.

104. One polished ring for the arm of the god, (*consisting of*) forty-five *karañju* and three quarters of gold.

105. One pair of polished rings for the feet of the god (*tiruvaḍikkâṟai*), (*consisting of*) ninety-six *karañju* and a half of gold.

106. One sacred girdle (*tiruppaṭṭigai*), (*consisting of*) one hundred and forty-nine *karañju* and a quarter of gold.

107. (*Finally, he*) gave one sacred diadem (*tiruppaṭṭam*), (*consisting of*) nine hundred and eighty-one *karañju* and a quarter of gold, which was made of gold taken from the treasures, which he seized after having defeated the Chêra king and the Pâṇḍyas in Malainâḍu.

No. 2. On the west wall.

This inscription is engraved in five sections, each of which occupies a separate face of the west wall. It consists of two distinct parts.

The first part extends to about two thirds of line 7 of the first section and describes eleven gold vessels, which were presented on the 310th day of the 25th year of the reign of Kô-Râjakêsarivarman, *alias* Râjarâjadêva, 'to (*the goddess*) Umâparamêśvarî, who is the consort of our lord Âḍavallâr,' by the king's elder sister,[1] who was the queen of Vallavaraiyar[2] Vandyadêvar.

The second part enumerates other gifts of gold vessels and ornaments, which were made by the same royal lady between the 25th and 29th year of the king's reign. The items detailed in paragraphs 14 to 42 were given 'to (*the goddess*) Umâparamêśvarî, who is the consort of our lord Âḍavallâr Dakshiṇa-Mêru-Viṭaṅkar.' Paragraphs 44 to 59 describe gifts 'to (*the goddess*) Umâparamêśvarî, who is the consort of our lord Tañjai-Viṭaṅkar.'

Text.

First section.

[1.] ஸ்வஸ்தி ஸ்ரீ [||*] திருமகள் பொலப்பெருநிலச்செல்வியுந்தநக்கெயுரிமெ பூண்-
டமெ மநக்கொளக்காந்தளூர்ச்சாலெ கலமறுத்தருளி வெங்கெநாடுங்கங்கபாடி-
யுந்தடிகெ[பா]டியும் நுளம்பபாடியுங்குடமலெநாடுங்கொல்லமுங்கலிங்கமும் எண்டி-
செ புகழ் தர ஈழமண்டலமும் இரட்டபாடி எழரெ இலக்கமுந்திண்டிறல்
[2.] வென்றித்தண்டாற்கொண்ட தன்னெழில் வளரூழியுளெல்லாயாண்டுந்தொழுதக விள-
ங்கும் யாண்டெ செழியரெத்தெசு கொள் கொராஜகெஸரிவந்மரான ஸ்ரீ[ரா]ஜ-
ராஜதெவர்க்கு யாண்டு இருபத்தெஞ்சாவது நாள் முன்னூற்றொருபதினால்
ஆடவல்லார் நம்பிராட்டியார் உமாபரமெஸ்வரியார்க்கு ஸ்ரீராஜராஜதெவர் திருத்த-
[3.] மக்கெயார் வல்லவரெயர் வந்த்யதெவர் மஹாதெவியார் குடுத்த பொன்னின்
தளிகெ ஒன்று ஆடவல்லானென்னுங்கல்லால் நிறெ முன்னூற்றுத்தொண்ணூ-
ற்றெண்கழஞ்சரெ — [க*] நாளதினாலெய் குடுத்த பொன்னின் தளிகெ ஒன்று
மெற்படி கல்லால் நிறெ நானூற்றுத்தொண்ணூற்று அறுகழஞ்சு — [உ*]
நாளதினாலெ-

[1] According to No. 6, the proper name of this princess was Kundavaiyâr.

[2] In the first volume, pp. 97, 100 and 112, this word was translated by 'the Pallava king.' The reading of the original, however, is clearly வல்லவரையர், and not பல்லவரையர்.

[4.] ய் குடுத்த பொன்னின் மண்டெ ஒன்று மெற்படி கல்லால் நிறெ நூற்றுத்-
தொண்ணூற்றொ[ன்ப]தின் கழஞ்சு — [௩*] நாளதினலெய் குடுத்த பொன்னின்
மண்டெ ஒன்று மெற்படி கல்லால் நிறெ முன்னூற்றுத்தொண்ணூற்றொன்ப-
தின் கழஞ்செ முக்கால் — [௪*] நாளதினலெய் குடுத்த பொன்னின் குடம்
ஒன்று மெற்படி கல்லா-

[5.] ல் நிறெ நூற்றுத்தொண்ணூற்றெண்கழஞ்சரெ — [௫*] நாளதினலெய் குடுத்த
பொன்னின் குடம் [ஒன்]று மெற்படி கல்லால் நிறெ நூற்றுத்தொண்ணூற்-
றொன்பதின் கழஞ்செ முக்கால் — [௬*] நாளதினலெய் குடுத்த பொன்னின்
குடம் ஒன்று மெற்படி கல்லால் நிறெ நூற்றுத்தொண்ணூற்று அறுகழஞ்-
செய் எழுமஞ்சாடியுங்குன்றி — [௭*]

[6.] நாளதினலெய் குடுத்த பொன்னி[ன்] குடம் ஒன்று மெற்படி கல்லால் நிறெ
நூற்[று]த்தொண்[ணூற்றெ]ண்கழஞ்சு — [௮*] நாளதினலெய் குடுத்த பொன்-
னின் வட்டில் ஒன்று மெற்படி கல்லால் நிறெ தொண்ணூற்றெழுகழஞ்-
சரெ — [௯*] நாளதினலெய் குடுத்[த] பொன்னின் வஷதாரபத்திமடல் அடி-
யொடும் ஒன்று மெற்படி கல்லால் நிறெ எ-

[7.] ண்பதின் கழஞ்சு — [௰*] நாளதினலெய் குடுத்த பொன்னின் கறண்டிகெச்-
[சொ]ப்பு [பொ] . . . . . லும் ஒடாணியும் கீலையாணியும் உள்ப்பட
ஒன்று மெற்படி கல்லால் நிறெ நூற்றுத்தொண்ணூற்றொன்பதின் கழஞ்[சு —]
[௰௧*] யாண்டு இருபத்தைஞ்ச[ாவ]து முதல் யாண்டு இருபத்தொன்[பத]ாவது
வரை ஆடவல்லார் தக்ஷண[1]மெருவிடங்கர் நம்பிராட்டியார்

Second section.

[1.] உமாபரமெஸ்வரியார்க்குத்தஞ்சைவிடங்கர் நம்பிராட்டியார் உமாப்ரமெஸ்வரியார்க்கும்
ஸ்ரீராஜராஜதெவர் திருத்த-

[2.] மக்கையார் வல்லவரையர் வந்த்யதெவர் மஹாதெவியார் குடுத்த பொன்னின் திரு-
ஆபரணங்களும் சின்னங்களும்

[3.] உள்ளிட்டன யாண்டு இருபத்தைஞ்சாவது இந்த ஜகதிப்படையில் இதனுக்கு
முன் வடக்கடைய கல்லில் வெட்டின நீ-

[4.] க்கி நின்றன ஆடவல்லானென்னுங்கல்லால் நிறை எடுத்துக்கல்லில் வெட்டினபடி —
[௰௨*] ஆடவல்லார் தக்ஷண[2]மெருவி-

[5.] டங்கர் நம்பிராட்டியார் உமாபரமெஸ்வரி[யா]ர்க்குக்குடுத்தன [௰௩*] ஒட்டுவெட்டில்
ஒன்று பொன் நூற்றுத்தொண்ணூற்று எண்க-

[6.] ழஞ்சரையெ இரண்டு மஞ்சாடியுங்குன்றி [—] [௰௪*] ஒட்டுவெட்டில் ஒன்று
பொன் நூற்றுத்தொண்[ணூ]ற்று எழுகழஞ்[ச*]ரை — [௰௫*]

[7.] தவுக்கைய் ஒன்று பொன் நூற்று நாற்பத்து [எ]ழுகழஞ்செய் ஆறு மஞ்சாடி —
[௰௬*] தவுக்கைய் ஒன்று பொன் நூற்று

[8.] நாற்பத்து அறுகழஞ்செய் முக்காலெ மஞ்சாடியுங்குன்றி — [௰௭*] கலசப்பானை
ஒன்று பொன் இருநூற்று-

[9.] த்தொண்ணூற்று ஐங்கழஞ்செய் கால் [—] [௰௮*] அன்னம் ஒன்று பொன்
தொண்ணூற்[று] எண்கழஞ்செ கால் [—] [௰௯*]

Third section.

[1.] கிளி ஒன்றில் கண்ணில் [தடவிக்]கட்டின கல்லு இரண்டுட்பட நிறை பொன்
முப்பத்து நாற்கழஞ்செய் ஒன்பது மஞ்சாடியுங்குன்றி — [௨௰*] வெண்சா-
மரைக்கைய் ஒ-

---

[1] Read தக்ஷிண.

[2] Read தக்ஷிண.

[2.] ன்று பொன் பத்தொன்[பதி]ன் கழஞ்செய் முக்கால் — [௨௧*] வெண்சாமரைக்-
கைய் ஒன்று பொன் பத்தொன்பதின் கழஞ்சரையெ இரண்டு மஞ்சாடி —
[௨௨*] ஈச்சொப்பிக்கைய் ஒன்று

[3.] பொன் இருபதின் கழஞ்[சு —] [௨௩*] ஈச்சொப்பிக்கைய் ஒன்று பொன்
பத்தொன்பதின் கழஞ்சரை — [௨௪*] திருமகுடம் ஒன்று பொன் இருநூற்று
எழுபத்து ஐங்கழஞ்சரை — [௨௫*] திருப்பொற்-

[4.] பூ ஒன்று பொன் ஐ[ங்கழஞ்]சாகத்திருப்பொற்பூ நூற்று அறுபத்தைஞ்சினால்
பொன் எண்ணூற்று இருபத்து ஐங்கழஞ்சு — [௨௬*] திருப்பொற்பூ ஒன்று
பொன் நாற்கழஞ்செய் மு-

[5.] க்காலெ நாலு ம[ஞ்சாடியு]ங்குன்றியாகத்திருப்பொற்பூ முப்பத்து ஐஞ்சினால்
பொன் நூற்று எழுபத்து நாற்கழஞ்செய் இரண்டு மஞ்சாடியுங்குன்றி — [௨௭*]
தூக்கம் ஒன்று பொன்

[6.] இருபத்து ஒன்பதி[ன் கழஞ்]சரை — [௨௮*] திருவாளி ஓரணையினால் பொன்
அறுகழஞ்செய் எட்டு ம[ஞ்]சாடியுங்குன்றி — [௨௯*] இரட்டைத்திருவுழுத்து
ஓரணையினால் பொன் பதின் கழஞ்செ-

[7.] ய் மஞ்சாடி — [௩௰*] திருக்[கம்பி ஒ]ரணையினால் பொன் பதிநாற்கழஞ்செய்
முக்காலெ மஞ்சா[டியு]ங்குன்றி — [௩௧*] வயிரச்செயல் தாலிமணி வடம்
ஒன்றில் தாலிமணி நூற்று ஐம்-

[8.] பத்தெழும் திரு ஒ . . . . . படுகண் நாலும் கள்ளிப்பூ நாலும் கொக்கு-
வாய் ஒன்று[ம் ச]வக்கம் இரண்டும் உட்பட பொன் பதினொருகழஞ்செய்
மஞ்சாடி — [௩௨*] மூன்றொன்றாக

[9.] அடுத்து விளக்கி[ன கண்டத்]துடர் ஒன்று பொன் அறுபத்து இருகழஞ்சு —
[௩௩*] புறத்துடர் படு[கண்]ணுங்கள்ளிப்[பூவு]ங்[கொ]க்[கு]வ[ா]யும் உட்பட
ஒன்று பொன் இருபத்து நாற்கழஞ்சரை-

Fourth section.

[1.] யெ இரண்டு மஞ்சாடியுங்குன்றி — [௩௪*] வயிரசாயலம் ஒன்று பொன் நூற்று
இருபத்து இருகழஞ்செய்

[2.] முக்கால் — [௩௫*] திருக்கைப்பொட்டு ஓரணை பொன் தொண்ணூற்றுக்கழஞ்-
சரை — [௩௬*] திருக்கைக்கடக-

[3.] ழ ஓரணை பொன் ஐம்பத்து அறுகழஞ்செய் இரண்டு மஞ்சாடியுங்குன்றி —
[௩௭*] திருக்கைக்கா-

[4.] றை உகிர்ப்புறவன் ஓரணை பொன் நூற்று ஐம்பதின் கழஞ்சரை — [௩௮*]
தொழிற்பட்டிகை

[5.] ஒன்று பொன் மூன்[னூ]ற்று நாற்பத்து நாற்கழஞ்சு — [௩௯*] திருவடிக்காறை
உகிர்ப்புறவன் ஓரணை

[6.] பொன் நூற்று ஐம்பதின் கழஞ்செ கால் — [௪௰*] வாடிஸாயஷெ ஓர[ணை]
பொன் நூற்று ஒன்ப-

[7.] தின் கழஞ்சரை — [௪௧*] திருக்கால்மோதிரம் பத்தினால் பொன் பதினாற்-
கழஞ்செய் முக்காலெ

[8.] இரண்டு மஞ்சாடியுங்குன்றி — [௪௨*] (தை)தஞ்சைவிடங்கர் நம்பிராட்டியார்
உமாபரமேஸ்வரியார்-

[9.] க்குக்குடுத்தன [—] [௪௩*] தளிகை ஒன்று பொன் நானூற்று நாற்பத்து
எண்கழஞ்செய் நா-

Fifth section.

[1.] ஞ மஞ்சாடி — [௪௪*] மண்டை ஒன்று பொன் இருநூற்றுத்தொண்ணூற்று
அறுகழஞ்சரை — [௪௫*] ஒட்டுவட்டில் ஒன்று பொன் நூற்றுத்தொண்ணூ-
ற்று எழுகழஞ்செய் முக்கால் — [௪௬*] தவுக்கைய் ஒன்று பொ-

[2.] ன் நூற்று நாற்பத்து. எண்கழஞ்செய் ஒன்பது மஞ்சாடி — [௪௭*] கலசப்-
பானை ஒன்று பொன் இருநூற்றுத்தொண்ணூற்று ஐங்கழஞ்செய் எழுமஞ்சாடி-
யுங்குன்றி — [௪௮*] கலசம் ஒன்று பொன் நூற்று-

[3.] த்தொண்ணூற்று அறுகழஞ்சரை — [௪௯*] கல[ச]ம் ஒன்று பொன் நூற்றுத்-
தொண்ணூற்று எழுகழஞ்செய் கால் — [௫௰*] கலசம் ஒன்று பொன்
நூற்றுத்தொண்ணூற்று எழுகழஞ்செய் எட்டு மஞ்சாடி — [௫௧*]

[4.] கறண்டிகைச்செப்பு ஒன்று பொ[ன்]ன் நூ[ற்]றுத்தொண்ணூற்று எண்கழஞ்செய்
கால் — [௫௨*] வெண்சாமரைக்கைய் ஒன்று பொன் பத்தொன்பதின் கழஞ்-
சரையெ நாலு மஞ்சாடி — [௫௩*] ஈச்சொப்பிக்கை-

[5.] ய் ஒன்று பொன் பத்தொன்பதின் கழஞ்சரையெ மஞ்சாடி — [௫௪*] திருப்-
பொற்பூ ஒன்று பொன் ஐங்கழஞ்சாகத்திருப்பொற்பூ நாற்பத்து எட்டிநால்
பொன் இருநூற்று நாற்பதின் கழஞ்சு — [௫௫*] திருப்பொற்-

[6.] பூ ஒன்று பொன் நாற்கழஞ்செய் முக்காலெ நாலு மஞ்சாடியுங்குன்றியாகத்திருப்-
பொற்பூ எழுபத்து இரண்டிநால் பொன் முன்னூற்று ஐம்பத்து எண்கழஞ்-
செய் நாலு மஞ்சாடி — [௫௬*] திருப்-

[7.] பொற்பூ ஒன்று பொன் நாற்கழஞ்செ முக்காலெ நாலு மஞ்சாடியாகத்திருப்பொற்பூ
ஆறிநால் பொன் இருபத்து ஒன்பதின் கழஞ்சரையெ நாலு மஞ்சாடி — [௫௭*]
திருப்பொற்பூ ஒன்று பொ-

[8.] ன் நாற்கழஞ்செய் முக்காலெ மூன்[று] மஞ்சாடியுங்குன்றியாகத்திருப்பொற்பூ
மூன்றிநால் பொன் பதிநாற்கழஞ்செய் மு[க்]காலெ குன்றி — [௫௮*] திருப்-
பொற்பூ ஒன்று பொன் நாற்கழஞ்செய் முக்கால் [௫௯*]

TRANSLATION.

First part.

1. Hail! Prosperity! On the three-hundred-and-tenth day of the twenty-fifth year (*of the reign*) of Kô-Râjakêsarivarman, *alias* Śrî-Râjarâjadêva, who,— while (*his*) heart rejoiced, that, like the goddess of fortune, the goddess of the great earth had become his wife,— in his life of growing strength, during which, having been pleased to cut the vessel (*in*) the hall (*at*) Kândaḷûr, he conquered by his army, which was victorious in great battles, Vêṅgai-nâḍu, Gaṅga-pâḍi, Taḍigai-pâḍi, Nuḷamba-pâḍi, Kuḍamalai-nâḍu, Kollam, Kaliṅgam, Îṟa-maṇḍalam, (*the conquest of which*) made (*him*) famous (*in*) the eight directions, and the seven and a half *lakshas* of Iraṭṭa-pâḍi,— deprived the Seṟiyas of their splendour, while (*he*) was resplendent (*to such a degree*) that (*he*) was worthy to be worshipped everywhere;— the venerable elder sister of Śrî-Râjarâjadêva, (*who was*) the great queen (*mahâdêvî*) of Vallavaraiyar Vandyadêvar, gave to (*the goddess*) Umâparamêśvarî, who is the consort of our lord Âḍavallâr, one gold plate (*taḷigai*), weighing three hundred and ninety-eight *kaṟañju* and a half by the stone called (*after*) Âḍavallâṉ.

2. On the same day (*she*) gave one gold plate, weighing four hundred and ninety-six *kaṟañju* by the same stone.

3. On the same day (*she*) gave one gold bowl (*maṇḍai*), weighing one hundred and ninety-nine *kaṟañju* by the same stone.

4. On the same day (*she*) gave one gold bowl, weighing three hundred and ninety-nine *kaṟañju* and three quarters by the same stone.

5. On the same day (*she*) gave one gold water-pot (*kuṭa*), weighing one hundred and ninety-eight *kaṟañju* and a half by the same stone.

6. On the same day (*she*) gave one gold water-pot, weighing one hundred and ninety-nine *karañju* and three quarters by the same stone.

7. On the same day (*she*) gave one gold water-pot, weighing one hundred and ninety-six *karañju*, seven *mañjâḍi* and (*one*) *kunri* by the same stone.

8. On the same day (*she*) gave one gold water-pot, weighing one hundred and ninety-eight *karañju* by the same stone.

9. On the same day (*she*) gave one gold cup (*vaṭṭil*), weighing ninety-seven *karañju* and a half by the same stone.

10. On the same day (*she*) gave one golden receptacle for sacred ashes with lotus-ornaments (*pushkara-paṭṭi-maḍal*), together with a stand (*oḍi*),— weighing eighty *karañju* by the same stone.

11. On the same day (*she*) gave one golden chunnam box (*karaṇḍigaichchoppu*),[1] including . . . . : . . . . a bolt (*ôḍâṇi*) and a pin (*nilaiyâṇi*),— weighing one hundred and ninety-nine *karañju* by the same stone.

Second part.

12. From the twenty-fifth year to the twenty-ninth year (*of the king's reign*), the venerable elder sister of Śrî-Râjarâjadêva, (*who was*) the great queen of Vallavaraiyar Vandyadêvar, gave to (*the goddess*) Umâparamêśvarî, who is the consort of our lord Âḍavallâr Dakshiṇa-Mêru-Viṭaṅkar, and to (*the goddess*) Umâparamêśvarî, who is the consort of our lord Tañjai-Viṭaṅkar, the following sacred ornaments (*âbharaṇa*), emblems (*chihna*), *etc.*, of gold, which were weighed by the stone called (*after*) Âḍavallân and engraved on stone,— excluding those (*gifts of*) the twenty-fifth year, which had been engraved on the adjacent stones before this (*part of the inscription*) on the north of this upper tier (*jagatippaḍai*):—[2]

13. To (*the goddess*) Umâparamêśvarî, who is the consort of our lord Âḍavallâr Dakshiṇa-Mêru-Viṭaṅkar, (*she*) gave:—

14. One *ôṭṭu-vaṭṭil*, (*consisting of*) one hundred and ninety-eight *karañju* and a half, two *mañjâḍi* and (*one*) *kunri* of gold.

15. One *ôṭṭu-vaṭṭil*, (*consisting of*) one hundred and ninety-seven *karañju* and a half of gold.

16. One *tavukkai*,[3] (*consisting of*) one hundred and forty-seven *karañju* and six *mañjâḍi* of gold.

17. One *tavukkai*, (*consisting of*) one hundred and forty-six *karañju* and three quarters, (*one*) *mañjâḍi* and (*one*) *kunri* of gold.

18. One censer (*kalaśappâṇai*), (*consisting of*) two hundred and ninety-five *karañju* and a quarter of gold.

19. One swan (*annam*), (*consisting of*) ninety-eight *karañju* and a quarter of gold.

20. One parrot (*kiḷi*), the gold of which weighed thirty-four *karañju*, nine *mañjâḍi* and (*one*) *kunri*,— including two precious stones set into the eyes.

21. One handle for a white *châmara* (*veṇ-śâmarai*), (*consisting of*) nineteen *karañju* and three quarters of gold.

---

[1] சொப்பு is still used as a vulgar form for செப்பு.

[2] This clause refers to the first part of the present inscription, which precedes the second part on the west wall and is consequently, with respect to it, situated in the north. Compare page 11, note 2.

[3] This word might be connected with the Kanarese *tavuku*, 'a salver, waiter.'

22. One handle for a white *châmara*, (*consisting of*) nineteen *kaṛañju* and a half and two *mañjâḍi* of gold.

23. One handle for a fly-whisk (*tchchôppi*), (*consisting of*) twenty *kaṛañju* of gold.

24. One handle for a fly-whisk, (*consisting of*) nineteen *kaṛañju* and a half of gold.

25. One sacred-crown (*makuṭa*), (*consisting of*) two hundred and seventy-five *kaṛañju* and a half of gold.

26. One hundred and sixty-five sacred gold flowers (*tirupporpû*), consisting of eight hundred and twenty-five *kaṛañju* of gold,— each sacred gold flower (*consisting of*) five *kaṛañju* of gold.

27. Thirty-five sacred gold flowers, consisting of one hundred and seventy-four *kaṛañju*, two *mañjâḍi* and (*one*) *kunri* of gold,— each sacred gold flower (*consisting of*) four *kaṛañju* and three quarters, four *mañjâḍi* and (*one*) *kunri* of gold.

28. One pendant (*tûkkam*), (*consisting of*) twenty-nine *kaṛañju* and a half of gold.

29. One pair of sacred ear-rings (*tiru-vâḷi*), consisting of six *kaṛañju*, eight *mañjâḍi* and (*one*) *kunri* of gold.

30. One pair of double sacred *uruttu*,[1] consisting of ten *kaṛañju* and (*one*) *mañjâḍi* of gold.

31. One pair of sacred ear-rings (*tirukkambi*), consisting of fourteen *kaṛañju* and three quarters, (*one*) *mañjâḍi* and (*one*) *kunri* of gold.

32. One string (*vaḍam*) of beads for the marriage-badge (*tâli-maṇi*), set with diamonds (*vayiram*), consisting of eleven *kaṛañju* and (*one*) *mañjâḍi* of gold,— including one hundred and fifty-seven beads for the marriage-badge, ... four *paḍugaṇ*, four *kaḷḷippû*, one *kokkuvây* and two square diamonds (*śavakkam*).[2]

33. One necklace (*kaṇṭha-tuḍar*) of three (*chains*) soldered into one, (*consisting of*) sixty-two *kaṛañju* of gold.

34. One outer chain (? *puṟattuḍar*), including (*one*) *paḍugaṇ*, (*one*) *kaḷḷippû* and (*one*) *kokkuvây*,— (*consisting of*) twenty-four *kaṛañju* and a half, two *mañjâḍi* and (*one*) *kunri* of gold.

35. One *śâyalam* of diamonds (*vayiram*), (*containing*) one hundred and twenty-two *kaṛañju* and three quarters of gold.

36. One pair of *poṭṭu*[3] for the arms of the goddess, (*consisting of*) ninety *kaṛañju* and a half of gold.

37. One pair of bracelets (*kaṭaka*) for the arms of the goddess, (*consisting of*) fifty-six *kaṛañju*, two *mañjâḍi* and (*one*) *kunri* of gold.

38. One pair of rings for the arms of the goddess (*tirukkaikkâṟai*),[4] with claws[5] (*engraved*) on the outside (? *ugirppuṟavan*), (*consisting of*) one hundred and fifty *kaṛañju* and a half of gold.

---

[1] Compare இரட்டை உழுத்து in No. 8, paragraph 12.

[2] These names of precious stones are not found in the dictionaries. Among them, படுகன் means 'the sharp eye,' கள்ளிப்பூ 'the flower of the milk-bush,' and கொக்குவாய் 'the mouth of the paddy-bird;' சவக்கம் is probably the same as சவுக்கம், 'a square,' and occurs among various kinds of diamonds in No. 7, paragraph 8.

[3] According to Winslow, பொட்டு is 'one of the two marriage-badges, worn, especially by Telugus, on the neck.'

[4] According to Winslow, காறை means 'a golden or silver collar, a neck-ring for a lad.' Here and in paragraph 40, as in No. 1, paragraphs 101 to 105, it signifies a ring for the arms or feet.

[5] Probably tiger's claws are meant.

39. One wrought girdle (*toṟil-paṭṭigai*), (*consisting of*) three hundred and forty-four *karañju* of gold.

40. One pair of rings for the feet of the goddess (*tiruvaḍikkâṟai*), with claws (*engraved*) on the outside, (*consisting of*) one hundred and fifty *karañju* and a quarter of gold.

41. One pair of *śâyalam* for the feet (*pâda-śâyalam*),[1] (*consisting of*) one hundred and nine *karañju* and a half of gold.

42. Ten rings for the toes of the goddess (*tirukkâl-môdiram*), consisting of fourteen *karañju* and three quarters, two *mañjâḍi* and (*one*) *kuṉṟi* of gold.

43. To (*the goddess*) Umâparamêśvarî, who is the consort of our lord Tañjai-Viṭaṅkar, (*she*) gave:—

44. One plate (*taḷigai*), (*consisting of*) four hundred and forty-eight *karañju* and four *mañjâḍi* of gold.

45. One bowl (*maṇḍai*), (*consisting of*) two hundred and ninety-six *karañju* and a half of gold.

46. One *ôṭṭu-vaṭṭil*, (*consisting of*) one hundred and ninety-seven *karañju* and three quarters of gold.

47. One *tavukkai*, (*consisting of*) one hundred and forty-eight *karañju* and nine *mañjâḍi* of gold.

48. One censer (*kalaśappâṇai*), (*consisting of*) two hundred and ninety-five *karañju*, seven *mañjâḍi* and (*one*) *kuṉṟi* of gold.

49. One pot (*kalaśa*), (*consisting of*) one hundred and ninety-six *karañju* and a half of gold.

50. One pot, (*consisting of*) one hundred and ninety-seven *karañju* and a quarter of gold.

51. One pot, (*consisting of*) one hundred and ninety-seven *karañju* and eight *mañjâḍi* of gold.

52. One chunnam box (*karaṇḍigaichcheppu*), (*consisting of*) one hundred and ninety-eight *karañju* and a quarter of gold.

53. One handle for a white *châmara* (*veṇ-śâmarai*), (*consisting of*) nineteen *karañju* and a half and four *mañjâḍi* of gold.

54. One handle for a fly-whisk (*tchchôppi*), (*consisting of*) nineteen *karañju* and a half and (*one*) *mañjâḍi* of gold.

55. Forty-eight sacred gold flowers (*tiruppoṟpû*), consisting of two hundred and forty *karañju* of gold,— each sacred gold flower (*consisting of*) five *karañju* of gold.

56. Seventy-two sacred gold flowers, consisting of three hundred and fifty-eight *karañju* and four *mañjâḍi* of gold,— each sacred gold flower (*consisting of*) four *karañju* and three quarters, four *mañjâḍi* and (*one*) *kuṉṟi* of gold.

57. Six sacred gold flowers, consisting of twenty-nine *karañju* and a half and four *mañjâḍi* of gold,— each sacred gold flower (*consisting of*) four *karañju* and three quarters and four *mañjâḍi* of gold.

58. Three sacred gold flowers, consisting of fourteen *karañju* and three quarters and (*one*) *kuṉṟi* of gold,— each sacred gold flower (*consisting of*) four *karañju* and three quarters, three *mañjâḍi* and (*one*) *kuṉṟi* of gold.

59. One sacred gold flower, (*consisting of*) four *karañju* and three quarters of gold.

---

[1] Compare *vayira-śâyalam* in paragraph 35, above.

No. 3. On the north wall, lower tier.

This inscription is engraved in 38 sections of 15 lines each and contains a description of thirty sacred ornaments. These were made partly of gold and jewels from the temple treasury, and partly of pearls, which Kô-Râjakêsarivarman, *alias* Râjarâjadêva, had given to the temple up to the 29th year of his reign. Paragraphs 5 and 6 allude to gold, which the king had seized after conquering the Chêra king and the Pâṇḍyas, and which he had presented to the temple.

Text.

First section.

[1.] ஸ்வஸ்தி ஸ்ரீ [||*] திருமகள் போலப்பெருநிலச்செ-
[2.] ல்வியுந்தனக்கெயுரிமை பூண்டமை மன-
[3.] க்கொளக்காந்தளூர்ச்சாலை கலமறுத்தருளி வெ-
[4.] ங்கைநாடுங்கங்கபாடியுந்தடிகைபாடியு-
[5.] ம் நுளம்பபாடியுங்குடமலைநாடுங்கொல்ல-
[6.] முங்கலிங்கமும் எண்டிசை புகழ் தர ஈழம-
[7.] ண்டலமும் இரட்டபாடி எழரை இலக்கமு-
[8.] ந்திண்டிறல் வென்றித்தண்டாற்கொண்ட
[9.] தன்னெழில் வளரூழியுளெல்லாயாண்டுந்-
[10.] தொழுதக விளங்கும் யாண்டெய் செழியரை-
[11.] த்தேசு கொள் கொராஜகெஸரிவ[ந்ம*]ரா-
[12.] ன ஸ்ரீராஜராஜதெவர்க்கு யாண்டு இருபத்தொ-
[13.] ன்பதாவது வரை உடையார் ஸ்ரீராஜ-
[14.] ராஜீஸ்வரம் உடையார் பண்டாரத்துக்கா-
[15.] ட்சி காட்டின நீக்கி உடையார் ஸ்ரீரா-

Second section.

[1.] ஜரா[ஜீ]ஸ்வரம் உடையார் பண்டாரத்து-
[2.] க்கூடி முதல[ா]ன பொன்னும் ரத்நங்களு-
[3.] ம் உடையா[ர்] ஸ்ரீராஜ[ர]ாஜதெவர் குடு-
[4.] த்தருளின ரத்நங்களுங்கொண்டு செய்-
[5.] து முதலான [ர]த்நத்தின் திருவாஹரண-
[6.] ங்கள் சரடு[ஞ்]சட்டமும் நீக்கி அரக்கும்
[7.] பிஞ்சும் உட்பட தக்ஷிணமெருவிடங்-
[8.] கந் என்னுங்காசுகல்லால் நிறை எடு-
[9.] த்தன வணெஸ்வரம் கொயிலில் ஜ-
[10.] கதிப்படையிலும் உபபீடத்துக்க-
[11.] ண்டப்ப[டை]யிலும் கல்லில் வெட்டி-
[12.] ன நீக்[கி] உடையார் ஸ்ரீவிமானத்துக்க-
[13.] ல்லில் வெ[ட்]டின ||— [க*] உடையார் பண்டா-
[14.] ரத்துப்பொ[ா]ன் கொடு[1] செய்த திருப்ப-
[15.] ட்டிகை ஒன்று தண்டவாணிக்குக்கா-

Third section.

[1.] ல் மாற்றுத்தண்[ணி]ய பொ-
[2.] ன் பதின் கழஞ்செ முக்-

[1] Here and in the similar passages, which occur throughout this inscription, கொடு stands for கொண்டு.

[3.] காலெ மூன்[று] மஞ்சாடியு-
[4.] ங்குன்றியும் அரக்கு நிறை
[5.] எண்கழஞ்செ எழுமஞ்சா-
[6.] டியும் பிஞ்[சு] நிறை முக்கா-
[7.] லுந்தடவிக்கட்டின பளி-
[8.] ங்கு ப[தி]னைஞ்சினால் நி-
[9.] றை கழஞ்[சு]ம் பொத்தி மு-
[10.] ன்றினால் நிறை மூன்று
[11.] மஞ்சாடியும் உடையார் ஸ்ரீ-
[12.] ராஜராஜதெவர் [ஸ்ரீ]வாஹ-
[13.] வாஹுமா[க] அட்டித்திரு-
[14.] வடித்தொழுத இரண்டா-
[15.] ந்தரத்தில் முத்தில் கொ-

Fourth section.

[1.] த்த முத்து வட்டமும் அனுவட்டமும் ஒப்புமுத்துங்குறுமுத்து-
[2.] ம் நிம்பொ[ள]மும் பயிட்டமும் அம்புமுதுங்கறடும் இரட்டையு-
[3.] ஞ்சப்பத்தி[யு]ஞ்சக்கத்துங்குளிர்ந்த [நீ]ருஞ்சிவந்த நீரும் உடைய மு-
[4.] த்து ஆ[யி]ரத்தைஞ்ஞூற்றொருபத்திரண்டினால் நிறை நாற்பத்தொ-
[5.] ருகழஞ்செ எழுமஞ்சாடியும் பண்டாரத்தில் பவழத்தில்
[6.] கொத்த பவழம் இருபத்து நாலினால் நிறை முக்காலெ மூன்று
[7.] மஞ்சாடியுங்குன்றியும் ஆக நிறை அறுபத்து முக்கழஞ்செ
[8.] ஒன்பது மஞ்சாடிக்கு விலை காசு தொண்ணூறு ||— [உ*] பண்டாரத்துப்-
[9.] பொன் கெ[ா]டு செய்த திருப்பட்டிகை ஒன்று தண்டவாணிக்குக்-
[10.] கால் ம[ா]ற்று[த்]தண்ணிய பொன் பதின் கழஞ்செ முக்காலெ நாலு
[11.] மஞ்சாடி[யு]ம் அரக்கு நிறை எண்கழஞ்செ எழுமஞ்சாடியும் பிஞ்-
[12.] சு நிறை முக்காலுந்தட[வி]க்கட்[டி]ன ப[ளி]ங்கு பதினைஞ்சினால் நி-
[13.] றை முக்காலெ நாலு மஞ்சாடியுங்குன்றியும் பொத்தி மூன்றினா-
[14.] ல் நிறை மூன்று மஞ்சாடியும் உடையார் ஸ்ரீராஜராஜதெவர் ஸ்ரீ-
[15.] வாஹவாஹுமாக அட்டித்தி[ரு]வடித்தொழுத இரண்டாந்தரத்-

Fifth section.

[1.] தில் முத்தில் கொத்த முத்-
[2.] து வட்டமும் அனுவட்ட-
[3.] மும் ஒப்புமுத்துங்குறு-
[4.] முத்தும் நிம்பொளமு-
[5.] ம் பயிட்டமும் அம்பு-
[6.] முதுங்கறடும் இரட்டை-
[7.] யுஞ்சப்பத்தியுஞ்சக்-
[8.] கத்துங்குளிர்ந்த நீரு-
[9.] ஞ்சிவந்த [நீ]ரும் உடைய
[10.] முத்து ஆயிரத்தைஞ்ஞூ-
[11.] ற்று இரண்டினால் நிறை
[12.] நாற்பத்தெ[ா]ருகழஞ்செ
[13.] ஒன்பது மஞ்சாடியு-
[14.] ம் பண்ட[ா]ரத்துப்பவ-
[15.] ழத்தில் கெ[ா]த்த பவழம்

Sixth section.

[1.] இருபத்து நாலினால் நிறை முக்காலெ
[2.] மூன்று மஞ்சாடியுங்குன்றியும் ஆக நி-
[3.] றை அறுபத்து முக்கழஞ்சரையெ
[4.] மஞ்சாடிக்கு விலை காசு தொண்ணூறு |— [௯*]
[5.] பண்டாரத்துப்பொன் கொடு செய்த
[6.] திருப்பட்டிகை ஒன்று தண்டவாணி-
[7.] க்குக்கால் மாற்றுத்தண்ணிய பொன் ப-
[8.] தின் கழஞ்செ முக்கா[லெ] நாலு மஞ்-
[9.] சாடியும் அரக்கு நிறை ஒன்பதின்
[10.] கழஞ்செ மூன்று மஞ்ச[ா]டியுங்குன்-
[11.] றியும் பிஞ்சு நிறை அரைக்கழஞ்-
[12.] செ மூன்று மஞ்சாடியுங்குன்றியும்
[13.] பொத்தி மூன்றினால் நிறை மூன்று
[14.] மஞ்சாடியுந்தடவிக்கட்டின பளி-
[15.] ங்கு பதினைஞ்சினால் நிறை கழஞ்-

Seventh section.

[1.] செ மஞ்சாடியுங்குன்றியும் உடையார் ஸ்ரீ-
[2.] ராஜராஜதெவர் ஸ்ரீபாதபக்ஷமாக அட்டி-
[3.] த்திருவடித்தொழுத இரண்டாந்தரத்து
[4.] முத்தில் கொத்த முத்து வட்டமும் அனு-
[5.] வட்டமும் ஒப்புமுத்துங்குறுமுத்தும்
[6.] நிம்பொளமும் பயிட்டமும் அம்புமுது-
[7.] ங்கறடும் இரட்டையுஞ்சப்பத்தியு-
[8.] ஞ்சக்கத்துங்குளூர்ந்த நீருஞ்சிவந்த நீரு-
[9.] ம் உடைய முத்து ஆயிரத்தறுநூற்-
[10.] று ஐம்பத்து மூன்றினால் நிறை நாற்ப-
[11.] த்திருகழஞ்சரையெ மஞ்சாடியும் ஒ-
[12.] ன்பது மாவும் பண்டாரத்தில் பவழத்தில்
[13.] கொத்த பவழம் இருபத்து நாலினால் நிறை
[14.] முக்காலெ மூன்று மஞ்சாடியும் ஆறு மா-
[15.] வும் ஆக நிறை அறுபத்தைங்கழஞ்ச-

Eighth section.

[1.] ரையெ மஞ்சாடிக்கு விலை காசு தொண்-
[2.] ணூற்றைஞ்சு [||—] [௫*] உடையார் பண்டார-
[3.] த்துப்பொன் கொடு செய்த திருப்பட்டி-
[4.] கை ஒன்று தண்டவாணிக்குக்கால் மாற்-
[5.] றுத்தண்ணிய பொன் பதின் கழஞ்செ
[6.] முக்காலெ மஞ்சாடியுங்குன்றியும் அ-
[7.] ரக்கு நிறை எண்கழஞ்சரையெ மூன்-
[8.] று மஞ்சாடியுங்குன்றியும் பிஞ்சு நி-
[9.] றை முக்காலெ இரண்டு மஞ்சாடியுந்-
[10.] தடவிக்கட்டின பளிங்கு பதினைஞ்சி-
[11.] னால் நிறை கழஞ்செ மூன்று மஞ்சா-
[12.] டியுங்குன்[றி]யும் பொத்தி மூன்றினால்

[13.] நிறை மூன்று மஞ்சாடியும் உடையா-
[14.] ர் ஸ்ரீராஜராஜதேவர் ஸ்ரீவாஹவாஹுமாக
[15.] அட்டித்தி[ரு]வடித்தொழுத இரண்டாந்த-

Ninth section.

[1.] ரத்து முத்தி[ல்] கொத்த முத்து
[2.] வட்டமும் அநுவட்டமும்
[3.] ஒப்புமுத்துங்குறுமுத்து-
[4.] ம் நிம்பொளமும் பயிட்டமும்
[5.] அம்புமுதுங்கறடும் இரட்-
[6.] டையுஞ்சப்பத்தியுஞ்சக்-
[7.] கத்துங்குளூர்ந்த நீருஞ்சிவ-
[8.] ந்த [நீ]ரும் உடைய முத்து
[9.] ஆயிரத்தறுநூற்று ஒரு-
[10.] பத்தைஞ்சினால். நிறை
[11.] நாற்பத்திருக[ழ]ஞ்சரையெ
[12.] நாலு மஞ்ச[ா]டியும் சேர-
[13.] மானையும் வாண்டிகளை-
[14.] யும் எறிஞ்சு கொண்ட மாட்-
[15.] டில் மூலாத[ப]ண்டாரத்தார்

Tenth section.

[1.] முதற்றந்த [ப]வழத்தில் கொத்த பவழம் இருபத்து நாலினால்
[2.] நிறை முக்[க]ாலெ இரண்டு மஞ்சாடியுங்குன்றியும் ஆக நிறை
[3.] அறுபத்தைங்கழஞ்செ காலுக்கு விலை காசு தொண்[ணூறு] ||— [௫*] உடையா-
[4.] ர் பண்டாரத்துப்[பொன்] கொடு செய்த திருப்ப[ட்]டிகை ஒன்று தண்-
[5.] டவாணிக்குக்கால் [ம]ாற்றுத்தண்ணிய பொன் பதி[ன்] கழஞ்செ மு-
[6.] க்காலெ மூன்று மஞ்சாடியும் அரக்கு நிறை எண்கழஞ்செ ஆ-
[7.] று மஞ்சாடி[யு]ம் பிஞ்சு, நிறை முக்காலெ மஞ்சாடியுந்தடவிக்கட்-
[8.] டின பளிங்கு பதினேஞ்சினால் நிறை கழஞ்செ கா[லெ] குன்[றி]யும்
[9.] பொக்கி மூன்றினால் நிறை இரண்டு மஞ்சாடியும். உடையார்
[10.] ஸ்ரீராஜராஜதேவர் ஸ்ரீவாஹவாஹுமாக அட்டித்திருவடித்தொழு-
[11.] த இரண்டா[ந்]தரத்து முத்தில் கொத்த முத்து வட்டமும் அநுவ-
[12.] ட்டமும் ஒப்புமுத்துங்குறுமுத்தும் நிம்பொளமும் பயிட்டமு-
[13.] ம் அம்புமுதுங்கறடும் இரட்டையுஞ்சப்பத்தியுஞ்சக்கத்-
[14.] துங்குளூர்ந்[த] நீருஞ்சிவந்த நீரும் உடைய முத்து ஆயிரத்தைஞ்ஞூற்று-
[15.] த்தொண்[ணூ]ற்று ஒன்பதினால் நிறை நாற்பதின் கழஞ்சரை-

Eleventh section.

[1.] யெ இரண்டு மஞ்சாடியு-
[2.] ம் சேரமானையும் வாண்டி-
[3.] களையும் எ[றி]ஞ்சு கொ-
[4.] ண்ட மாட்டி[ல்] மூலாதபண்-
[5.] டாரத்தார் முதற்றந்த ப-
[6.] வழத்தில் கொத்த பவழ-
[7.] ம் இருபத்து நாலினால் நி-
[8.] றை கழஞ்செ ஆறு ம-

[9.] ஞ்சாடியும் ஆக நிறை
[10.] அறுபத்து முக்கழஞ்செ
[11.] காலெ குன்றிக்கு விலை கா-
[12.] சு தொண்ணூறு ||— [கூ*]
[13.] உடையார் பண்டாரத்து-
[14.] ப்பொன் கெ[ா]டு செய்த மு-
[15.] த்துவளையில் ஒன்று

Twelfth section.

[1.] பொன் ஐங்கழஞ்செ[ய்] ஒன்பது ம-
[2.] ஞ்சாடியுங்குன்றியும் இதிற்கொத்த மு-
[3.] த்து உடையார் ஸ்ரீராஜராஜதெவர்
[4.] ஸ்ரீவாஹவர்ஷமாக அட்டித்திருவ-
[5.] டித்தொழுத இரண்டாந்தரத்து முத்து
[6.] வட்டமும் அனுவட்டமும் ஒப்புமுத்-
[7.] துங்குறுமுத்தும் நிம்பொளமும் பயிட்ட-
[8.] மும் அம்புமுதுங்கறடும் இரட்டையு-
[9.] ஞ்சப்பத்தியுஞ்சக்கத்துங்குளிர்ந்-
[10.] த நீருஞ்சிவந்த நீரும் உடைய முத்து [?] முன்-
[11.] னூற்றைம்பத்தொன்பதினால் நி-
[12.] றை பதின் கழ[ஞ்செ]ச ம[ஞ்]சாடியுங்குன்-
[13.] றியும் ஆக நிறை பதினைங்கழஞ்சரை-
[14.] யெ மஞ்சாடிக்கு விலை க[ா]சு இருபத்தை-
[15.] ஞ்சு ||— [எ*] பண்டாரத்துப்பொன் கொடு

Thirteenth section.

[1.] செய்த முத்துவளையில் ஒன்று பொன் அ-
[2.] றுகழஞ்செ மஞ்சாடியும் உடையார் ஸ்ரீரா-
[3.] ஜராஜதெவர் ஸ்ரீவாஹவர்ஷமாக அ-
[4.] ட்டித்திருவடித்தொழுத இரண்டாந்தரத்-
[5.] து முத்திற்கொத்த முத்து வட்டமும் அனு-
[6.] வட்டமும் ஒப்புமுத்துங்குறுமுத்தும் நி-
[7.] ம்பொளமும் பயிட்டமும் அம்புமுதுங்க-
[8.] றடும் இரட்டையுஞ்சப்பத்தியுஞ்சக்க-
[9.] த்துங்குளிர்ந்த நீருஞ்சிவந்த நீரும் உடை-
[10.] ய முத்து முன்னூற்று அறுபத்தெட்டி-
[11.] னால் நிறை பதின் கழஞ்சும் ஆக நிறை
[12.] பதினறுகழஞ்செ[ச] மஞ்சாடிக்கு விலை
[13.] காசு இருபத்தெழு ||— [அ*] பண்டாரத்துப்-
[14.] பொன் கொடு செய்த முத்துவளையி-
[15.] ல் ஒன்று பொன் அறுகழஞ்செ மஞ்ச[ா]-

Fourteenth section.

[1.] டியும் உடையார் ஸ்ரீராஜ-
[2.] ராஜதெவர் ஸ்ரீவாஹவ-
[3.] ர்ஷமாக அட்டித்திருவ-
[4.] டித்தொழு[த] இரண்டாந்-

[5.] தரத்து முத்தில் கொத்த மு-
[6.] த்து வட்டமும் அநுவட்ட-
[7.] மு[ம்] ஒப்புமுத்துங்குறு-
[8.] முத்தும் நிம்பொளமும்
[9.] பயிட்டமும் அம்புமு-
[10.] துங்கறடும் இரட்டையு-
[11.] ஞ்சப்பத்தியுஞ்சக்கத்-
[12.] துங்குளிர்ந்த நீருஞ்சிவ-
[13.] ந்த நீரும் உடைய முத்-
[14.] து நானூற்[று] ஒன்றினால்
[15.] நிறை பதின் [க]ழஞ்செய்

Fifteenth section.

[1.] ஆறு மஞ்சாடியுங்குன்றியும் ஆக நிறை பதினாறுகழஞ்செய் எ-
[2.] ழுமஞ்சாடி[யு]ங்குன்றிக்கு விலை காசு முப்பது ||— [௯*] பண்[டா]ரத்துப்-
[3.] [பொன் கொ]டு செய்த முத்துவளையில் ஒன்று பொன் ஐஞ்[1] கழ-
[4.] ஞ்செய் இரண்டு மஞ்சாடியும் உடையார் ஸ்ரீராஜராஜதே-
[5.] வர் ஸ்ரீவாஉவஹஸ்தமாக அட்டித்திருவடித்தொழுத இரண்டா-
[6.] ந்தரத்து முத்திற்கொத்த முத்து வட்டமும் அநுவட்டமும் ஒ-
[7.] ப்புமுத்துங்குறுமுத்தும் நிம்பொளமும் பயிட்டமும் அம்புமு-
[8.] துங்கறடும் இரட்டையுஞ்சப்பத்தியுஞ்சக்கத்துங்குளிர்ந்-
[9.] த நீருஞ்சிவ[ந்]த நீரும் உடைய முத்து முன்னூற்று முப்பத்தெ-
[10.] ழினால் நி[றை] ஒன்பதின் கழஞ்சே காலும் ஆக நிறை பதிநாற்க-
[11.] ழஞ்செய் [எ]ழுமஞ்சாடிக்கு விலை காசு இருபத்து நாலு ||— [௰*] பண்டா-
[12.] ரத்துப்பொன் கொடு செய்த முத்துவளையில் ஒன்று பொன்
[13.] ஐங்கழஞ்[செ]ச எட்டு மஞ்சாடியும் உடையார் ஸ்ரீராஜராஜதேவர்
[14.] ஸ்ரீவாஉவஹஸ்தமாக அட்டித்திருவடித்தொழுத இரண்டாந்த-
[15.] ரத்து முத்தி[ற்]கொத்த முத்[து] வட்டமும் அநுவட்டமும் ஒ-

Sixteenth section.

[1.] ப்புமுத்துங்குறுமுத்-
[2.] தும் நிம்பொளமும் பயி-
[3.] ட்டமும் [அ]ம்புமுதுங்-
[4.] கறடும் இரட்டையு-
[5.] ஞ்சப்பத்தியுஞ்சக்க-
[6.] த்துங்குளிர்ந்த நீருஞ்சி-
[7.] வந்த நீரும் உடைய
[8.] (முத்திற்கொத்த) முத்து
[9.] முன்னூற்று ஐம்ப-
[10.] த்திரண்டினால் நிறை ஒ-
[11.] ன்பதின் கழஞ்சரை-
[12.] யெ மூன்று [ம]ஞ்சாடியு-
[13.] ங்குன்றி[யு]ம் ஆக நிறை
[14.] பதினைங்கழஞ்சே மஞ்-
[15.] சாடியுங்குன்றிக்கு . விலை

[1] Read ஐங்.

Seventeenth section.

[1.] காசு இருபத்தைஞ்சு ||— [௰௧*] பண்டாரத்து-
[2.] ப்பொன் கொடு செய்த முத்துவளை-
[3.] யில் ஒன்று பொன் ஐங்[க]ழஞ்செ எ-
[4.] ட்டு மஞ்சாடியும் உடையார் ஸ்ரீராஜ-
[5.] ராஜதெவர் ஸ்ரீவாதவஹூமாக அட்டி-
[6.] த்திருவடித்தொழுத இரண்டாந்தரத்து மு-
[7.] த்திற்கொத்த முத்து வட்டமும் அனு-
[8.] வட்டமும் ஒப்புமுத்துங்குறுமுத்து-
[9.] ம் நிம்பொளமும் பயிட்டமும் அம்புமுது-
[10.] ங்கறடும் இரட்டையுஞ்சப்பத்தி-
[11.] யுஞ்சக்கத்துங்குளிர்ந்த நீருஞ்சிவந்-
[12.] த நீரும் உடைய முத்து முன்னூற்-
[13.] று ஐம்பத்தொன்றினல் நிறை எ-
[14.] ண்கழஞ்செ முக்காலெ மஞ்சாடியு-
[15.] ங்குன்றியும் ஆக நிறை பதினற்கழ-

Eighteenth section.

[1.] ஞ்செ நாலு மஞ்சாடியுங்குன்றிக்கு விலை காசு இருபத்து நாலு ||— [௰௨*] பண்டாரத்து-
[2.] ப்பொன் கொடு செய்த முத்துவளையில் ஒன்று பொன் ஐங்கழஞ்செ எ-
[3.] ட்டு மஞ்சாடியும் உடையார் ஸ்ரீராஜராஜதெவர் ஸ்ரீவாதவஹூமாக அட்டித்தி-
[4.] ருவடித்தொழுத இரண்டாந்தரத்து முத்திற்கொத்த முத்து வட்டமும் அனுவட்-
[5.] டமும் ஒப்புமுத்துங்குறுமுத்தும் நிம்பொளமும் பயிட்டமும் அம்புமுது-
[6.] ங்கறடும் இரட்டையுஞ்சப்பத்தியுஞ்சக்கத்துங்குளிர்ந்த நீருஞ்சிவந்-
[7.] த நீரும் உடைய முத்து முன்னூற்று அறுபத்தொன்பதினல் நிறை பதின் கழஞ்-
[8.] செ எட்டு மஞ்சாடியுங்குன்றியும் ஆக நிறை பதினைங்கழஞ்செ முக்காலெ
[9.] மஞ்சாடியுங்குன்றிக்கு விலை காசு இருபத்தைஞ்சு ||— [௰௩*] பண்டாரத்துப்பொன்
[10.] கொடு செய்த முத்துவளையில் ஒன்று பொன் ஐங்கழஞ்சரையெ ந[ாலு] ம-
[11.] ஞ்சாடியும் உடையார் ஸ்ரீராஜராஜதெவர் ஸ்ரீவாதவஹூமா[க] அ[ட்டி]-
[12.] த்திருவடித்தொழுத இரண்டாந்தரத்து முத்திற்கொத்த முத்து வட்டமும் அ-
[13.] னுவட்டமும் ஒப்புமுத்துங்குறுமுத்தும் நிம்பொளமும் பயிட்டமும் அம்புமு-
[14.] துங்கறடும் இரட்டையுஞ்சப்பத்தியுஞ்சக்[க]த்துங்குளிர்ந்த நீருஞ்சிவந்த
[15.] நீரும் உடைய முத்து முன்னூற்று எண்பத்தொன்பதினல் நிறை பதின் கழ-

Nineteenth section.

[1.] ஞ்சரையெ[ய] இரண்டு மஞ்சாடியுங்கு-
[2.] ன்றியும் ஆக நிறை பதினறுகழஞ்செ
[3.] ஆறு மஞ்சா[டி]யுங்குன்றிக்கு விலை காசு
[4.] இருபத்தாறு ||— [௰௪*] பண்டாரத்துப்பொன் கொ-
[5.] டு செய்த முத்துவளையில் ஒன்று பொ-
[6.] ன் ஐங்கழஞ்செ எழுமஞ்சாடியுங்குன்-
[7.] றியும் உடையார் ஸ்ரீராஜராஜதெவர் ஸ்ரீவா-
[8.] தவஹூமாக அட்டித்திருவடித்தொழு-
[9.] த இரண்டாந்தரத்து [முத்திற்கொத்த*] முத்து வட்டமும்
[10.] அனுவட்டமும் ஒப்புமுத்துங்குறு-

[11.] முத்தும் நிம்பொளமும் பயிட்டமும்
[12.] அம்புமுது[க்]கறடும் இரட்டையுஞ்ச-
[13.] ப்பத்தியுஞ்சக்கத்துங்குளிர்ந்த நீரு-
[14.] ஞ்சிவந்த நீ[ரு]ம் உடைய முத்து முன்-
[15.] னூற்றெழுபத்தைஞ்சினால் நிறை

Twentieth section.

[1.] பதின் கழஞ்செ எட்டு மஞ்-
[2.] சாடியும் [ஆக] நிறை ப்தி-
[3.] னைங்கழஞ்செ முக்காலெ
[4.] குன்றிக்கு விலை காசு இருப-
[5.] த்தாறு ||— [௰௫*] பண்டாரத்துப்-
[6.] பொன் கொடு செய்த மு-
[7.] த்துவளையில் ஒன்று பொ-
[8.] ன் ஐங்கழஞ்செ இரண்-
[9.] டு மஞ்சாடியுங்குன்றியு-
[10.] ம் உடையா[ர்] ஸ்ரீராஜராஜ-
[11.] தெவர் ஸ்ரீவ[ா]தவாஹமா-
[12.] க அட்டித்திருவடித்தொழு-
[13.] த இரண்டாந்தரத்து முத்தி-
[14.] ற்கொத்த முத்து வட்டமும்
[15.] அனுவட்டமும் ஒப்பு-

Twenty-first section.

[1.] முத்துங்குறுமுத்தும் நிம்பொளமும் பயிட்டமும் அம்பு-
[2.] முதுங்கறடும் இரட்டையுஞ்சப்பத்தியுஞ்சக்கத்துங்குளி-
[3.] ர்ந்த நீருஞ்[சி]வந்த நீரும் உடைய முத்து முன்னூற்று நாற்பத்தொ-
[4.] ன்பதினால் நிறை ஒன்பதின் கழஞ்செ ஆறு மஞ்சாடியும் ஆ-
[5.] க நிறை பதினாற்கழஞ்செ எட்டு மஞ்சாடியுங்குன்றிக்கு விலை
[6.] காசு இருபத்து நாலு ||— [௰௬*] பண்டாரத்துப்பொன் கொடு செய்த மு-
[7.] த்துவளையில் ஒன்று பொன் ஐங்கழஞ்செ இரண்டு மஞ்சாடி-
[8.] யுங்குன்றியும் உடையார் ஸ்ரீராஜராஜதெவர் ஸ்ரீவாதவா-
[9.] ஹமாக அட்டித்திருவடித்தொழுத இரண்டாந்தரத்து முத்-
[10.] திற்கொத்த முத்து வட்டமும் அனுவட்டமும் ஒப்புமுத்துங்கு-
[11.] றுமுத்தும் நிம்பொளமும் பயிட்டமும் அம்புமுதுங்கறடும்
[12.] இரட்டையுஞ்சப்பத்தியுஞ்சக்கத்துங்குளிர்ந்த நீருஞ்சிவ-
[13.] ந்த நீரும் உடைய முத்து முன்னூற்று ஐம்பதினால் நிறை
[14.] ஒன்பதின் கழஞ்செ எழுமஞ்சாடியுங்குன்றியும் ஆக நிறை
[15.] பதினாற்கழஞ்சரைக்கு விலை காசு இருபத்து நாலு [||—] [௰௭*] பண்டா-

Twenty-second section.

[1.] ரத்துப்பொன் கொடு செ-
[2.] ய்த முத்துவளையில் ஒன்-
[3.] று பொன் ஐங்கழஞ்செ
[4.] இரண்டு மஞ்சாடியுங்-
[5.] குன்றியும் உடையார்
[6.] ஸ்ரீராஜராஜதெவர் ஸ்ரீவா-

[7.] உவாஹுமா[ா]க அட்டித்தி-
[8.] ருவடித்தொழுத இரண்டா-
[9.] ந்தரத்து முத்திற்கொத்-
[10.] த முத்து வட்டமும் அ-
[11.] னுவட்டமும் ஒப்புமுத்-
[12.] துங்குறுமுத்தும் நிம்-
[13.] பொளமும் பயிட்டமு-
[14.] ம் அம்புமுதுங்கறடு-
[15.] ம் இரட்டையுஞ்சப்பத்-

Twenty-third section.

[1.] [தி]யுஞ்சக்கத்துங்குளிர்ந்த [நீ]ருஞ்[சி]வ-
[2.] ந்த நீரும் உடைய முத்து முன்னூற்று
[3.] முப்பத்தெட்டினால் நிறை ஒன்ப-
[4.] தின் கழஞ்செ மூன்று மஞ்சாடியும் ஆக
[5.] நிறை பதினாற்க[ழ]ஞ்செ காலெ குன்றிக்கு
[6.] விலை காசு இருபத்து நாலு ||— [௰அ*] பண்டாரத்-
[7.] துப்பொன் கொடு செய்த முத்துவளையி-
[8.] ல் ஒன்று பொன் ஐங்கழஞ்செ ஆ-
[9.] று மஞ்சாடியும் உடைய[ா]ர் ஸ்ரீராஜராஜ-
[10.] தெவர் ஸ்ரீவாஉவாஹுமாக அட்டித்-
[11.] திருவடித்தொழுத இரண்டாந்தரத்து
[12.] முத்திற்கொத்த முத்து வட்டமும் அ-
[13.] னுவட்டமும் ஒப்புமுத்துங்குறுமு-
[14.] த்தும் நிம்பொளமும் பயிட்டமும்
[15.] அம்புமுதுங்கறடும் இரட்டையுஞ்-

Twenty-fourth section.

[1.] சப்பத்தியுஞ்சக்கத்துங்குளிர்ந்த நீருஞ்சி-
[2.] வந்த நீரும் உடைய முத்து முன்னூற்று
[3.] அறுபத்தொன்றினால் நிறை ஒன்பதி-
[4.] ன் கழஞ்செ முக்காலெ மஞ்சாடியும் ஆ-
[5.] க நிறை பதினைங்கழஞ்செ இரண்டு
[6.] மஞ்சாடிக்கு விலை காசு இருபத்தைஞ்சு |— [௰௯*]
[7.] பண்டாரத்துப்பொன் கொடு செய்த மு-
[8.] த்துவளையில் ஒன்று பொன் ஐங்கழ-
[9.] ஞ்செ முக்காலெ குன்றியும் உடையார்
[10.] ஸ்ரீராஜராஜதெவர் ஸ்ரீவாஉவாஹு-
[11.] மாக அட்டித்திருவடித்தொழுத இரண்டா-
[12.] ந்தரத்து முத்திற்கொத்த முத்து வட்டமு-
[13.] ம் அனுவட்டமும் ஒப்புமுத்துங்குறு-
[14.] முத்தும் நிம்பொளமும் பயிட்டமும் அ-
[15.] ம்புமுதுங்கறடும் இரட்டையுஞ்சப்ப-

Twenty-fifth section.

[1.] த்தியுஞ்சக்[க]த்துங்கு[ளி]ர்ந்த [நீ]ருஞ்[சி]-
[2.] வந்த நீரும் உடைய முத்[து முன்னூ]-

[3.] ற்று அறுபத்[து] நாலினால் நிறை ஒன்-
[4.] பதின் கழஞ்சரையெ மஞ்சாடியும்
[5.] ஆக நிறை பதினைங்கழஞ்செ ஆறு
[6.] மஞ்சாடியுங்குன்றிக்கு விலை காசு இரு-
[7.] பத்தாறு ||— [௨௰*] பண்டாரத்துப்பொன்-
[8.] கொடு செய்த முத்துவளையில் ஒன்று
[9.] பொன் ஐங்கழஞ்சரையெ இரண்டு
[10.] மஞ்சாடியும் உடையார் ஸ்ரீராஜரா-
[11.] ஜதேவர் ஸ்ரீவாதபுஷ்பமாக அட்-
[12.] டித்திருவடித்தொழுத இரண்டாந்-
[13.] தரத்து முத்திற்கொத்த முத்து வட்ட-
[14.] மும் அனுவட்டமும் ஒப்புமுத்துங்-
[15.] குறுமுத்தும் நிம்பொளமும் பயிட்-

Twenty-sixth section.

[1.] டமும் அம்புமுதுங்கறடு-
[2.] [ம் இரட்]டையுஞ்சப்பத்-
[3.] தியுஞ்சக்கத்துங்கு[ளி]ர்ந்-
[4.] த நீருஞ்சிவந்[த] நீரும் உடை-
[5.] ய முத்து முன்னூற்று ஐம்-
[6.] பத்து மூன்றினால் நிறை
[7.] ஒன்பதின் கழஞ்சரையெ
[8.] இரண்டு மஞ்சாடியும் ஆக
[9.] நிறை பதினைங்கழஞ்செய்
[10.] நாலு மஞ்சாடிக்கு விலை காசு
[11.] இருபத்தைஞ்சு ||— [௨௧*] பண்டார-
[12.] த்துப்பொன் கொடு செய்த
[13.] முத்துவளையில் ஒன்று பொ-
[14.] ன் ஐங்கழஞ்செ காலும் உ-
[15.] டையார் ஸ்ரீராஜராஜதே-

Twenty-seventh section.

[1.] வர் ஸ்ரீவாதபுஷ்பமாக அட்[டி]த்திருவடித்தொ[ா]ழுத இரண்டா-
[2.] ந்தரத்து முத்திற்கொத்த முத்து வட்டமும் அனுவட்டமும் ஒப்-
[3.] புமுத்துங்குறுமுத்தும் நிம்பொளமும் பயிட்டமும் அம்புமுது-
[4.] ங்கறடும் இரட்டையுஞ்சப்பத்தியுஞ்சக்கத்துக்குளி[ர்]ந்த நீரு-
[5.] ஞ்சிவந்த நீரும் உடைய முத்து முன்னூற்று ஐம்பத்து நாலினால்
[6.] நிறை ஒன்பதின் கழஞ்சரையெ மஞ்சாடியும் ஆக நிறை பதி-
[7.] னைங்கழஞ்[செ] முக்காலெ மஞ்சாடிக்கு விலை காசு இருபத்து நாலு ||— [௨௨*]
[8.] உடையார் பண்டாரத்துப்பொன் கொடு செய்த ஸ்ரீமுடி [ஒ]ன்று பொ-
[9.] ன் முப்பத்தெண்கழஞ்செ முக்காலெ நாலு மஞ்சாடி[யுங்]குன்றியுந்த-
[10.] டவிக்கட்டின [ப]ளிங்கு நூற்றிருபத்து நாலி[னால் நி]றை கழ[ஞ்செ]ய் ஒன்பது
[11.] மஞ்சாடியுக்[கு]ன்றியும் பளிக்குவ[யி]ரம் எழுபத்தொன்றினா[ல்] நிறை மூன்று
[12.] மஞ்சாடியுங்குன்றியும் பொத்தி முப்பத்திரண்டினால் நிறை எழும-
[13.] ஞ்சாடியுங்குன்றியும் பிஞ்சு நிறை கழஞ்சரையும் உடையார்
[14.] ஸ்ரீராஜராஜ[தே]வர் ஸ்ரீவாதபுஷ்ப[மா]க அட்டித்திருவடித்தொ-
[15.] ழுத முத்திற்கொத்த முத்து வட்டமும் அனுவட்டமும் ஒ-

Twenty-eighth section.

[1.] ப்புமுத்துங்குறுமுத்தும்
[2.] பயிட்டமும் நிம்பொள-
[3.] மும் அம்புமுதுங்கறடும்
[4.] இரட்டையுஞ்சப்பத்தியு-
[5.] ஞ்சக்கத்துங்குளிர்ந்த நீரு-
[6.] ஞ்சிவந்த நீரும் உடைய
[7.] முத்து முன்[னூ]ற்று முப்பத்து
[8.] நாலினால் நிறை எழுகழஞ்சு-
[9.] ம் ஆக நிறை நாற்பத்தொ-
[10.] ன்பதின் கழஞ்சரைக்கு வி-
[11.] லை காசு எண்பத்தாறு ||— [௨௯*] உ-
[12.] டையார் பண்டாரத்துப்பொ-
[13.] ன் கொடு செய்த திருமாலை
[14.] ஒன்று பொன் எழுகழஞ்-
[15.] சரையெ மஞ்சாடியும் இ-

Twenty-ninth section.

[1.] ரண்டு மாவும் பிஞ்சு நிறை ஆறு மஞ்சாடி-
[2.] யுங்குன்றியும் பளிக்கு[வ]யிரம் அறுபத்-
[3.] திரண்டினால் நிறை மஞ்ச[ாடி]யும் பளிங்-
[4.] கு எழுபத்தொன்றினால் நிறை அரை-
[5.] க்கழஞ்செ மஞ்சாடியும் பொத்-
[6.] தி மூன்றினால் நிறை மூன்று மாவும் உ-
[7.] டையார் ஸ்ரீராஜராஜதெவர் ஸ்ரீபாத-
[8.] புஷ்பமாக அட்டித்திருவடித்தொழு-
[9.] த முத்திற்கொத்த முத்து வட்டமும் அ-
[10.] னுவட்டமும் ஒப்புமுத்துங்குறுமுத்து-
[11.] ம் பயிட்டமும் நிம்பொளமும் அம்புமு-
[12.] துங்கறடும் இரட்[டை]யுஞ்சப்பத்தி-
[13.] யுஞ்சக்கத்துங்குளிர்ந்த நீருஞ்சிவந்த
[14.] நீரும் உடைய (முத்திற்கெ[ா]த்த) முத்து நா-
[15.] ற்பத்தைஞ்சினால் நிறை முக்காலெ ம-

Thirtieth section.

[1.] ஞ்சாடியுங்குன்றியும் ஆக நிறை ஒன்பதின்
[2.] கழஞ்செ ஆறு மஞ்சாடியுங்குன்றிக்கு விலை
[3.] காசு பதினெட்டு ||— [௨௬*] உடையார் பண்டாரத்-
[4.] துப்பொன் கொடு செய்த ஸ்ரீஹ[ஸ்த] ஒ-
[5.] ன்று பொன் ஐங்கழஞ்செ முக்காலெ மூ-
[6.] ன்று மஞ்சாடியும் ஒருமாவும் உள்ளரக்கு
[7.] நிறை அரைக்கழஞ்செ மூன்று மஞ்சா-
[8.] டியுங்குன்றியும் பிஞ்சு நிறை காலுந்த-
[9.] டவிக்கட்டின பளிங்கு பதினெட்டினால்
[10.] நிறை நாலு மஞ்சாடியுநான்கு மாவும் பளி-
[11.] க்குவயிரம் ஆறினால் நிறை குன்றியும் பொ-
[12.] த்தி பதின் மூன்றினால் நிறை இரண்டு

[13.] மஞ்சாடியுங்குன்றியும் உடையார் ஸ்ரீ-
[14.] ராஜராஜதெவர் ஸ்ரீபாதபுஷ்பமாக அ-
[15.] ட்டித்திருவடித்தொழுத முத்திற்கொத்த

Thirty-first section.

[1.] முத்து வட்டமு[ம்] அனுவட்டமும் ஒப்புமுத்து-
[2.] ங்குறுமுத்தும் நி[ம்]பொளமும் பயிட்டமும் அ-
[3.] ம்புமுதுங்கற[டு]ம் இரட்டையுஞ்சப்ப-
[4.] த்தியுஞ்சக்கத்துங்குளிர்ந்த நீருஞ்சிவந்-
[5.] த நீரும் உடைய முத்துத்தொளாயிர-
[6.] த்தெண்பத்தொன்றினால் நி-
[7.] றை முப்பத்து முக்கழஞ்செ
[8.] முக்காலெ நாலு மஞ்சாடியு-
[9.] ங்குன்றியும் ஆக நிறை நாற்பத்தொ-
[10.] ருகழஞ்செ மூன்று மஞ்சாடியுங்குன்றிக்-
[11.] கு விலை காசு ஐம்பத்தைஞ்சு ||— [உரு*] உடை-
[12.] யார் பண்டார[த்]துப்பொன் கொடு செய்-
[13.] த ஸ்ரீஹஸ்த[ம்] ஒன்று பொன் அறுகழ-
[14.] ஞ்செ ஒன்பது மாவும் உள்ளரக்கு நி-
[15.] றை முக்காலெ மஞ்சாடியும் ஒ-

Thirty-second section.

[1.] ருமாவும் பிஞ்சு [நி]றை காலெ
[2.] இரண்டு மாவும் தடவிக்கட்டி-
[3.] ன பளிங்கு ப[தி]னெட்டினால்
[4.] நிறை நாலு மஞ்சாடியுங்-
[5.] குன்றியும் பளிக்குவயிர-
[6.] ம் ஆறினால் நிறை குன்-
[7.] றியும் பொத்தி பதின் மூன்-
[8.] றினால் நிறை இரன்டு[1] மஞ்-
[9.] சாடியும் எட்டு மாவும் உ-
[10.] டையார் ஸ்ரீராஜராஜதெ-
[11.] வர் ஸ்ரீபாதபுஷ்பமா-
[12.] க அட்டித்திருவடித்தொ-
[13.] ழுத முத்திற்கொத்த முத்து
[14.] வட்டமும் அனுவட்டமும்
[15.] ஒப்புமுத்துங்குறுமுத்து-

Thirty-third section.

[1.] ம் நிம்பொளமும் பயிட்டமும் அம்புமுதுங்கறடும் இரட்டையு-
[2.] ஞ்சப்பத்தியுஞ்சக்கத்துங்குளிர்ந்த நீருஞ்சிவந்த நீரும் உடை-
[3.] ய முத்து [எழுநூ]ற்றைம்பத்து ஒன்பதினால் [நி]றை இருபத்தறுகழ-
[4.] ஞ்சரையெ நாலு மஞ்சாடியும் ஆக நிறை முப்பத்து நாற்கழ-
[5.] ஞ்செ நாலு [ம]ஞ்சாடிக்கு விலை காசு நாற்பத்தைஞ்சு [||—] [உசு*] உடையார் ப-
[6.] ண்டாரத்துப்பொன் கொடு செய்த ஸ்ரீஹஸ்தம் ஒன்று பொன்
[7.] அறுகழஞ்[செ] எழுமஞ்சாடியும் உள்ளரக்கு நிறை முக்காலெ இ-

[1] Read இரண்டு.

[8.] ரண்டு மஞ்சாடியும் பிஞ்சு நிறை காலுந்தடவிக்கட்டின பளிங்கு
[9.] பதினெட்டினால் நிறை நாலு மஞ்சாடியுநான்கு ம[ா]வும் பளிக்குவ-
[10.] யிரம் ஆறினால் நிறை ஆறு மாவும் பொத்தி பதின் மூன்றினால் நிறை
[11.] இரண்டு மஞ்சாடியுங்குன்றியும் உடையார் ஸ்ரீராஜராஜதெவர் ஸ்ரீவாஹ-
[12.] வஹூமாக அட்டித்திருவடித்தொழுத முத்திற்கெ[ா]த்த முத்து வட்ட-
[13.] மும் அனுவட்டமும் ஒப்புமுத்துங்குறுமுத்தும் நிம்பொளமும் ப-
[14.] யிட்டமும் அம்புமுதுங்கறடும் இரட்டையுஞ்சப்பத்தியுஞ்-
[15.] சக்கத்துங்குளிர்ந்த நீருஞ்சிவந்த நீரும் உடைய முத்துத்-

Thirty-fourth section.

[1.] தொளாயிரத்துத்தொண்-
[2.] ணூற்றெட்டினால் நிறை
[3.] முப்பத்தைக்கழஞ்செ
[4.] குன்றியும் ஆக நிறை
[5.] நாற்பத்திருகழஞ்செ முக்-
[6.] காலெ இரண்டு மஞ்சாடி-
[7.] க்கு விலை காசு ஐம்பத்தா-
[8.] று ||— [௨௭*] உடையார் பண்டா-
[9.] ரத்துப்பொன் கொடு செ-
[10.] ய்த ஸ்ரீஹஸ்தம் ஒன்று
[11.] பொன் அறுகழஞ்செ ஒ-
[12.] ன்பது மஞ்ச[ா]டியுங்குன்றியும்
[13.] உள்ளரக்கு நி[றை] முக்காலெ ம-
[14.] ஞ்சாடியுங்குன்றியும் பி-
[15.] ஞ்சு நிறை [கா]லுந்தட-

Thirty-fifth section.

[1.] விக்கட்டின பளிங்கு பதி[னெ]ட்டினா-
[2.] ல் நிறை நாலு மஞ்சாடியும் ஒருமாவு-
[3.] ம் பளிக்குவயிரம் ஆறினால் நிறை குன்-
[4.] றியும் பொத்தி பதின் மூன்றினால் நிறை
[5.] மூன்று மஞ்சாடியும் ஒருமாவும் உடையா-
[6.] ர் ஸ்ரீராஜராஜதெவர் ஸ்ரீவாஹவஹூமாக அ-
[7.] ட்டித்திருவடித்தொழுத முத்திற்கொத்த முத்து
[8.] வட்டமும் அனுவட்டமும் ஒப்புமுத்து-
[9.] ங்குறுமுத்தும் நிம்பொளமும் பயிட்டமு-
[10.] ம் அம்புமுதுங்கறடும் இரட்டையு-
[11.] ஞ்சப்பத்தியுஞ்சக்கத்துங்குளிர்ந்த நீருஞ்-
[12.] சிவந்த நீரும் உடைய முத்து எண்ணூற்-
[13.] று நாற்பத்தாறினால் நிறை முப்பதின் கழ-
[14.] ஞ்சும் ஆக நிறை முப்பத்தெழுகழஞ்செ
[15.] முக்காலெ மூன்று மஞ்சாடியும் எழுமா-

Thirty-sixth section.

[1.] வுக்கு விலை காசு ஐம்பது ||— [௨௮*] உடையார் பண்[டார*]-
[2.] த்துப்பொன் கொடு செய்த ஸ்ரீஹஸ்தம் ஒன்று [பொ*]-
[3.] ன் கழஞ்செ இரண்டு மஞ்சாடியும் அறுமாவரை-

[4.] யும் பிஞ்சு நிறை ஒருமாவும் தடவிக்கட்டின
[5.] பளிங்கு இரண்டினால் நிறை இரண்டு மாவு-
[6.] ம் உடையார் ஸ்ரீராஜராஜதேவர் குடுத்த மு-
[7.] த்திற்கோத்த முத்து வட்டமும் அனுவட்-
[8.] டமும் ஒப்புமுத்துங்குறுமுத்தும் ஆக
[9.] முத்து இருநூற்றறுபதினால் நிறை இருகழ-
[10.] ஞ்சே ஐம்மாவரையும் ஆக நிறை முக்கழஞ்-
[11.] சே மூன்று மஞ்சாடியுங்குன்றிக்கு விலை
[12.] காசு மூன்று ||— [௨௯*] உடையார் பண்டாரத்துப்பொ-
[13.] ன் கொடு செய்த திருப்பட்டிகை ஒன்று பொ-
[14.] ன் இருகழஞ்சே மூன்று மஞ்சாடியுமுன்று மா-
[15.] வும் பிஞ்சு நிறை மூன்று மாவும் பளிங்கு ஆ-

Thirty-seventh section.

[1.] [றி*]னால் நிறை [எ]ழுமாவும் உடையார் ஸ்ரீராஜ-
[2.] [ரா*]ஜதேவர் குடுத்த முத்திற்கோத்த முத்து-
[3.] ந்தைப்புமுத்தும் வட்டமும் அனுவட்டமு-
[4.] ம் ஒப்புமுக்[து]ங்குறுமுத்தும் புஞ்சமுத்-
[5.] தும் ஆக முத்[து] இருநூற்றெழுபத்தெழினா-
[6.] ல் நிறை இருகழஞ்சே ஒன்பது மஞ்சாடி-
[7.] யும் இரண்டு மாவும் ஆக நிறை நாற்கழஞ்-
[8.] சரையே மூன்று மஞ்சாடியுங்குன்றிக்கு
[9.] விலை காசு ஐஞ்சு ||— [௩௰*] உடையார் பண்டாரத்து-
[10.] ப்பொன் கொடு செய்த திருப்புறக்குடை
[11.] ஒன்று பொன் எழுபத்தொருகழஞ்சே கா-
[12.] லே ஒருமாவும் தடவிக்கட்டின பளிங்கு எ-
[13.] ண்பத்தொன்றி(ன்றி)னா[ல்*] நிறை இருகழஞ்-
[14.] சும் பளிக்குவயிரம் ப்தினாறினால் நிறை
[15.] ஒன்பது மாவும் பிஞ்சு நிறை இருகழஞ்-

Thirty-eighth section.

[1.] சே எட்டு மஞ்சாடியுங்குன்-
[2.] றியும் உடையார் ஸ்ரீராஜரா-
[3.] ஜதேவர் குடுத்த முத்திற்-
[4.] கோத்த முத்[து] வட்டமும்
[5.] அனுவட்டமும் ஒப்பு-
[6.] முத்துங்குறுமுத்தும் தோ-
[7.] ல் தெய்ந்தனவும் பழமுத்-
[8.] தும் ஆக முத்[து] ஆயிரத்து
[9.] முன்னூற்[றெ]ழுபத்திரண்-
[10.] டினால் நி[றை] இருபத்து மு-
[11.] க்கழஞ்சரையே நாலு மஞ்-
[12.] சாடியுங்குன்றியும் ஆக நி-
[13.] றை தொண்[ணூ]ற்றொன்பதி-
[14.] ன் கழஞ்சே ஒன்பது மஞ்-
[15.] சாடிக்கு விலை கா[சு] நூற்றறுபது [||— ௩௧*]

TRANSLATION.

1. Hail! Prosperity! The sacred ornaments (*âbharaṇa*) of jewels (*ratna*) of the first quality, made (*partly*) of gold and jewels of the first quality, which had accumulated in the treasury (*bhaṇḍâra*) of the lord of the Śrî-Râjarâjêśvara (*temple*),—excluding those which were exhibited (*to the public* ?) at the treasury of the lord of the Śrî-Râjarâjêśvara (*temple*),—and (*partly*) of jewels, which the lord Śrî-Râjarâjadêva had been pleased to give (*to the temple*) until the twenty-ninth year (*of the reign*) of Kô-Râjakêsarivarman, *alias* Śrî-Râjarâjadêva, who,—while (*his*) heart rejoiced, that, like the goddess of fortune, the goddess of the great earth had become his wife,—in his life of growing strength, during which, having been pleased to cut the vessel (*in*) the hall (*at*) Kâṇḍaḷûr, he conquered by his army, which was victorious in great battles, Vêṅgai-nâḍu, Gaṅga-pâḍi, Taḍigai-pâḍi, Nuḷamba-pâḍi, Kuḍamalai-nâḍu, Kollam, Kaliṅgam, Îra-maṇḍalam, (*the conquest of which*) made (*him*) famous (*in*) the eight directions, and the seven and a half *lakshas* of Iraṭṭa-pâḍi,—deprived the Śeṛiyas of their splendour, while (*he*) was resplendent (*to such a degree*) that (*he*) was worthy to be worshipped everywhere,—were weighed by the jewel weight (*kâśu-kal*) called (*after*) Dakshiṇa-Mêru-Viṭaṅkaṉ,[1] excluding the threads (*śaradu*) and the frames (*śaṭṭam*), (*but*) including the lac (*arakku*) and the *piñju*, (*and*) were engraved on stone on the sacred shrine (*śrî-vimâna*) of the lord,—excluding those which had been engraved on stone on the *jagatippaḍai* and on the *upapîṭhattu-kaṇḍappaḍai*[2] of the temple (*kôyil*) of Chaṇḍêśvara,—(*as follows*):—

2. One sacred girdle (*tiruppaṭṭigai*), made of gold taken from the treasury of the lord, (*and containing*) ten *kaṛañju* and three quarters, three *mañjâḍi* and (*one*) *kuṉṟi* of gold, which was a quarter inferior in fineness to (*the gold standard called*) *daṇḍavâṇi*. The lac weighed eight *kaṛañju* and seven *mañjâḍi*. The *piñju* weighed three quarters (*of a kaṛañju*). Fifteen crystals (*paḷiṅgu*), set into (*it*), weighed (*one*) *kaṛañju*. Three *potti* weighed three *mañjâḍi*. One thousand five hundred and twelve strung pearls (*muttu*) of brilliant water and of red water, (*taken*) from the pearls of the second quality, which the lord Śrî-Râjarâjadêva had poured out as flowers at the sacred feet (*śrîpâdapushpa*) and with which he had worshipped the feet of the god, (*viz.*) round pearls (*vaṭṭam*), roundish pearls (*aṉuvaṭṭam*), polished pearls (*oppu-muttu*), small pearls (*kuṟu-muttu*), *nimboḷam*, *payiṭṭam*, *ambumudu*, crude pearls (*kaṟaḍu*), twin pearls (*iraṭṭai*), *śappatti* and *śakkattu*, weighed forty-one *kaṛañju* and seven *mañjâḍi*. Twenty-four strung corals (*pavaṛam*), (*taken*) from the corals in the treasury, weighed three quarters (*of a kaṛañju*), three *mañjâḍi* and (*one*) *kuṉṟi*. Altogether, (*the girdle*) weighed sixty-three *kaṛañju* and nine *mañjâḍi*, corresponding to a value of ninety *kâśu*.

3. One sacred girdle, made of gold taken from the treasury, (*and containing*) ten *kaṛañju* and three quarters and four *mañjâḍi* of gold, which was a quarter inferior in fineness to the *daṇḍavâṇi*. The lac weighed eight *kaṛañju* and seven *mañjâḍi*. The *piñju* weighed three quarters (*of a kaṛañju*). Fifteen crystals, set into (*it*), weighed three quarters (*of a kaṛañju*), four *mañjâḍi* and (*one*) *kuṉṟi*. Three *potti* weighed three *mañjâḍi*. One thousand five hundred and two strung pearls of brilliant water and of red water, (*taken*) from the pearls of the second quality, which the lord Śrî-Râjarâjadêva had poured out as flowers at the

[1] This standard weight for jewels was distinct from that for gold, which was called after Âḍavallâṉ, another name of the god Dakshiṇa-Mêru-Viṭaṅkaṉ; see page 2, above. In paragraph 1 of Nos. 6 to 8, both weights are mentioned together.

[2] These two terms probably mean 'the upper tier' and 'the lower tier' and refer to an inscription published below, which is engraved on the upper and lower stone-tiers of the Chaṇḍêśvara shrine.

sacred feet and with which he had worshipped the feet of the god, (*viz.*) round pearls, roundish pearls, polished pearls, small pearls, *nimbolam*, *payittam*, *ambumudu*, crude pearls, twin pearls, *śappatti* and *śakkattu*, weighed forty-one *karañju* and nine *mañjâḍi*. Twenty-four strung corals, (*taken*) from the corals in the treasury, weighed three quarters (*of a karañju*), three *mañjâḍi* and (*one*) *kunṟi*. Altogether, (*the girdle*) weighed sixty-three *karañju* and a half and (*one*) *mañjâḍi*, corresponding to a value of ninety *kâśu*.

4. One sacred girdle, made of gold taken from the treasury, (*and containing*) ten *karañju* and three quarters and four *mañjâḍi* of gold, which was a quarter inferior in fineness to the *daṇḍavâṇi*. The lac weighed nine *karañju*, three *mañjâḍi* and (*one*) *kunṟi*. The *piñju* weighed half a *karañju*, three *mañjâḍi* and (*one*) *kunṟi*. Three *potti* weighed three *mañjâḍi*. Fifteen crystals, set into (*it*), weighed (*one*) *karañju*, (*one*) *mañjâḍi* and (*one*) *kunṟi*. One thousand six hundred and fifty-three strung pearls of brilliant water and of red water, (*taken*) from the pearls of the second quality, which the lord Śrî-Râjarâjadêva had poured out as flowers at the sacred feet and with which he had worshipped the feet of the god, (*viz.*) round pearls, roundish pearls, polished pearls, small pearls, *nimbolam*, *payittam*, *ambumudu*, crude pearls, twin pearls, *śappatti* and *śakkattu*, weighed forty-two *karañju* and a half, (*one*) *mañjâḍi* and nine tenths.[1] Twenty-four strung corals, (*taken*) from the corals in the treasury, weighed three quarters (*of a karañju*) and three *mañjâḍi* and six tenths. Altogether, (*the girdle*) weighed sixty-five *karañju* and a half and (*one*) *mañjâḍi*, corresponding to a value of ninety-five *kâśu*.

5. One sacred girdle, made of gold taken from the treasury of the lord, (*and containing*) ten *karañju* and three quarters, (*one*) *mañjâḍi* and (*one*) *kunṟi* of gold, which was a quarter inferior in fineness to the *daṇḍavâṇi*. The lac weighed eight *karañju* and a half, three *mañjâḍi* and (*one*) *kunṟi*. The *piñju* weighed three quarters (*of a karañju*) and two *mañjâḍi*. Fifteen crystals, set into (*it*), weighed (*one*) *karañju*, three *mañjâḍi* and (*one*) *kunṟi*. Three *potti* weighed three *mañjâḍi*. One thousand six hundred and fifteen strung pearls of brilliant water and of red water, (*taken*) from the pearls of the second quality, which the lord Śrî-Râjarâjadêva had poured out as flowers at the sacred feet and with which he had worshipped the feet of the god, (*viz.*) round pearls, roundish pearls, polished pearls, small pearls, *nimbolam*, *payittam*, *ambumudu*, crude pearls, twin pearls, *śappatti* and *śakkattu*, weighed forty-two *karañju* and a half and four *mañjâḍi*. Twenty-four strung corals, (*taken*) from the corals, for which the treasurers of the chief jewels (*mûla-ratna-bhaṇḍârattâr*) supplied the funds (*mudal*) from the gold (*mâḍu*), which (*the king*) had seized after conquering the Chêra king and the Pâṇḍyas, weighed three quarters (*of a karañju*), two *mañjâḍi* and (*one*) *kunṟi*. Altogether, (*the girdle*) weighed sixty-five *karañju* and a quarter, corresponding to a value of ninety *kâśu*.

6. One sacred girdle, made of gold taken from the treasury of the lord, (*and containing*) ten *karañju* and three quarters and three *mañjâḍi* of gold, which was a quarter inferior in fineness to the *daṇḍavâṇi*. The lac weighed eight *karañju* and six *mañjâḍi*. The *piñju* weighed three quarters (*of a karañju*) and (*one*) *mañjâḍi*. Fifteen crystals, set into (*it*), weighed (*one*) *karañju* and a quarter and (*one*) *kunṟi*. Three *potti* weighed two *mañjâḍi*. One thousand five hundred and ninety-nine strung pearls of brilliant water and of red water, (*taken*) from the pearls of the second quality, which the lord Śrî-Râjarâjadêva had poured

---

[1] From a calculation of the total in this and several other paragraphs (24 to 31) of the inscription, it follows that the term மா, as a fraction of a *mañjâḍi*, means 'a tenth,' and not, as it is commonly used in Tamil, 'a twentieth.'

out as flowers at the sacred feet and with which he had worshipped the feet of the god, (*viz.*) round pearls, roundish pearls, polished pearls, small pearls, *nimboḷam, payiṭṭam, ambumudu,* crude pearls, twin pearls, *śappatti* and *śakkattu,* weighed forty *karañju* and a half and two *mañjâḍi.* Twenty-four strung corals, (*taken*) from the corals, for which the treasurers of the chief jewels supplied the funds from the gold, which (*the king*) had seized after conquering the Chêra king and the Pâṇḍyas, weighed (*one*) *karañju* and six *mañjâḍi.* Altogether, (*the girdle*) weighed sixty-three *karañju* and a quarter and (*one*) *kuṉri,* corresponding to a value of ninety *kâśu.*

7. One pearl bracelet (*muttu-vaḷaiyil*), made of gold taken from the treasury of the lord, (*and containing*) five *karañju,* nine *mañjâḍi* and (*one*) *kuṉri* of gold. In this, three hundred and fifty-nine strung pearls of brilliant water and of red water, (*taken from*) the pearls of the second quality, which the lord Śrî-Râjarâjadêva had poured out as flowers at the sacred feet and with which he had worshipped the feet of the god, (*viz.*) round pearls, roundish pearls, polished pearls, small pearls, *nimboḷam, payiṭṭam, ambumudu,* crude pearls, twin pearls, *śappatti* and *śakkattu,* weighed ten *karañju,* (*one*) *mañjâḍi* and (*one*) *kuṉri.* Altogether, (*the bracelet*) weighed fifteen *karañju* and a half and (*one*) *mañjâḍi,* corresponding to a value of twenty-five *kâśu.*

8. One pearl bracelet, made of gold taken from the treasury, (*and containing*) six *karañju* and (*one*) *mañjâḍi* of gold. Three hundred and sixty-eight strung pearls of brilliant water and of red water, (*taken*) from the pearls of the second quality, which the lord Śrî-Râjarâjadêva had poured out as flowers at the sacred feet and with which he had worshipped the feet of the god, (*viz.*) round pearls, roundish pearls, polished pearls, small pearls, *nimboḷam, payiṭṭam, ambumudu,* crude pearls, twin pearls, *śappatti* and *śakkattu,* weighed ten *karañju.* Altogether, (*the bracelet*) weighed sixteen *karañju* and (*one*) *mañjâḍi,* corresponding to a value of twenty-seven *kâśu.*

9. One pearl bracelet, made of gold taken from the treasury, (*and containing*) six *karañju* and (*one*) *mañjâḍi* of gold. Four hundred and one strung pearls of brilliant water and of red water, (*taken*) from the pearls of the second quality, which the lord Śrî-Râjarâjadêva had poured out as flowers at the sacred feet and with which he had worshipped the feet of the god, (*viz.*) round pearls, roundish pearls, polished pearls, small pearls, *nimboḷam, payiṭṭam, ambumudu,* crude pearls, twin pearls, *śappatti* and *śakkattu,* weighed ten *karañju,* six *mañjâḍi* and (*one*) *kuṉri.* Altogether, (*the bracelet*) weighed sixteen *karañju,* seven *mañjâḍi* and (*one*) *kuṉri,* corresponding to a value of thirty *kâśu.*

10. One pearl bracelet, made of gold taken from the treasury, (*and containing*) five *karañju* and two *mañjâḍi* of gold. Three hundred and thirty-seven strung pearls of brilliant water and of red water, (*taken*) from the pearls of the second quality, which the lord Śrî-Râjarâjadêva had poured out as flowers at the sacred feet and with which he had worshipped the feet of the god, (*viz.*) round pearls, roundish pearls, polished pearls, small pearls, *nimboḷam, payiṭṭam, ambumudu,* crude pearls, twin pearls, *śappatti* and *śakkattu,* weighed nine *karañju* and a quarter. Altogether, (*the bracelet*) weighed fourteen *karañju* and seven *mañjâḍi,* corresponding to a value of twenty-four *kâśu.*

11. One pearl bracelet, made of gold taken from the treasury, (*and containing*) five *karañju* and eight *mañjâḍi* of gold. Three hundred and fifty-two strung pearls of brilliant water and of red water, (*taken*) from the pearls of the second quality, which the lord Śrî-Râjarâjadêva had poured out as flowers at the sacred feet and with which he had worshipped the feet of the god, (*viz.*) round pearls, roundish pearls, polished pearls, small

pearls, *nimbolam*, *payittam*, *ambumudu*, crude pearls, twin pearls, *śappatti* and *śakkattu*, weighed nine *karañju* and a half, three *mañjâḍi* and (*one*) *kunri*. Altogether, (*the bracelet*) weighed fifteen *karañju*, (*one*) *mañjâḍi* and (*one*) *kunri*, corresponding to a value of twenty-five *kâśu*.

12. One pearl bracelet, made of gold taken from the treasury, (*and containing*) five *karañju* and eight *mañjâḍi* of gold. Three hundred and fifty-one strung pearls of brilliant water and of red water, (*taken*) from the pearls of the second quality, which the lord Śrî-Râjarâjadêva had poured out as flowers at the sacred feet and with which he had worshipped the feet of the god, (*viz.*) round pearls, roundish pearls, polished pearls, small pearls, *nimbolam*, *payittam*, *ambumudu*, crude pearls, twin pearls, *śappatti* and *śakkattu*, weighed eight *karañju* and three quarters, (*one*) *mañjâḍi* and (*one*) *kunri*. Altogether, (*the bracelet*) weighed fourteen *karañju*, four *mañjâḍi* and (*one*) *kunri*, corresponding to a value of twenty-four *kâśu*.

13. One pearl bracelet, made of gold taken from the treasury, (*and containing*) five *karañju* and eight *mañjâḍi* of gold. Three hundred and sixty-nine strung pearls of brilliant water and of red water, (*taken*) from the pearls of the second quality, which the lord Śrî-Râjarâjadêva had poured out as flowers at the sacred feet and with which he had worshipped the feet of the god, (*viz.*) round pearls, roundish pearls, polished pearls, small pearls, *nimbolam*, *payittam*, *ambumudu*, crude pearls, twin pearls, *śappatti* and *śakkattu*, weighed ten *karañju*, eight *mañjâḍi* and (*one*) *kunri*. Altogether, (*the bracelet*) weighed fifteen *karañju* and three quarters, (*one*) *mañjâḍi* and (*one*) *kunri*, corresponding to a value of twenty-five *kâśu*.

14. One pearl bracelet, made of gold taken from the treasury, (*and containing*) five *karañju* and a half and four *mañjâḍi* of gold. Three hundred and eighty-nine strung pearls of brilliant water and of red water, (*taken*) from the pearls of the second quality, which the lord Śrî-Râjarâjadêva had poured out as flowers at the sacred feet and with which he had worshipped the feet of the god, (*viz.*) round pearls, roundish pearls, polished pearls, small pearls, *nimbolam*, *payittam*, *ambumudu*, crude pearls, twin pearls, *śappatti* and *śakkattu*, weighed ten *karañju* and a half, two *mañjâḍi* and (*one*) *kunri*. Altogether, (*the bracelet*) weighed sixteen *karañju*, six *mañjâḍi* and (*one*) *kunri*, corresponding to a value of twenty-six *kâśu*.

15. One pearl bracelet, made of gold taken from the treasury, (*and containing*) five *karañju*, seven *mañjâḍi* and (*one*) *kunri* of gold. Three hundred and seventy-five [strung] pearls of brilliant water and of red water, (*taken*) [from the pearls] of the second quality, which the lord Śrî-Râjarâjadêva had poured out as flowers at the sacred feet and with which he had worshipped the feet of the god, (*viz.*) round pearls, roundish pearls, polished pearls, small pearls, *nimbolam*, *payittam*, *ambumudu*, crude pearls, twin pearls, *śappatti* and *śakkattu*, weighed ten *karañju* and eight *mañjâḍi*. Altogether, (*the bracelet*) weighed fifteen *karañju* and three quarters and (*one*) *kunri*, corresponding to a value of twenty-six *kâśu*.

16. One pearl bracelet, made of gold taken from the treasury, (*and containing*) five *karañju*, two *mañjâḍi* and (*one*) *kunri* of gold. Three hundred and forty-nine strung pearls of brilliant water and of red water, (*taken*) from the pearls of the second quality, which the lord Śrî-Râjarâjadêva had poured out as flowers at the sacred feet and with which he had worshipped the feet of the god, (*viz.*) round pearls, roundish pearls, polished pearls, small pearls, *nimbolam*, *payittam*, *ambumudu*, crude pearls, twin pearls, *śappatti* and *śakkattu*, weighed nine *karañju* and six *mañjâḍi*. Altogether, (*the bracelet*) weighed fourteen *karañju*, eight *mañjâḍi* and (*one*) *kunri*, corresponding to a value of twenty-four *kâśu*.

17. One pearl bracelet, made of gold taken from the treasury, *(and containing)* five *karañju*, two *mañjâḍi* and *(one)* *kunri* of gold. Three hundred and fifty strung pearls of brilliant water and of red water, *(taken)* from the pearls of the second quality, which the lord Śrî-Râjarâjadêva had poured out as flowers at the sacred feet and with which he had worshipped the feet of the god, *(viz.)* round pearls, roundish pearls, polished pearls, small pearls, *nimbolam*, *payittam*, *ambumudu*, crude pearls, twin pearls, *śappatti* and *śakkattu*, weighed nine *karañju*, seven *mañjâḍi* and *(one)* *kunri*. Altogether, *(the bracelet)* weighed fourteen *karañju* and a half, corresponding to a value of twenty-four *kâśu*.

18. One pearl bracelet, made of gold taken from the treasury, *(and containing)* five *karañju*, two *mañjâḍi* and *(one)* *kunri* of gold. Three hundred and thirty-eight strung pearls of brilliant water and of red water, *(taken)* from the pearls of the second quality, which the lord Śrî-Râjarâjadêva had poured out as flowers at the sacred feet and with which he had worshipped the feet of the god, *(viz.)* round pearls, roundish pearls, polished pearls, small pearls, *nimbolam*, *payittam*, *ambumudu*, crude pearls, twin pearls, *śappatti* and *śakkattu*, weighed nine *karañju* and three *mañjâḍi*. Altogether, *(the bracelet)* weighed fourteen *karañju* and a quarter and *(one)* *kunri*, corresponding to a value of twenty-four *kâśu*.

19. One pearl bracelet, made of gold taken from the treasury, *(and containing)* five *karañju* and six *mañjâḍi* of gold. Three hundred and sixty-one strung pearls of brilliant water and of red water, *(taken)* from the pearls of the second quality, which the lord Śrî-Râjarâjadêva had poured out as flowers at the sacred feet and with which he had worshipped the feet of the god, *(viz.)* round pearls, roundish pearls, polished pearls, small pearls, *nimbolam*, *payittam*, *ambumudu*, crude pearls, twin pearls, *śappatti* and *śakkattu*, weighed nine *karañju* and three quarters and *(one)* *mañjâḍi*. Altogether, *(the bracelet)* weighed fifteen *karañju* and two *mañjâḍi*, corresponding to a value of twenty-five *kâśu*.

20. One pearl bracelet, made of gold taken from the treasury, *(and containing)* five *karañju* and three quarters and *(one)* *kunri* of gold. [Three] hundred and sixty-four strung pearls of brilliant water and of red water, *(taken)* from the pearls of the second quality, which the lord Śrî-Râjarâjadêva had poured out as flowers at the sacred feet and with which he had worshipped the feet of the god, *(viz.)* round pearls, roundish pearls, polished pearls, small pearls, *nimbolam*, *payittam*, *ambumudu*, crude pearls, twin pearls, *śappatti* and *śakkattu*, weighed nine *karañju* and a half and *(one)* *mañjâḍi*. Altogether, *(the bracelet)* weighed fifteen *karañju*, six *mañjâḍi* and *(one)* *kunri*, corresponding to a value of twenty-six *kâśu*.

21. One pearl bracelet, made of gold taken from the treasury, *(and containing)* five *karañju* and a half and two *mañjâḍi* of gold. Three hundred and fifty-three strung pearls of brilliant water and of red water, *(taken)* from the pearls of the second quality, which the lord Śrî-Râjarâjadêva had poured out as flowers at the sacred feet and with which he had worshipped the feet of the god, *(viz.)* round pearls, roundish pearls, polished pearls, small pearls, *nimbolam*, *payittam*, *ambumudu*, crude pearls, twin pearls, *śappatti* and *śakkattu*, weighed nine *karañju* and a half and two *mañjâḍi*. Altogether, *(the bracelet)* weighed fifteen *karañju* and four *mañjâḍi*, corresponding to a value of twenty-five *kâśu*.

22. One pearl bracelet, made of gold taken from the treasury, *(and containing)* five *karañju* and a quarter of gold. Three hundred and fifty-four strung pearls of brilliant water and of red water, *(taken)* from the pearls of the second quality, which the lord Śrî-Râjarâjadêva had poured out as flowers at the sacred feet and with which he had worshipped the feet of the god, *(viz.)* round pearls, roundish pearls, polished pearls, small pearls, *nimbolam*, *payittam*, *ambumudu*, crude pearls, twin pearls, *śappatti* and *śakkattu*,

weighed nine *kaṛañju* and a half and (*one*) *mañjâḍi*. Altogether, (*the bracelet*) weighed fourteen *kaṛañju* and three quarters and (*one*) *mañjâḍi*, corresponding to a value of twenty-four *kâśu*.

23. One sacred crown (*śrî-muḍi*), made of gold taken from the treasury of the lord, (*and containing*) thirty-eight *kaṛañju* and three quarters, four *mañjâḍi* and (*one*) *kuṉṟi* of gold. One hundred and twenty-four crystals (*paḷiṅgu*), set into (*it*), weighed (*one*) *kaṛañju*, nine *mañjâḍi* and (*one*) *kuṉṟi*. Seventy-one diamond crystals (*paḷikku-vayiram*) weighed three *mañjâḍi* and (*one*) *kuṉṟi*. Thirty-two *potti* weighed seven *mañjâḍi* and (*one*) *kuṉṟi*. The *piñju* weighed (*one*) *kaṛañju* and a half. Three hundred and thirty-four strung pearls of brilliant water and of red water, (*taken*) from the pearls, which the lord Śrî-Râjarâjadêva had poured out as flowers at the sacred feet and with which he had worshipped the feet of the god, (*viz.*) round pearls, roundish pearls, polished pearls, small pearls, *payiṭṭam*, *nimboḷam*, *ambumuḍu*, crude pearls, twin pearls, *śappatti* and *śakkattu*, weighed seven *kaṛañju*. Altogether, (*the crown*) weighed forty-nine *kaṛañju* and a half, corresponding to a value of eighty-six *kâśu*.

24. One sacred garland (*tiru-mâlai*), made of gold taken from the treasury of the lord, (*and containing*) seven *kaṛañju* and a half, (*one*) *mañjâḍi* and two tenths of gold. The *piñju* weighed six *mañjâḍi* and (*one*) *kuṉṟi*. Sixty-two diamond crystals weighed (*one*) *mañjâḍi*. Seventy-one crystals weighed half a *kaṛañju* and (*one*) *mañjâḍi*. Three *potti* weighed three tenths (*of a mañjâḍi*). Forty-five strung pearls of brilliant water and of red water, (*taken*) from the pearls, which the lord Śrî-Râjarâjadêva had poured out as flowers at the sacred feet and with which he had worshipped the feet of the god, (*viz.*) round pearls, roundish pearls, polished pearls, small pearls, *payiṭṭam*, *nimboḷam*, *ambumuḍu*, crude pearls, twin pearls, *śappatti* and *śakkattu*, weighed three quarters (*of a kaṛañju*), (*one*) *mañjâḍi* and (*one*) *kuṉṟi*. Altogether, (*the garland*) weighed nine *kaṛañju*, six *mañjâḍi* and (*one*) *kuṉṟi*, corresponding to a value of eighteen *kâśu*.

25. One sacred pearl ornament (*śrî-chhanda*),[1] made of gold taken from the treasury of the lord, (*and containing*) five *kaṛañju* and three quarters, three *mañjâḍi* and one tenth of gold. The lac in (*it*) weighed half a *kaṛañju*, three *mañjâḍi* and (*one*) *kuṉṟi*. The *piñju* weighed a quarter (*kaṛañju*). Eighteen crystals, set into (*it*), weighed four *mañjâḍi* and four tenths. Six diamond crystals weighed (*one*) *kuṉṟi*. Thirteen *potti* weighed two *mañjâḍi* and (*one*) *kuṉṟi*. Nine hundred and eighty-one strung pearls of brilliant water and of red water, (*taken*) from the pearls, which the lord Śrî-Râjarâjadêva had poured out as flowers at the sacred feet and with which he had worshipped the feet of the god, (*viz.*) round pearls, roundish pearls, polished pearls, small pearls, *nimboḷam*, *payiṭṭam*, *ambumuḍu*, crude pearls, twin pearls, *śappatti* and *śakkattu*, weighed thirty-three *kaṛañju* and three quarters, four *mañjâḍi* and (*one*) *kuṉṟi*. Altogether, (*the pearl ornament*) weighed forty-one *kaṛañju*, three *mañjâḍi* and (*one*) *kuṉṟi*, corresponding to a value of fifty-five *kâśu*.

26. One sacred pearl ornament, made of gold taken from the treasury of the lord, (*and containing*) six *kaṛañju* and nine tenths (*of a mañjâḍi*) of gold. The lac in (*it*) weighed three quarters (*of a kaṛañju*) and (*one*) *mañjâḍi* and one tenth. The *piñju* weighed a quarter (*kaṛañju*) and two tenths (*of a mañjâḍi*). Eighteen crystals, set into (*it*), weighed four *mañjâḍi* and (*one*) *kuṉṟi*. Six diamond crystals weighed (*one*) *kuṉṟi*. Thirteen *potti* weighed two *mañjâḍi*

[1] Compare इन्द्रच्छन्द, कलापच्छन्द, देवच्छन्द and विजयच्छन्द in Böhtlingk and Roth's *Saṇskrit-Wörterbuch*.

and eight tenths. [Seven] hundred and fifty-nine strung pearls of brilliant water and of red water, (*taken*) from the pearls, which the lord Śrî-Râjarâjadêva had poured out as flowers at the sacred feet and with which he had worshipped the feet of the god, (*viz.*) round pearls, roundish pearls, polished pearls, small pearls, *nimboḻam*, *payiṭṭam*, *ambumudu*, crude pearls, twin pearls, *śappatti* and *śakkattu*, weighed twenty-six *karañju* and a half and four *mañjâḍi*. Altogether, (*the pearl ornament*) weighed thirty-four *karañju* and four *mañjâḍi*, corresponding to a value of forty-five *kâśu*.

27. One sacred pearl ornament, made of gold taken from the treasury of the lord, (*and containing*) six *karañju* and seven *mañjâḍi* of gold. The lac in (*it*) weighed three quarters (*of a karañju*) and two *mañjâḍi*. The *piñju* weighed a quarter (*karañju*). Eighteen crystals, set into (*it*), weighed four *mañjâḍi* and four tenths. Six diamond crystals weighed six tenths (*of a mañjâḍi*). Thirteen *potti* weighed two *mañjâḍi* and (*one*) *kuṉṟi*. Nine hundred and ninety-eight strung pearls of brilliant water and of red water, (*taken*) from the pearls, which the lord Śrî-Râjarâjadêva had poured out as flowers at the sacred feet and with which he had worshipped the feet of the god, (*viz.*) round pearls, roundish pearls, polished pearls, small pearls, *nimboḻam*, *payiṭṭam*, *ambumudu*, crude pearls, twin pearls, *śappatti* and *śakkattu*, weighed thirty-five *karañju* and (*one*) *kuṉṟi*. Altogether, (*the pearl ornament*) weighed forty-two *karañju* and three quarters and two *mañjâḍi*, corresponding to a value of fifty-six *kâśu*.

28. One sacred pearl ornament, made of gold taken from the treasury of the lord, (*and containing*) six *karañju*, nine *mañjâḍi* and (*one*) *kuṉṟi* of gold. The lac in (*it*) weighed three quarters (*of a karañju*), (*one*) *mañjâḍi* and (*one*) *kuṉṟi*. The *piñju* weighed a quarter (*karañju*). Eighteen crystals, set into (*it*), weighed four *mañjâḍi* and one tenth. Six diamond crystals weighed (*one*) *kuṉṟi*. Thirteen *potti* weighed three *mañjâḍi* and one tenth. Eight hundred and forty-six strung pearls of brilliant water and of red water, (*taken*) from the pearls, which the lord Śrî-Râjarâjadêva had poured out as flowers at the sacred feet and with which he had worshipped the feet of the god, (*viz.*) round pearls, roundish pearls, polished pearls, small pearls, *nimboḻam*, *payiṭṭam*, *ambumudu*, crude pearls, twin pearls, *śappatti* and *śakkattu*, weighed thirty *karañju*. Altogether, (*the pearl ornament*) weighed thirty-seven *karañju* and three quarters, three *mañjâḍi* and seven tenths, corresponding to a value of fifty *kâśu*.

29. One sacred pearl ornament, made of gold taken from the treasury of the lord, (*and containing*) (*one*) *karañju* and two *mañjâḍi*, six tenths and one twentieth of gold. The *piñju* weighed one tenth (*of a mañjâḍi*). Two crystals, set into (*it*), weighed two tenths (*of a mañjâḍi*). Two hundred and sixty strung pearls, (*taken*) from the pearls, which the lord Śrî-Râjarâjadêva had given (*to the temple*), (*viz.*) round pearls, roundish pearls, polished pearls and small pearls, weighed two *karañju* and five tenths (*of a mañjâḍi*) and one twentieth. Altogether, (*the pearl ornament*) weighed three *karañju*, three *mañjâḍi* and (*one*) *kuṉṟi*, corresponding to a value of three *kâśu*.

30. One sacred girdle (*tiruppaṭṭigai*), made of gold taken from the treasury of the lord, (*and containing*) two *karañju* and three *mañjâḍi* and three tenths of gold. The *piñju* weighed three tenths (*of a mañjâḍi*). Six crystals weighed seven tenths (*of a mañjâḍi*). Two hundred and seventy-seven strung pearls and pearls sewn on (*taippu-muttu*), (*taken*) from the pearls, which the lord Śrî-Râjarâjadêva had given (*to the temple*), (*viz.*) round pearls, roundish pearls, polished pearls, small pearls and pearls in clusters (*puñja-muttu*), weighed two *karañju* and nine *mañjâḍi* and two tenths. Altogether, (*the girdle*) weighed four *karañju* and a half, three *mañjâḍi* and (*one*) *kuṉṟi*, corresponding to a value of five *kâśu*.

31. One sacred outer (*i.e.*, upper ?) parasol (*tiruppuṟakkuḍai*), made of gold taken from the treasury of the lord, (*and containing*) seventy-one *karañju* and a quarter and one tenth

(*of a mañjâḍi*) of gold. Eighty-one crystals, set into (*it*), weighed two *karañju*. Sixteen diamond crystals weighed nine tenths (*of a mañjâḍi*). The *piñju* weighed two *karañju*, eight *mañjâḍi* and (*one*) *kunṛi*. One thousand three hundred and seventy-two strung pearls, (*taken*) from the pearls, which the lord Śrî-Râjarâjadêva had given (*to the temple*), (*viz.*) round pearls, roundish pearls, polished pearls, small pearls, (*pearls*) with rubbed surface (*tôl*) and old pearls, weighed twenty-three *karañju* and a half, four *mañjâḍi* and (*one*) *kunṛi*. Altogether, (*the parasol*) weighed ninety-nine *karañju* and nine *mañjâḍi*, corresponding to a value of one hundred and sixty *kâśu*.

No. 4. On the south wall, second tier.

The preserved part of this inscription comprises eight sections of nine lines each. The end of each line of the third section, the commencement of each line of the fourth section, and the whole of any other section, which may have intervened between the third and fourth, are covered by a flight of steps, which was constructed at a period subsequent to that, during which the inscription had been incised.

The inscription specifies the revenue in paddy and the revenue in gold and in money (*kâśu*), which a number of villages had to pay to the stone-temple, called Râjarâjêśvara, which Râjarâjadêva had caused to be built at Tañjâvûr.[1] The villages were situated both in the Chôḷa country and in other countries and had been assigned to the temple by Râjarâjadêva until the 29th year of his reign. The extent of the land, which the king had given to the temple in each of the villages, is recorded in great detail by a land measure, the name of which is not stated, and by fractions of it. The paddy due to the temple had to be measured by 'the *marakkâl*[2] called (*after*) Âḍavallâṉ,' *i.e.*, by a corn measure which was preserved at the shrine of the god Âḍavallâṉ;[3] and this *marakkâl* was 'equal to a *râjakêsari*.' This term was evidently derived from Râjakêsarin, the surname of the reigning king Râjarâja and of other Chôḷa kings,[4] and must be taken as the real name of the royal standard measure,[5] a copy of which was preserved at the temple. The only case, in which the revenue had to be paid in gold, occurs in paragraph 13. No instance of payment in money (*kâśu*) occurs in the preserved part of the inscription.

Text.

First section.

[1.] ஸ்வஸ்தி ஸ்ரீ꞉ [||*] திருமகள் பொலப்பெருநிலச்செல்வியுந்தனக்கெய் உரிமை பூண்ட-
மை மநக்கொளக்காந்தளூர்ச்சாலை கலமறுத்தருளி வெங்கைநாடுங்கங்கபாடியுந்தடி-
கைபாடியும் நுளம்ப-

[2.] பாடியுங்குடமலைநாடுங்கொல்லமுங்கலிங்கமும் முரட்டொழில் சிங்களர் ஈழமண்டலமும்
இரட்டபாடி எழரையிலக்கமும் முன்னீர்ப்பழந்தீவு பன்னீராயிரமுந்திண்டிறல்
வென்-

[3.] றித்தண்டாற்கொண்ட தன்னெழில் வளரூழியுளெல்லாயாண்டுந்தொழுதக விளங்கும்
யாண்டெய் செழியரைத்தெசு கொள் கொராஜகெஸரிவர்ம்மரான ஸ்ரீராஜராஜ-
தெவர்க்கு யாண்டு இருபத்தொ-

---

[1] Compare the introductory remarks to No. 1.

[2] The *marakkâl* is a corn measure, equal to one twelfth *kalam*; see p. 48, note 5.

[3] See page 2, above.

[4] See Vol. I, p. 141.

[5] Compare *pâramêśvariya-hasta*, 'a royal yard,' in a Gwalior inscription of Saṁvat 933; *Epigraphia Indica*, p. 155.

[4.] ன்பதாவது வரை உடையார் ஸ்ரீராஜராஜதெவர் தஞ்சாவூர் எடுப்பித்த திருக்-
கற்றளி ஸ்ரீராஜராஜீஶ்வரம் உடைய பரஸ்வாமிக்கு வெண்டுநிவந்தங்களுக்குத்தெ-
வதானமாகச்சொழமண்டலத்தும் புறமண்டலங்-
[5] களிலும் உடையார் ஸ்ரீராஜராஜதெவர் குடுத்த ஊர்களில் ஊர்நத்தமும் ஸ்ரீகொ-
யில்களுங்குளங்களும் ஊடறுத்துப்பொன வாய்க்கால்களும் பறைச்செரியுங்கம்மா-
ணசெரியுஞ்சுடுகாடும் உள்ளிட்டு இறைஇலி நிலங்களும்
[6.] இறை கட்டின நிலத்தாற்காணிக்கடன் ராஜகெஸரியொடொக்கும் ஆடவல்லானெ-
ன்னும் மரக்காலால் அளக்கக்கடவ நெல்லும் இடக்கடவ பொன்னுங்காசும்
பெசிக்கல்லில் வெட்டின ||— [௧*] தென்கடுவாயான
[7.] அருமொழிதெவவளநாட்டு இங்கணாட்டுப்பாலையூர் பள்ளியுங்கணிமுற்றூட்டும் உட்பட
அளந்தபடி நிலம் நூற்று முப்பத்து நான்கெய் எட்டு மாவின் கீழ் முக்-
காலெ மும்மாவரையரைக்கா-
[8.] ணி முந்திரிகைக்கீழ் நான்கு மாவிலும் ஊ[ர்]நத்தமுங்குளமுங்கம்மாணசெரியும்
பறைச்செரியுஞ்சுடுகாடும் இவ்வூர் நிலத்தை ஊடறுத்துப்பொன வாய்க்கால்க-
ளாலும் இறைஇலி நிலம் ஒன்பதெய் காணி
[9.] அரைக்காணி முந்திரிகைக்கீழரை நீக்[கி] இறை கட்டின நிலம் நூற்று இரு-
பத்து ஐஞ்செய் எழுமாவரை முந்திரிகைக்கீழ் எண்மாவரை அரைக்காணி
முந்திரிகைக்கீழ் நான்கு மாவினால் இறை கட்டின காணி-

Second section.

[1.] க்கடன் ராஜகெஸரியொடொக்கும் ஆடவல்லானென்னும் மரக்காலால் அளக்கக்கடவ
நெல்லுப்பன்னீ-
[2.] ராயிரத்து ஐஞ்ஞூற்று முப்பதின் கலனெ இருதூணிக்குறுணி ஒருநாழி ||—
[௨*] இன்னாட்டு ஆரப்பாழ் நா-
[3.] ய்வாலமும் மருத்துவப்பெறும் பள்ளியும் உட்பட அளந்தபடி நிலம் நூற்று
ஒருபத்து ஒன்-
[4.] றெய் அறுமாவரை அரைக்காணிக்கீழ் முக்காலெ அரைக்காலின் கீழ் அரையெ
இரண்டு மா-
[5.] விலும் ஊர்நத்தமுங்குளங்களும் ஸ்ரீகொயிலும் ஐய்யன் கொயிலும் பிடாரி
கொயிலுங்-
[6.] கழனிக்குளங்களும் பறைச்செரி நத்தமும் இறைஇலி நிலம் மூன்றரையெ நான்கு
மா-
[7.] க்காணி அரைக்காணி நீக்கி இறை கட்டின நிலம் நூற்று எழரையெ இரண்டு
மாக்கா-
[8.] ணிக்கீழ் முக்காலெ அரைக்காலின் கீழ் அரையெ இரண்டு மாவினால் இறை
கட்டின
[9.] காணிக்கடன் ராஜகெஸரியொடொக்கும் ஆடவல்லான் என்னும் மரக்காலால்
அள-

Third section.

[1.] க்கக்கடவ நெல்லுப்பதினாயிரத்து எழுநூற்று நாற்பத்து ஐங்கலனெ இருதூணிப்-
பதக்கு முன்னாழி ||— [௩*] இன்னாட்டுக்கிரன்தெவன்குடி . . . .
[2.] இரண்டெ முக்காலெ நான்கு மாக்காணி முந்திரிகைக்கீழ் அரையெ மூன்று மா
முக்காணி அரைக்காணிக்கீழ் எட்டு மாவிலும் ஊர்நத்தமும் . . . . . .
[3] ஸ்ரீகொயிலும் நஙவளமுங்குளங்களும் இறைஇலி நிலம் இரண்டெ ஒருமாவரை
அரைக்காணி முந்திரிகைக்கீழ் நான்கு மா முந்திரிகை . . . .
[4.] ன நிலம் நாற்பதெய் முக்காலெ இருமாவரை அரைக்காணிக்கீழ் ஒன்பது மா
முக்காணிக்கீழ் முக்காலெ ஒருமாவினால் இறை கட்டின . . . .

[5.] வ்லான் என்னும் மரக்காலால் அளக்கக்கடவ நெல்லு நாலாயிரத்து எழுபதின்
கலனெ ஐங்குறுணி ஐஞ்ஞாழி ||— [ச*] இன்னாட்டு நாகன்க . . . . . .
[6.] யெய் இரண்டு மா முக்காணி அரைக்காணிக்கீழ் இருமாவரை அரைக்காணிக்கீழ்
எட்டு மாவிலும் ஊரிருக்கையுங்குளங்களும் ஐய்யன் . . . .
[7.] யும் இவ்வூர் நிலத்தையூடறுத்துப்பொன வாய்க்கால்களாலும் சுடுகாட்டாலும்
இறைஇலி நிலம் முக்காலெ ஒருமா அரைக்கா[ணி] . . . .
[8.] நிலம் இருபத்து ஒன்றெய் முக்காலெ ஒருமாவரை அரைக்காணி முந்திரிகைக்கீழ்
அரைக்காணிக்கீழ் எட்டு மாவினால் இறை[ற] கட்டி . . . .
[9.] லான் என்னும் மரக்காலால் அளக்கக்கடவ நெல்லு இரண்டாயிரத்து ஒருநூற்று
எண்பத்து முக்கலனெ ஐங்குறுணி ந[ா]னாழி ||—] [ரு*] . . . .

Fourth section.

[1.] . . . . [பறை]ச்செரியு[ம்] குள[ங்க]ளும் ஒடைகளும்
இறையிலி நீங்குநிலம் ஐஞ்சின் கீழ் அரையெ மூன்று மா முக்காணிக்கீழ்
முக்காலெ ஒருமா நீக்கி இறை கட்டின நிலம் நூற்று ஒருபத்து ஐஞ்செ
காலெ அரைக்காணி முந்திரிகைக்கீழ் அரையெ மூன்று மா முந்திரிகைக்கீழ்
அரையெ இரண்டு மாவினால் இறை கட்டின காணிக்கடன் ராஜகெஸரியொ-
டொக்கும்
[2.] . . . . [ட]வ நெல்லுப்பதினொராயிரத்து ஐஞ்ஞூற்று இரு-
பத்து அறுகலனெ குறுணி எழுநாழி ||— [சா*] இந்நாட்டுத்தண்ணீர்க்குன்றமான
ராஜராஜநல்லூர் அளந்தபடி நிலம் முப்பத்து ஆறரையெ ஒருமா அரைக்காணி
முந்திரிகைக்கீழ் முக்காலெ மா காணிக்கீழ் முக்காலெ ஒருமாவிலும் ஊரிருக்-
கையும் குளமும் ஸ்ரீகொயில்களும் சுடுகாடும் பறைச்செரியும் நாட்டா-
[3.] . . . . , நிலமும் இவ்வூர் நிலத்தை ஊடறுத்துப்புறவூர்க்குப்-
பொன வாய்க்காலாலும் இறைஇலி நிலம் இரண்டெ எழுமா அரைக்காணி
முந்திரிகைக்கீழ் முக்காலெ ஒருமாவரை முந்திரிகைக்கீழ் அரையெ இரண்டு
மா நீக்கி நிலம் முப்பத்து நான்கெ மூன்று மா முக்காணி அரைக்காணி
முந்திரிகைக்கீழ் முக்காலெ நான்மாவரை அரைக்காணி முந்திரிகைக்-
[4.] . . . . ஜகெஸரியொடொக்கும் ஆடவல்லான் என்னும் மாக்-
காலால் அளக்கக்கடவ நெல்லு மூவாயிரத்து முந்நூற்று எழுபத்து எண்க-
லனெ பதக்கு நானாழி ||— [எ*] இந்நாட்டு உச்சிபாடி அளந்தபடி நிலம்
ஐம்பத்து எழரையெ ஒருமா முக்காணி அரைக்காணி முந்திரிகைக்கீழ் அரையெ
நான்கு மா முக்காணியிலும் ஊரிருக்கையுங்குளங்களும் ஸ்ரீகொயில்களும் ஈழச்-
செரியும் க-
[5.] . . . . க இறையிலி [நில]ம் ஒன்றெ முக்காலெ மூன்று மா
முக்காணி அரைக்காணி முந்திரிகைக்கீழ் இருமாவரை முந்திரிகைக்கீழ் அரை-
யெ இரண்டு மா நீக்கி இறை கட்டின நிலம் ஐம்பத்தைஞ்சரையெ மூன்று
மாவின் கீழ் அரையெ இரண்டு மாவரைக்காணிக்கீழ் எட்டு மாவினால்
இறை கட்டின காணிக்கடன் ராஜகெஸரியொடொக்கும் ஆடவல்லான் என்-
னும் மரக்காலா-
[6.] . . . . ற்று இருப[த்]து [அறு]கலனெய் தூணி நானாழி
||— [அ*] இந்நாட்டுக்கிழ்வடுகக்குடி அளந்தபடி நிலம் இருபத்தெழரையெ
ஒருமாவரை அரைக்காணிக்கீழ் நான்கு மா அரைக்காணி முந்திரிகைக்கீழ்
நான்கு மாவிலும் ஊரிருக்கையும் குளமும் ஸ்ரீகொயில்களும் சுடுகாடும் ஈழச்-
செரியுங்கம்மாணசெரியும் பறைச்செரியும் வண்ணாரச்செரியும் பறைக்குளக்குழியும்
[7.] . . . . [ரை]க்காணி மு[ந்திரிகை]க்கீழ் மூன்று மாக்காணி
அரைக்காணிக்கீழ் எட்டு மா நீக்கி இறை கட்டின நிலம் இருபத்தாறெய்

ஒன்பது மாக்காணி அரைக்காணி முந்திரிகைக்கீழ் முக்காணிக்கீழ் முக்காலெ ஒருமாவினால் இறை கட்டின காணிக்கடன் ராஜகெஸரியொடொக்கும் ஆடவல்-லான் என்னும் மரக்காலால் அள்க்கக்கடவ நெல்லு இரண்டாயிரத்து அறுநூ-ற்று நாற்-

[8.] . . . . ரட்டுக்கஞ்சாற[ன]கர் . அளந்தபடி நிலம் ஆறெ முக்காலெ இரண்டு மா முக்காணி அரைக்காணி முந்திரிகைக்கீழ் முக்காலெ ஒருமா முக்காணிக்கீழ் முக்காலெ ஒருமாவிலும் இவ்வூர்க்குளங்களால் இறையிலி நிலம் ஒருமா முக்காணி அரைக்காணி முந்திரிகைக்கீழ் அறுமாக்காணி அரைக்-காணிக்கீழ் எட்டு மா நீக்கீ[1] இறை கட்டின நிலம் ஆறெ முக்காலெ ஒருமாவின் கீழ் அரையெ காணி

[9.] . . . . [ன] கா[ணிக்கட]ன் ராஜ[ெ]கஸரியொடொக்கும் [ஆ]டவல்லான் என்னும் மரக்காலால் அளக்கக்கடவ நெல்லு அறுநூற்று எழு-பத்து நாற்கலனெ இருதூணிக்குறுணி நானாழி |— [ய*] இந்நாட்டு ஊச்க்-கண்ணங்குடிக்கள்[2] தெவதானமாய் வருகின்ற நிலம் அளந்தபடி நிலம் ஐஞ்ச-ரையெ இருமாவரை அரைக்காணிக்கீழ் முக்காலெ முக்காணி அரைக்காணி முந்திரிகைக்கீழ் நான்கு மாவிலும்

Fifth section.

[1.] ஊரிருக்கையுங்குளமுஞ்சுடுகாடும் பாண்டவாய்க்கரைக்குலையுமாக இறையிலி நிலம் மும்மாவரை அரைக்காணிக்கீழ் முக்கா-

[2.] லெ மூன்று மா முக்காணிக்கீழ் முக்காலெ ஒருமா நீக்கி இறை கட்டின நிலம் ஐஞ்செ; எட்டு மா முக்காணி அரைக்காணி முந்திரிகைக்-

[3.] கீழ் முக்காலெயிரண்டு மா அரைக்காணிக்கீழ் எட்டு மாவினால் இறை கட்டின காணிக்கடன் ராஜகெஸரியொடொக்கும் ஆடவ-

[4.] ல்லான் என்னும் மரக்காலால் அளக்கக்கடவ நெல்லு ஐஞ்ஞூற்று ஒருபத்து எண்கலனெ இருதூணி இருநாழி ||— [யக*] இந்நாட்டு ஆர்வ-

[5.] லக்கூற்றத்து வடவிறையான்பள்ளம் அளந்தபடி நிலம் இருபத்து நாலெ காலெ அரைக்காணிக்கீழ் ஒன்பது மாக்காணி அ-

[6.] ரைக்காணிக்கீழ் எட்டு மாவிலும் இவ்வூர் ஊர்நத்தமுங்குளங்களுஞ்சுடுகாடும் இவ்-வூர் நிலத்தை ஊடறுத்துப்புறவூர்களு-

[7.] க்கு நீர் பாயப்பொன வாய்க்காலும் ஆக இறையிலி நிலம் ஆறு மாக்காணி அரைக்காணிக்கீழ் ஆறு மாக்காணி அரைக்காணிக்கீழ்

[8.] எட்டு மா நீக்கி நிலம் இருபத்து மூன்றெ முக்காலெ மூன்று மா முக்காணிக்-கீழ் மூன்று மாவினால் இறை கட்டின காணிக்கடன் ராஜகெ-

[9.] ஸரியொடொக்கும் ஆடவல்லான் என்னும் ம[ர]க்காலால் அளக்கக்கடவ நெல்லு இரண்டாயிரத்து மூன்னூற்றுத்தொண்-

Sixth section.

[1.] ணூற்று முக்கலனெ இருதூணிக்குறுணி ஐஞ்ஞாழி ||— [யஉ*] இந்நாட்டு நக-ரம் திருத்தெங்கூர் அளந்தபடி நிலம் முப்பத்து நாலெ காலெ முக்காணி முந்திரிகைக்கீழ் முக்காலெ ஒருமா முக்காணி முந்திரி-

[2.] கைக்கீழ் இரண்டு மாவிலும் இவ்வூர் ஊர்நத்தமுங்குளங்களும் புலத்தில் குளங்-களும் தீண்டாச்செரியும் பறைச்செரியுஞ்சுடுகாடும் ஆக இறையிலி நிலம் நான்-கரையெ முக்காணி அ-

---

[1] Read 'நீக்கி.

[2] Read குடிக்குள்.

[3.] ணாக்காணிக்கீழ் முக்காலெ அரை மா அரைக்காணி முந்திரிகைக்கீழ் நான்கு மா நீக்கி நிலம் இருபத்தொன்பதரையெ நான்கு மா முக்காணி அரைக்காணி முந்திரிகைக்கீழ் ஒருமா முந்திரிகைக்கீழ் முக்-

[4.] காலெ மூன்று மாவினால் இறை கட்டின பொன் இருநூற்றுத்தொண்ணூற்று எழுகழஞ்செய் நாலு மஞ்சாடியும் மூன்று மா முக்காணி ||— [௰௩*] வடக-வெயான க்ஷத்ரியசிகாமணிவள-

[5.] நாட்டுத்திருநறையூர்நாட்டு அரக்கன்குடி, அளந்தபடி நிலம் எழெ ஆறு மாக்காணி அரைக்காணிக்கீழ் [க]ாணி முந்திரிகைக்கீழ் எட்டு மா முக்காணிக்கீழ் முக்கா-லெ ஒருமாவிலும் இவ்வூர் ஊர்-

[6.] நத்தமுங்குளங்களாலும் இறையிலி நிலம் எட்டு மாக்காணிக்கீழ் ஒன்பது மா நீக்கி நிலம் ஆறெ முக்[கா]லெ மூன்று மா முந்திரிகைக்கீழ் அரையெ மா காணி முந்திரிகைக்கீழ் எட்டு மா

[7.] முக்காணிக்கீழ் முக்காலெ ஒருமாவினால் இறை கட்டின காணிக்கடன் ராஜகெ-ஸரியொடொ[க்கு]ம் ஆடவல்லான் என்னும் மரக்காலால் அளக்கக்கடவ நெல்லு அறுநூற்று

[8.] ஐம்பத்து அறுகலனெ எழுகுறுணி முன்னாழி ||— [௰௪*] இந்நாட்டுப்பிடாரசெரி அளந்தபடி நிலம் [ஐ]ஞ்சரையெ இரண்டு மா முக்காணி முந்திரிகைக்கீழ் அ-ரையெ முந்திரிகைக்கீழ்

[9.] அரையெ இரண்டு மாவிலும் இவ்வூர் ஊர்நத்தமுங்குளங்களும் ஆக இறையிலி நிலம் நான்கு மாக்கா[ணி அ]ரைக்காணி முந்திரிகைக்கீழ் மா காணி அரைக்-காணிக்கீழ் எட்டு மா நீக்கி நிலம் ஐஞ்செ

Seventh section.

[1.] எட்டு மாக்காணி அரைக்காணிக்கீழ் எண்மாவரை அரைக்காணி முந்திரிகைக்கீழ் நான்கு மாவினால் இறை க-

[2.] ட்டின காணிக்கடன் ராஜகெஸரியொடொக்கும் ஆடவல்லான் என்னும் ம[ர]க்கா-லால் அளக்கக்க-

[3.] டவ நெல்லு ஐஞ்ஞூ[ற்]று முப்பத்தைங்கலநெ இருதூணிப்பதக்கு நாநாழி [||—] [௰௫*] இந்நாட்டு வெளாநாட்டு

[4.] மணற்காலப்பள்ளியுந்திறப்பான் ஒஹாதெவர் தெவதானங்களும் திருவடிகள் தெவ-தானங்களும்

[5.] இவ்வூரொடும் எறின பெண்பள்ளியும் ஆக அளந்தபடி நிலம் ஐம்பத்தொன்றெ முக்கா-

[6.] லெ ஒருமாக்காணி முக்தரிகை[1]க்கீழ் முக்காலெ மும்மாவரையர[ா]க்க[ா]ணிக்கீழ் அரையி-

[7.] லும் ஊர்நத்தங்களுங்குளங்களும் பிடாரி கொயிலும் பெருவழி[யு]ம் ஆக இறை-யிலி நீங்குகி-

[8.] லம் ஒன்றெ முக்க[ா]லெ இரண்டு மாக்காணி முந்திரிகைக்கீழ் அரையெ இர-ண்டு மா-

[9.] க்காணிக்கீழ் முக்கா[லெ ஒ]ருமா நீக்கி நிலம் நாற்பத்தொந்பதெ முக்காலெ நான்கு மாவி-

Eighth section.

[1.] ன் கீழ் ஆறு மாக்காணி முந்திரிகைக்கீழ் அரையெ நான்கு மாவினால் இறை கட்டின காணிக்கடன் ராஜகெஸரியொடொக்கும் ஆடவல்லான் என்னும் மரக்-காலால் அளக்கக்கடவ நெ[ல்லு*] . . . . .

---

[1] Read முந்திரிகை.

[2.] ரத்துத்தொளாயிரத்தொருபத்தெண்கலநெ இருதூணி முக்குறுணி ஒருநாழி ||— [யசூ*] அரிசிலுக்குங்காவிரிக்குநடுவான உய்யக்கொண்டார்வளநாட்டுத்திரைமூர்-நாட்டுப்பள்ளிச்சந்தம் இறங்கின நெற்குப்பை அ[ளந்தபடி நி*]-

[3.] லம் முப்பத்தொன்பதெ முக்காணி அரைக்காணி முந்திரிகைக்கீழ் அரை[யெ] அரைக்காணி முந்திரிகைக்கீழ் நான்கு மாவிலும் ஊர்நத்தத்தாலுங்குளங்களா-லுஞ்சுடுகாட்டாலும் இ[வ்வூர் நிலத்தை*]

[4.] ஊடறுத்துக்கீழ்நாட்டுக்கு நீர் பாயப்போன ஆறுகளாலும் வாய்க்கால்களாலும் ஆக இறையிலி நீங்குநிலம் ஒன்றரையெ மும்மாவரை அரைக்காணிக்கீழ் அ-ரையெ ஒருமா அ[ரைக்காணி*]

[5.] முந்திரிகைக்கீழ் நான்கு மா நீக்கி நிலம் முப்பத்தெழெ எழுமாக்காணிக்[கீழ்] முக்காலெ நான்கு மாவினால் இறை கட்டின காணிக்கடன் ராஜகெஸரியொ-டொக்கும் ஆடவல்லான் என்[னும் ம*]-

[6.] ரக்காலால் அளக்கக்கடவ நெல்லு மூவாயிரத்தெழுநூற்று இருபத்திருகல[நெ]ந ஐஞ்ஞாழி ||— [யள*] வடகரைராஜெந்த்ரசிங்கவளநாட்டு இன்னம்பர்நாட்டு மருத்துவக்குடி அளந்தபடி நிலம் [முப்ப*]-

[7.] தரையெ நான்கு மா முக்காணி அரைக்காணிக்கீழ் அரையெ மூன்று மா[விலு]ம் ஊரிருக்கையும் ஸ்ரீகொயில்களாலுந்திருமுற்றங்களாலுந்திருநந்தவனங்களாலும் பறைச்-செரி[யாலும்*]

[8.] சுடுகாடும் ஆக இறையிலி நீங்குநிலம் முக்காலெ இரண்டு மா அரைக்காணிக்-கீழ் ஒ[ரு]மாவரை முந்திரிகை நீக்கி நிலம் இருபத்தொன்பதெ முக்காலெ இ-ரண்டு மா முக்காணிக்கீழ் அரை[யெ ஒரு*]-

[9.] மா காணி அரைக்காணி முந்திரிகையினால் இறை கட்டின காணிக்கடன் ராஜ-கெஸரியொடொக்கு[ம் ஆடவல்லா]ன் என்னும் மரக்[கால]ால் அளக்கக்கடவ நெ-ல்லு இரண்டாயிரத்துத்தொளாயிரத்து அறுபத்தெழுகலநெ இருதூணிப்பதக்கு இருநாழி [யஅ*]

TRANSLATION.

1. Hail! Prosperity! There was engraved on stone, as orally settled, the revenue (*kâṇik-kaḍaṉ*) in paddy,—which has to be measured by the *marakkâl* called (*after*) Âḍavallâṉ, which is equal to a *râjakêsari*,—and the gold and the money (*kâśu*), which have to be paid from the land paying taxes; and (*there was also engraved on stone*) the land free from taxes,—including the village-site (*ûr-nattam*), the sacred temples (*śrî-kôyil*), the ponds (*kuḷam*), the channels (*vâykkâl*) passing through (*the villages*), the *Paṟaichchêri*,[1] the *Kammâṇa-śêri*[2] and the burning-ground (*śuḍukâḍu*),—in the villages, which the lord Śrî-Râjarâja-dêva had given in the Chôḷa country (*Śôṟa-maṇḍalam*) and in other countries as divine gifts (*dêvadâna*) for the expenses (*nibandha*)[3] required by the supreme lord (*paramasvâmin*) of the sacred stone-temple (*tirukkaṟṟaḷi*), (*called*) Śrî-Râjarâjêśvara,—which the lord Śrî-Râjarâjadêva had caused to be built (*at*) Tañjâvûr,—until the twenty-ninth year (*of the reign*) of Kô-Râjakêsarivarman, *alias* Śrî-Râjarâjadêva, who,—while (*his*) heart rejoiced, that, like the goddess of fortune, the goddess of the great earth had become his wife,—in his life of growing strength, during which, having been pleased to cut the vessel (*in*) the hall (*at*) Kândaḷûr, he conquered by his army, which was victorious in

[1] *I.e.*, the quarter in which the Paṟaiyas live.

[2] Kammâṇaṉ seems to stand for Kammâḷaṉ. The Kammâḷas or artisans include stone-masons, carpenters, blacksmiths, goldsmiths and coppersmiths.

[3] See the translation of No. 6, paragraph 1, note.

great battles, Vêṅgai-nâḍu, Gaṅga-pâḍi, Taḍigai-pâḍi, Nuḷamba-pâḍi, Kuḍa-malai-nâḍu, Kollam, Kaliṅgam, Îṟa-maṇḍalam, (*which was the country*) of the Śiṅgaḷas who possessed rough strength, the seven and a half *lakshas* of Iraṭṭa-pâḍi, and twelve thousand ancient islands of the sea,—deprived the Śeṟiyas of their splendour, while (*he*) was resplendent (*to such a degree*) that (*he*) was worthy to be worshipped everywhere :—

2. (*The village of*) Pâlaiyûr in Iṅgaṇâḍu, (*a subdivision*) of Teṉ-Kaḍuvây,[1] *alias* Arumoṟidêva-vaḷanâḍu, (*contains*), according to measurement, one hundred and thirty-four (*measures of*) land and eight twentieths; $\frac{1}{320}$ of[2] three quarters, three twentieths, one fortieth, one hundred-and-sixtieth and one three-hundred-and-twentieth; and $(\frac{1}{320})^2$ of[3] four twentieths,—including the Jaina temple (*paḷḷi*) and (*the land*) enjoyed by the community of Jaina teachers (*gaṇimuṟṟûṭṭu*). There have to be deducted nine (*measures of*) land free from taxes, one eightieth, one hundred-and-sixtieth and one three-hundred-and-twentieth; and $\frac{1}{320}$ of one half,—consisting of the village-site, the ponds, the *Kammâṇaśêri*, the *Paṟaichchêri*, the burning-ground, and the channels which pass through the land of this village. (*There remain*) one hundred and twenty-five (*measures of*) land paying taxes, seven twentieths, one fortieth and one three-hundred-and-twentieth; $\frac{1}{320}$ of eight twentieths, one fortieth, one hundred-and-sixtieth and one three-hundred-and-twentieth; and $(\frac{1}{320})^2$ of four twentieths.[4] The revenue paid as tax is twelve thousand five hundred and thirty *kalam*,[5] two *tûṇi*, (*one*) *kuṟuṇi* and one *nâṟi* of paddy, which has to be measured by the *marakkâl* called (*after*) Âḍavallâṉ, which is equal to a *râjakêsari*.

3. (*The village of*) Ârappâṟ in the same *nâḍu* (*contains*), according to measurement, one hundred and eleven (*measures of*) land, six twentieths, one fortieth and one hundred-and-sixtieth; $\frac{1}{320}$ of three quarters and one eighth; and $(\frac{1}{320})^2$ of one half and two twentieths,—including the *nâyvâlam*,[6] (*the land*) enjoyed by the physician (*maruttuvappêṟu*),[7] and the Jaina temple. There have to be deducted three (*measures of*) land free from taxes, one half, four twentieths, one eightieth and one hundred-and-sixtieth,—(*consisting of*) the village-site, the ponds, the sacred temple,[8] the temple of Aiyaṉ,[9] the temple of Piḍâri,[10] the ponds in paddy-fields (*karaṇi*), and the site of the *Paṟaichchêri*. (*There remain*) one hundred and seven (*measures of*) land paying taxes, one half, two twentieths and one eightieth; $\frac{1}{320}$ of three quarters and one eighth; and $(\frac{1}{320})^2$ of one half and two twentieths. The revenue paid as tax is ten thousand seven hundred and forty-five *kalam*, two *tûṇi*, (*one*) *padakku* and

---

[1] *I.e.*, '(*the country*) on the south of the Kaḍuvây (*river*)' The latter is probably identical with the "Kaduveiyáru" in the Nâgapaṭṭaṇam (Negapatam) tâlluqa; see the *Tanjore Manual*, p. 7.

[2] The fraction $\frac{1}{320}$ is substituted in the translation for the arithmetical term கீழ்.

[3] The fraction $(\frac{1}{320})^2$ is substituted for the second கீழ்.

[4] The whole operation is as follows :—

Total extent: $134\,\frac{8}{20} + \frac{1}{320}\,(\frac{3}{4} + \frac{3}{20} + \frac{1}{40} + \frac{1}{160} + \frac{1}{320}) + (\frac{1}{320})^2 \times \frac{4}{20}$.

Deduct: $9\,\frac{1}{80} + \frac{1}{160} + \frac{1}{320} + \frac{1}{320} \times \frac{1}{2}$.

Remainder: $125\,\frac{7}{20} + \frac{1}{40} + \frac{1}{320} + \frac{1}{320}\,(\frac{8}{20} + \frac{1}{40} + \frac{1}{160} + \frac{1}{320}) + (\frac{1}{320})^2 \times \frac{4}{20}$.

[5] 1 கலம் consists of 3 தூணி, 1 தூணி of 2 பதக்கு, 1 பதக்கு of 2 குறுணி or மரக்கால், 1 குறுணி of 8 நாழி or படி, 1 நாழி of 2 உரி, 1 உரி of 2 உழக்கு, and 1 உழக்கு of 2 ஆழாக்கு.

[6] The literal meaning of this obscure term would be 'the dog's tail.'

[7] Compare the synonym *vaidya-vṛitti* in Vol. I, p. 91.

[8] This word designates the orthodox Hindû temple, as opposed to the temples of the Drâviḍian village deities and to the Jaina temples.

[9] Aiyaṉ or Aiyaṉâr is a village god, who is worshipped in the Tamil country.

[10] This is the name of a village goddess; see Ziegenbalg's *Genealogy of the South-Indian Gods*, p. 144.

three *nâṛi* of paddy, which has to be measured by the *marakkâl* called (*after*) Âḍavallâṉ, which is equal to a *râjakêsari.*

4. (*The village of*) Kîraṉdêvaṉkuḍi in the same *nâḍu* (*contains*) [forty-]two [measures of land], three quarters, four twentieths, one eightieth and one three-hundred-and-twentieth; $\frac{1}{320}$ of one half, three twentieths, three eightieths and one hundred-and-sixtieth; and $(\frac{1}{320})^2$ of eight twentieths. [There have to be deducted] two (*measures of*) land free from taxes, one twentieth, one fortieth, one hundred-and-sixtieth and one three-hundred-and-twentieth; $\frac{1}{320}$ of four twentieths and one three-hundred-and-twentieth; [and $(\frac{1}{320})^2$ of one half and two twentieths],—(*consisting of*) the village-site, ... the sacred temple and (*its*) flower-garden (*nandavaṉam*), and the ponds. (*There remain*) forty (*measures of*) land [paying taxes], three quarters, two twentieths, one fortieth and one hundred-and-sixtieth; $\frac{1}{320}$ of nine twentieths and three eightieths; and $(\frac{1}{320})^2$ of three quarters and one twentieth. [The revenue] paid as tax is four thousand and seventy *kalam*, five *kuṟuṇi* and five *nâṛi* of paddy, which has to be measured by the *marakkâl* called (*after*) [Âḍava]-llâṉ, ...

5. (*The village of*) Nâgaṉk . . . . . in the same *nâḍu* (*contains*) [twenty-two measures of land, one half,] two twentieths, three eightieths and one hundred-and-sixtieth; $\frac{1}{320}$ of two twentieths, one fortieth and one hundred-and-sixtieth; and $(\frac{1}{320})^2$ of eight twentieths. [There have to be deducted] three quarters (*of a measure*) of land free from taxes, one twentieth, one hundred-and-sixtieth [and one three-hundred-and-twentieth; and $\frac{1}{320}$ of two twentieths and one fortieth],—consisting of the village-site (*ûr-irukkai*), the ponds, [the temple of] Aiyaṉ, ... the channels which pass through the land of this village, and the burning-ground. (*There remain*) twenty-one (*measures of*) land [paying taxes], three quarters, one twentieth, one fortieth, one hundred-and-sixtieth and one three-hundred-and-twentieth; $\frac{1}{320}$ of one hundred-and-sixtieth; and $(\frac{1}{320})^2$ of eight twentieths. [The revenue] paid as tax is two thousand one hundred and eighty-three *kalam*, five *kuṟuṇi* and four *nâṛi* of paddy, which has to be measured by the *marakkâl* called (*after*) [Âḍa-val]lâṉ, ...

6. . . . . There have to be deducted five (*measures of*) land free from taxes; $\frac{1}{320}$ of one half, three twentieths and three eightieths; and $(\frac{1}{320})^2$ of three quarters and one twentieth,— (*consisting of*) . . . . the *Paṟaichchêri*, the ponds and the water-courses (*ôḍai*). (*There remain*) one hundred and fifteen (*measures of*) land paying taxes, one quarter, one hundred-and-sixtieth and one three-hundred-and-twentieth; $\frac{1}{320}$ of one half, three twentieths and one three-hundred-and-twentieth; and $(\frac{1}{320})^2$ of one half and two twentieths. The revenue paid as tax is eleven thousand five hundred and twenty-six *kalam*, (*one*) *kuṟuṇi* and seven *nâṛi* of paddy, ... which is equal to a *râjakêsari.*

7. (*The village of*) Taṉṉîrkkuṉṟam, *alias* Râjarâja-nallûr, in the same *nâḍu* (*contains*), according to measurement, thirty-six (*measures of*) land, one half, one twentieth, one hundred-and-sixtieth and one three-hundred-and-twentieth; $\frac{1}{320}$ of three quarters, one twentieth and one eightieth; and $(\frac{1}{320})^2$ of three quarters and one twentieth. There have to be deducted two (*measures of*) land free from taxes, seven twentieths, one hundred-and-sixtieth and one three-hundred-and-twentieth; $\frac{1}{320}$ of three quarters, one twentieth, one fortieth and one three-hundred-and twentieth; and $(\frac{1}{320})^2$ of one half and two twentieths,—consisting of the village-site, the ponds, the sacred temples, the burning-ground, the *Paṟaichchêri*, ... and the channels which pass through the land of this village to other villages. (*There remain*) thirty-four (*measures of*) land, three twentieths, three eightieths, one hundred-and-sixtieth and one three-hundred-and-twentieth; $\frac{1}{320}$ of three

quarters, four twentieths, one fortieth, one hundred-and-sixtieth and one three-hundred-and-twentieth; [and $(\frac{1}{320})^2$ of four twentieths. The revenue paid as tax is] three thousand three hundred and seventy-eight *kalam*, (*one*) *padakku* and four *nâṛi* of paddy, which has to be measured by the *marakkâl* called (*after*) Âḍavallâṉ, which is equal to a [*râ*]*jakêsari*.

8. (*The village of*) Uchchipâḍi in the same *nâḍu* (*contains*), according to measurement, fifty-seven (*measures of*) land, one half, one twentieth, three eightieths, one hundred-and-sixtieth and one three-hundred-and-twentieth; and $\frac{1}{320}$ of one half, four twentieths and three eightieths. There have to be deducted one (*measure of*) land free from taxes, three quarters, three twentieths, three eightieths, one hundred-and-sixtieth and one three-hundred-and-twentieth; $\frac{1}{320}$ of two twentieths, one fortieth and one three-hundred-and-twentieth; and $(\frac{1}{320})^2$ of one half and two twentieths,—[consisting of] the village-site, the ponds, the sacred temples, the *Îrachchêri*,[1] . . . . (*There remain*) fifty-five (*measures of*) land paying taxes, one half and three twentieths; $\frac{1}{320}$ of one half, two twentieths and one hundred-and-sixtieth; and $(\frac{1}{320})^2$ of eight twentieths. The revenue paid as tax is . . . . [hundred] and twenty-six *kalam*, (*one*) *tûṇi* and four *nâṛi* [of paddy, which has to be measured] by the *marakkâl* called (*after*) Âḍavallâṉ, which is equal to a *râjakêsari*.

9. (*The village of*) Kîṟ-Vaḍugakkuḍi in the same *nâḍu* (*contains*), according to measurement, twenty-seven (*measures of*) land, one half, one twentieth, one fortieth and one hundred-and-sixtieth; $\frac{1}{320}$ of four twentieths, one hundred-and-sixtieth and one three-hundred-and-twentieth; and $(\frac{1}{320})^2$ of four twentieths. There have to be deducted [one measure of land free from taxes, two twentieths,] one hundred-and-sixtieth and one three-hundred-and-twentieth; $\frac{1}{320}$ of three twentieths, one eightieth and one hundred-and-sixtieth; and $(\frac{1}{320})^2$ of eight twentieths,—[consisting of] the village-site, the ponds, the sacred temples, the burning-ground, the *Îrachchêri*, the *Kammâṇaśêri*, the *Paṟaichchêri*, the *Vaṇṇârachchêri*,[2] the ponds and wells of the Paṟaiyas (*paṟaikkuḷakkuṟi*),[3] . . . . (*There remain*) twenty-six (*measures of*) land paying taxes, nine twentieths, one eightieth, one hundred-and-sixtieth and one three-hundred-and-twentieth; $\frac{1}{320}$ of three eightieths; and $(\frac{1}{320})^2$ of three quarters and one twentieth. The revenue paid as tax is two thousand six hundred and . . . . of paddy, which has to be measured by the *marakkâl* called (*after*) Âḍavallâṉ, which is equal to a *râjakêsari*.

10. (*The village of*) Kañjâṟa[ṉa]gar[4] in . . . . (*contains*), according to measurement, six (*measures of*) land, three quarters, two twentieths, three eightieths, one hundred-and-sixtieth and one three-hundred-and-twentieth; $\frac{1}{320}$ of three quarters, one twentieth and three eightieths; and $(\frac{1}{320})^2$ of three quarters and one twentieth. There have to be deducted one twentieth (*of a measure*) of land free from taxes, three eightieths, one hundred-and-sixtieth and one three-hundred-and-twentieth; $\frac{1}{320}$ of six twentieths, one eightieth and one hundred-and-sixtieth; and $(\frac{1}{320})^2$ of eight twentieths,—consisting of the ponds of this village. (*There remain*) six (*measures of*) land paying taxes, three quarters and one twentieth; $\frac{1}{320}$ of one half, one eightieth [and one hundred-and-sixtieth; and $(\frac{1}{320})^2$ of eight twentieths]. The revenue [paid as tax] is six hundred and seventy-four *kalam*, two *tûṇi*, (*one*) *kuṟuṇi* and four *nâṛi* of paddy, which has to be measured by the *marakkâl* called (*after*) Âḍavallâṉ, which is equal to a *râjakêsari*.

---

[1] *I.e.*, the quarter where toddy (*îram*) is sold. [2] *I.e.*, the quarter of the washermen (Vaṇṇâr).

[3] In villages the Paṟaiyas are not permitted to draw water from tanks or wells used by the caste people.

[4] After this word, the original stone has a crack, which looks like the remainder of a letter. Perhaps the true reading is Kañjâṟaṉagaram.

11. The land, which is a divine gift, in (*the village of*) Ûśikkaṇṇaṅguḍi in the same *nâḍu* (*contains*), according to measurement, five (*measures of*) land, one half, two twentieths, one fortieth and one hundred-and-sixtieth; $\frac{1}{320}$ of three quarters, three eightieths, one hundred-and-sixtieth and one three-hundred-and-twentieth; and $(\frac{1}{320})^2$ of four twentieths. There have to be deducted three twentieths (*of a measure*) of land free from taxes, one fortieth and one hundred-and-sixtieth; $\frac{1}{320}$ of three quarters, three twentieths and three eightieths; and $(\frac{1}{320})^2$ of three quarters and one twentieth,—consisting of the village-site, the ponds, the burning-ground, and the causeway (*kulai*) on the bank of the Pâṇḍavây (*river*).[1] (*There remain*) five (*measures of*) land paying taxes, eight twentieths, three eightieths, one hundred-and-sixtieth and one three-hundred-and-twentieth; $\frac{1}{320}$ of three quarters, two twentieths and one hundred-and-sixtieth; and $(\frac{1}{320})^2$ of eight twentieths. The revenue paid as tax is five hundred and eighteen *kalam*, two *tûṇi* and two *nâri* of paddy, which has to be measured by the *marakkâl* called (*after*) Âḍavallâṉ, which is equal to a *râjakêsari*.

12. (*The village of*) Vaḍaviṟaiyâṉpaḷḷam in Ârvalakkûṟṟam, (*a subdivision*) of the same *nâḍu*, (*contains*), according to measurement, twenty-four (*measures of*) land, one quarter and one hundred-and-sixtieth; $\frac{1}{320}$ of nine twentieths, one eightieth and one hundred-and-sixtieth; and $(\frac{1}{320})^2$ of eight twentieths. There have to be deducted six twentieths (*of a measure*) of land free from taxes, one eightieth and one hundred-and-sixtieth; $\frac{1}{320}$ of six twentieths, one eightieth and one hundred-and-sixtieth; and $(\frac{1}{320})^2$ of eight twentieths,—consisting of the village-site, the ponds of this village, the burning-ground, and the channels which pass through the land of this village and supply water to other villages. (*There remain*) twenty-three (*measures of*) land, three quarters, three twentieths and three eightieths; and $\frac{1}{320}$ of three twentieths. The revenue paid as tax is two thousand three hundred and ninety-three *kalam*, two *tûṇi*, (*one*) *kuṟuṇi* and five *nâri* of paddy, which has to be measured by the *marakkâl* called (*after*) Âḍavallâṉ, which is equal to a *râjakêsari*.

13. Tiruttengûr, a town (*nagara*) in the same *nâḍu*, (*contains*), according to measurement, thirty-four (*measures of*) land, one quarter, three eightieths and one three-hundred-and-twentieth; $\frac{1}{320}$ of three quarters, one twentieth, three eightieths and one three-hundred-and-twentieth; and $(\frac{1}{320})^2$ of two twentieths. There have to be deducted four (*measures of*) land free from taxes, one half, three eightieths and one hundred-and-sixtieth; $\frac{1}{320}$ of three quarters, one fortieth, one hundred-and-sixtieth and one three-hundred-and twentieth; and $(\frac{1}{320})^2$ of four twentieths,—consisting of the village-site, the ponds of this village, the ponds in the fields (*pulam*), the *Tîṇḍâchchêri*,[2] the *Paṟaichchêri* and the burning-ground. (*There remain*) twenty-nine (*measures of*) land, one half, four twentieths, three eightieths, one hundred-and-sixtieth and one three-hundred-and-twentieth; $\frac{1}{320}$ of one twentieth and one three-hundred-and-twentieth; and $(\frac{1}{320})^2$ of three quarters and three twentieths. The gold paid as tax is two hundred and ninety-seven *karañju*, four *mañjâḍi*, three tenths[3] and three fortieths.[4]

14. (*The village of*) Arakkaṉkuḍi in Tirunaṟaiyûr-nâḍu, (*a subdivision*) of Vaḍa-Kaḍuvây,[5] *alias* Kshatriyaśikhâmaṇi-vaḷanâḍu, (*contains*), according to measurement, seven (*measures of*) land, six twentieths, one eightieth and one hundred-and-sixtieth; $\frac{1}{320}$ of one eightieth and one three-hundred-and-twentieth; $(\frac{1}{320})^2$ of eight twentieths and three

---

[1] This is probably the "Pândavayâru," a branch of the "Vennâru;" see the *Tanjore Manual*, pp. 327 and 461.

[2] *I.e.*, 'the quarter of those who must not be touched, of low-caste people.'

[3] See page 36, note 1.

[4] See the translation of No. 5, paragraph 17, note.

[5] *I.e.*, '(*the country*) on the north of the Kaḍuvây (*river*);' compare Teṉ-Kaḍuvây in paragraph 2.

eightieths; and $(\frac{1}{320})^3$ of three quarters and one twentieth. There have to be deducted eight twentieths (*of a measure*) of land free from taxes and one eightieth; and $\frac{1}{320}$ of nine twentieths,—consisting of the village-site and the ponds of this village. (*There remain*) six (*measures of*) land, three quarters, three twentieths and one three-hundred-and-twentieth; $\frac{1}{320}$ of one half, one twentieth, one eightieth and one three-hundred-and-twentieth; $(\frac{1}{320})^2$ of eight twentieths and three eightieths; and $(\frac{1}{320})^3$ of three quarters and one twentieth. The revenue paid as tax is six hundred and fifty-six *kalam*, seven *kuṟuṇi* and three *nâṛi* of paddy, which has to be measured by the *maraḳkâl* called (*after*) Âḍavallâṉ, which is equal to a *râjakêsari*.

15. (*The village of*) Piḍâraśêri in the same *nâḍu* (*contains*), according to measurement, five (*measures of*) land, one half, two twentieths, three eightieths and one three-hundred-and-twentieth; $\frac{1}{320}$ of one half and one three-hundred-and-twentieth; and $(\frac{1}{320})^2$ of one half and two twentieths. There have to be deducted four twentieths (*of a measure*) of land free from taxes, one eightieth, one hundred-and-sixtieth and one three-hundred-and-twentieth; $\frac{1}{320}$ of one twentieth, one eightieth and one hundred-and-sixtieth; and $(\frac{1}{320})^2$ of eight twentieths,—consisting of the village-site and the ponds of this village. (*There remain*) five (*measures of*) land, eight twentieths, one eightieth and one hundred-and-sixtieth; $\frac{1}{320}$ of eight twentieths, one fortieth, one hundred-and-sixtieth and one three-hundred-and-twentieth; and $(\frac{1}{320})^2$ of four twentieths. The revenue paid as tax is five hundred and thirty-five *kalam*, two *tûṇi*, (*one*) *padakku* and four *nâṛi* of paddy, which has to be measured by the *maraḳkâl* called (*after*) Âḍavallâṉ, which is equal to a *râjakêsari*.

16. (*The village of*) Maṉaṟkâlappaḷḷi, the divine gifts to Tiṟappâṉ Mahâdêvar, the divine gifts to Tiruvaḍigaḷ,[1] and (*the village of*) Peṉpaḷḷi, which adjoins this village (*of* Maṉaṟkâlappaḷḷi), in Vêḷânâḍu, (*a subdivision*) of the same *nâḍu*, contain, according to measurement, fifty-one (*measures of*) land, three quarters, one twentieth, one eightieth and one three-hundred-and-twentieth; $\frac{1}{320}$ of three quarters, three twentieths, one fortieth and one hundred-and-sixtieth; and $(\frac{1}{320})^2$ of one half. There have to be deducted one (*measure of*) land free from taxes, three quarters, two twentieths, one eightieth and one three-hundred-and-twentieth; $\frac{1}{320}$ of one half, two twentieths and one eightieth; and $(\frac{1}{320})^2$ of three quarters and one twentieth,—consisting of the village-sites, the ponds, the temple of Piḍâri, and the high-road (*peru-vaṛi*). (*There remain*) forty-nine (*measures of*) land, three quarters and four twentieths; $\frac{1}{320}$ of six twentieths, one eightieth and one three-hundred-and-twentieth; and $(\frac{1}{320})^2$ of one half and four twentieths. The revenue paid as tax is . . . . . [thousand] nine hundred and eighteen *kalam*, two *tûṇi*, three *kuṟuṇi* and one *nâṛi* [of paddy], which has to be measured by the *maraḳkâl* called (*after*) Âḍavallâṉ, which is equal to a *râjakêsari*.

17. (*The village of*) Neṟkuppai, in which a *paḷḷichchandam*[2] is established(?), in Tirai-mûr-nâḍu, (*a subdivision*) of Uyyakkoṇḍâr-vaḷanâḍu, which is situated between the Ariśil[3] and Kâvîri (*rivers*), (*contains*), [according to measurement], thirty-nine (*measures*

---

[1] As அடி, 'a foot,' is frequently used in the sense of 'a slave, a servant,' the term திருவடிகள், 'the sacred feet,' possibly refers to Chaṇḍêśvara, who is surnamed 'the first servant' of god Îśvara; see the translation of No. 6, paragraph 1, note.

[2] பள்ளிச்சந்தம் means 'land or a village belonging to a Jaina temple;' see Vol. I, p. 91, note 5. The word might be explained as a compound of *paḷḷi*, 'a Jaina temple' (see paragraph 2), and *santa*, 'belonging to,' a Prâkṛit form of सत्.

[3] This is probably the same as the "Arasileiyâṛu," a branch of the Kâvêri which enters the sea at Kâraikkâl (Karikal); see the *Tanjore Manual*, p. 6.

of) land, three eightieths, one hundred-and-sixtieth and one three-hundred-and-twentieth; $\frac{1}{320}$ of one half, one hundred-and-sixtieth and one three-hundred-and-twentieth; and $(\frac{1}{320})^2$ of four twentieths. There have to be deducted one (*measure of*) land free from taxes, one half, three twentieths, one fortieth and one hundred-and-sixtieth; $\frac{1}{320}$ of one half, one twentieth, [one hundred-and-sixtieth] and one three-hundred-and-twentieth; and $(\frac{1}{320})^2$ of four twentieths,—consisting of the village-site, the ponds, the burning-ground, and the rivers and channels which pass through [the land of this village] and supply water to the eastern country. (*There remain*) thirty-seven (*measures of*) land, seven twentieths and one eightieth; and $\frac{1}{320}$ of three quarters and four twentieths. The revenue paid as tax is three thousand seven hundred and twenty-two *kalam* and five *nâṛi* of paddy, which has to be measured by the *marakkâl* called (*after*) Âḍavallâṉ, which is equal to a *râjakêsari*.

18. (*The village of*) Maruttuvakkuḍi in Iṉṉambar-nâḍu, (*a subdivision*) of Vaḍakarai-Râjêndrasiṁha-vaḷanâḍu,[1] (*contains*), according to measurement, [thirty] (*measures of*) land, one half, four twentieths, three eightieths and one hundred-and-sixtieth; and $\frac{1}{320}$ of one half and three twentieths. There have to be deducted three quarters (*of a measure*) of land free from taxes, two twentieths and one hundred-and-sixtieth; and $\frac{1}{320}$ of one twentieth, one fortieth and one three-hundred-and-twentieth,—consisting of the village-site, the sacred temples and (*their*) sacred courts (*tiru-muṟṟam*) and sacred flower-gardens, the *Paṟaichchêri* and the burning-ground. (*There remain*) twenty-nine (*measures of*) land, three quarters, two twentieths and three eightieths; and $\frac{1}{320}$ of one half, [one] twentieth, one eightieth, one hundred-and-sixtieth and one three-hundred-and-twentieth. The revenue paid as tax is two thousand nine hundred and sixty-seven *kalam*, two *tûṇi*, (*one*) *padakku* and two *nâṛi* of paddy, which has to be measured by the *marakkâl* called (*after*) Âḍavallâṉ, which is equal to a *râjakêsari*.

No. 5. On the north wall, upper tier.

The original of this inscription is divided into two sections of nine lines each. At the commencement of each line of the first section, a few syllables are lost, and the first five lines of the same section are considerably damaged about the middle. In the first line the date is lost. As, however, the preserved part of the historical passage, with which the line opens, agrees literally with the corresponding passage of No. 4, the inscription cannot have been engraved before the 29th year of the reign of Râjarâjadêva. Like No. 4, this inscription specifies the revenue in paddy and the revenue in gold, to be paid by a number of villages which Râjarâjadêva had given to the temple.

Text.

First section.

[1.] [ஸ்வஸ்தி ஸ்ரீ: ‖ திருமகள்*] பொலப்பெருநிலச்செல்வியுந்தனக்கெ உரிமை பூண்டமை
மனக்கொளக்காந்தளூர்ச்சாலை கலமறுத்தருளி வெங்கைநாடுங்கங்கபாடியுந்தடிகைபா-
டியுந்நுளம்பபாடியுங்குடமலைநாடுங்கெ[ா]ல்லமுங்கலிங்கமும் முரட்டொழில் சிங்களர்
ஈழமண்டலமும் இரட்டபாடி எழரை இ[லக்கமும்] முன்னீர்ப்பழந்தீவு பன்னீ-
ராயிரமுந்திண்டிறல் வென்றித்தண்டாற்கொண்ட தன்னெழில் வளரூழியுளெல-
. . . . [ய]ார் ஸ்ரீராஜராஜதெவர் குடுத்த ஊர்களில் ஊர்-
ந்த் . . . . [வ]ாய்க்கால்களும் பறைச்சேரியுங்கம்மாணசேரி-

---

[1] *I. e.*, 'the fertile country, (*called after*) Râjêndrasiṁha, on the northern bank (*of the* Kâvêri).'

14

யுஞ்சுடுகாடும் உள்ளிட்டு இறையி[லி] நிலங்களும் இறை கட்டின நிலத்தால்
காணிக்கடன் ராஜகெஸ[ரி]யொடொக்கும் ஆடவல்லான் என்னும் மரக்காலால்
அளக்கக்கடவ நெல்லும் இடக்கடவ பொன்னுங்காசும் பெசிக்கல்லில் வெட்டின
[௧*]

[2.] [வடகரைராஜெ*]ந்த்ரசிங்கவளநாட்டு[1] இன்னம்பர்நாட்டுக்கருப்பூர்த்தெவதானமுஞ்சாலா-
பொகமும் நீ[க்]கி வெள்ளான் வகையாய் வருகின்ற நிலம் ஐஞ்சரையெ
நான்கு மாக்காணி அரைக்காணி முந்திரிகைக்கீழ் அரையெ அரை மா அரை-
க்காணி முந்திரிகைக்கீழ் அரையெ ஒருமாவினும் ஊர்நத்தமுங்கு[ளமுங்கரை]-
யும் ஸ்ரீகொயிலுந்திருமுற்றமும் பிடாரி கொயிலுஞ்செ[ங்]கழுநீர் நட்ட குளத்தில்
மூன்றெ[ரு*]பாதியுஞ்சுடுகாடும் ஆக . . . . [வ] நெல்லு
ஐஞ்[ஞூ]ற்று [ந]ாற்[பத்தொன்]பதின் கலனெ எழுகுறுணி நானாழி ||— [௨*]
இந்நாட்டு . . . . [வி]நாட்டு[2]த்[தி]ருத்தெவன்குடி உள்ளூர்க்கடெவர்க்கு
நீக்கி எற ஸ்வஹரித்து உண்டு [வரு]கின்ற நிலமென்று வெறு முதலாக்கி
வெள்ளான் வகையாக்கி வெள்ளான் வகையால் வருகின்ற நிலம் வெள்ளான்
வகையில் முதல் தவிர்ந்து இவ்வூர் ஊர்நத்தமுஞ்சுடுகாடுமுள்ளிட்டு இறையிலி-
யாக நீக்கின நிலன் பொதுவெ அனுஹவிக்க-

[3.] [க்கடவ*]தாக நிங்கல் நீக்கி அளந்தபடி நிலம் இருபத்தொன்பதெ காலெ
முக்காணி . முந்திரிகைக்கீழ் நான்கு மாக்காணி அரைக்காணிக்கீழ் காலெ அரை
மாவினால் இறை கட்டின காணிக்கடன் ராஜகெஸரியொடொக்கும் ஆடவல்லா-
னென்னுமரக்காலால் அளக்கக்கடவ நெல் இரண்டாயிரத்துத்தொளாயிரத்து
. . . . . . [ங்]கலனெ இருதூணி ஒருநாழி ||— [௩*] இன்னாட்டுத்திருவாலி-
நாட்டுக்கு[றுவ]ாணியக்குடி பள்ளியுட்பட அளந்தபடி நிலம் நாற்ப[த்]தாறெ
அரை மாவரைக்காணிக்கீழ் மூன்று மா முக்காணிக்கீ[ழ் முக்]காலெ ஒருமாவி-
னும் ஊ[ரி]ருக்கையும் [ஸ்ரீ]கொ[யிலு]ந்[திருமுற்றமு] . . . .
[இ]ந்நிலத்த[ாறெ] . . . . [நீ]க்[கி] இறை கட்டின நிலம்
முப்பத்தொன்பதரை[யெ மூன்]று மாக்க[ா]ணி அரைக்காணிக்கீழ் முக்கா[ெ]ல
நான்கு மா முக்காணிக்கிழ் முக்காலெ ஒருமாவினால் இறை கட்டின பொன்
முன்னூற்று நாற்கழஞ்செ மூன்று மஞ்சாடியும் ஒன்பது மாவரை ||— [௪*]
மழநாடான ராஜாஸ்ரயவளநாட்டுப்பாச்சிற்கூற்றத்து மீய்பலாற்று ஆன்பனூர்
அளந்தபடி நிலம் எண்பதெய் முக்காலின் கீழ் அரையெ நான்கு மா அரைக்-
காணி முந்திரிகைக்கீழ் நான்கு. மா-

[4.] [விலும் ஊ*]ரிருக்கையும் இவ்வூர்க்களமுங்குளமுங்கரையும் இவ்வூரையூடறுத்துப்பொய்
நாட்டுக்கு பாயும் பெருவளவாயும் பெருவளவாய் நின்றும் இவ்வூரையூடறுத்துப்-
பொய்ச்செட்டிமங்கலத்துக்குப்பாயும் வாய்க்காலாலும் இவ்வூர் உஹாதெவர் திருவ-
ன்னிஹமவர் ஸ்ரீகொயிலுந்திருமுற்றமும் பிடா[ரி கொயி]லுந்திருமுற்றமுஞ்செட்-
டையார் கொயிலுந்திருமுற்றமும் திருப்பைஞ்ஞீலிமாதெவர் குளமுங்கரையும் இவ்-
வூர் ஈழ[ச்]செரியும் பறைச்செரியும் வெள்ளான் சுடுகாடும் ப[றைச்]சுடுகாடும்
கற்கிடையும் ஆக இறையிலி நீங்குநிலம் நான்[கெ மு]க்காலெ மூன்று மா
முக்காணி முந்திரிகைக்கீழ்க்காலெ . . . . [கீழ் அரையெ-
யிரண்டு மா நீ]க்கி நி[லம் எ]ழு[பத்தைஞ்செ முக்]காலெ [ஒ] . . . .
. . . . [மா]வரை மு[ந்தி]ரிகைக்கீழ் அரையெ இரண்டு மாவினால்
இறை க[ட்டி]ன [கா]ணிக்கடன் ராஜகெஸரியொடொக்கும் ஆடவல்லானென்-
னும் மரக்காலால் அளக்கக்கடவ நெல்லு ஐயாயிரத்தெண்[ணூற்]று ஐம்பதின்
கலனெ இருதூணிக்குறுணி ஒருநாழி ||— [௫*] இன்னாட்டுப்பாச்சிற்கூற்றத்-

---

[1] The break at the beginning of this line is filled up with the help of No. 4, paragraph 18.

[2] Read இந்நாட்டுத்திருவாலிநாட்டு, as in paragraph 4.

துக்கீழ்பலாற்று ஈங்கையூர் அளந்தபடி நிலம் நாற்பத்தைஞ்சரையெ அரை
மா அரைக்காணிக்கீழ் அரையிலும் ஊ[ர்]நத்தமும் இவ்வூ[ர்]ப்பிடாரி கொயி-
லுந்திருமுற்றமும்

[5.] . . . கொயிலுந்திருமுற்றமும் இவ்வூர் மஹாதெவர் ஸ்ரீகொயிலு[ந்]திருமுற்றமும்
இத்தெவர் திருமஞ்சனக்குளத்தாலும் பறைச்செரியாலும் வெள்ளான் சுடுகாட்டா-
லும் பறைச்சுடுகாட்டாலும் ஆக இறைஇலி நீங்குநிலம் இரண்டெ முக்கால்
நீக்கி நிலம் நாற்பத்திரண்டெ முக்காலெ [அரை] ம[ா] அரைக்காணிக்கீழ் அரை-
யினால் இறை கட்டின காணிக்க[ட]ன் ராஜகெஸரியொடொக்கும் ஆடவல்லா-
னென்னும் மரக்காலால் அளக்கக்கடவ நெல்லு நாலாயிரத்திரு[நூற்]று எழுபத்-
தெண்கலனெ முக்குறுணி நானாழி ||— [சா*] இன்னாட்டுப்ப[ாச்]சிற்கூற்றத்துக்-
கீழ்பலாற்றுப்பணமங்கலவனகரை[ப்ப]ற்[று] . . . . . னூரான பணமங்கலம்
அளந்தபடி நிலம் நாற்பத்திரண்டெ எண்[மா] . . . . [க்கீ]ழ்
எட்டு [மா] முக்காணிக்கீழ் முக்காலெ ஒருமாவிலும் ஊரிருக்[கை]நத்தமும்
இவ்வூர் மஹாதெவர் ஸ்ரீகொயிலுந்திருமுற்றமும் இவ்வூரை ஊடறுத்துப்புறவூர்க-
ளுக்கு நீர் பாயும் வாய்க்காலும் [பி]டாரி கொயிலுந்திருமுற்றமும் ஊருணி-
குளமுங்கரையும் ஐயன் கொயிலுந்திருமுற்றமும் கொட்டகாரமும் வெள்ளான்
சுடுகாடும் பறைச்சுடுகாடும் பறைச்செரியும் ஈழச்செரியும் ஆக இறைஇலி நீங்கு-
நிலம் ஒன்றரையெ இரண்டு மா

[6.] . . . முந்திரிகைக்கீழ் அரையெ ஒருமா அரைக்காணி முந்திரிகைக்கிழ் நான்கு
மா நீக்கி நிலம் நாற்பதெ முக்காலெ முக்காணி முந்திரிகைக்கீழ் முக்காலெ
இருமாவரை முந்திரிகைக்கீழ் அரையெ இரண்டு மாவி[னா]ல் இறை கட்டின
காணிக்கடன் ராஜகெஸரியொடொக்கும் ஆடவல்லானென்னுமரக்காலா[ல்] அளக்-
கக்கடவ நெல்லு நாலாயிரத்தெழுபத்திருகலனெ குறுணி எழுநாழி ||— [எ*]
இன்னாட்டுப்பாச்சிற்கூற்றத்து[க்கீ]ழ்[ப*]லாற்றுப்பணமங்கலவன்கரைப்பற்றுச்சாத்த[ந்-
ப]ாடி அளந்தபடி நிலம் பத்தொன்பதெ ஒருமா அரைக்காணி [முந்தி]ரிகை-
க்கீழ் நான்கு மா முக்காணி அரைக்க[ா*]ணிக்கீழ் எட்டு [ம]ாவிலும் ஊர்-
ந[த்த]மும் பறைச்செரியும் இவ்வூர் நிலத்தையூடறுத்துப்பொய்ப்புறவூர்களுக்கு
நீர் [பா]யும் [பை]ங்கெ[ணி] வாய்க்கா[லாலு]ம் ஆக இறை[யிலி] நீங்[கு]நிலம்
நான்கு மாக்காணி அரைக்காணிக்கீழ் முக்காலெ ஒருமா நீக்கி நிலம் பதினெ-
ட்டெ முக்காலெய் ஒருமா முக்காணிக்கீழ் எட்டு மா முக்காணி அரைக்காணிக்-
கீழ் எட்டு மா[வி]னால் இறை கட்டின காணிக்கடன் ராஜகெஸரியொடொக்கும்
ஆடவல்லானென்னுமர[க்]காலால் அளக்கக்கடவ நெல்லு ஆயிரத்தெண்ணூற்று
எண்பத்து முக்கலனெ இருதூணி முக்குறுணி ||— [அ*] இந்நாட்டுப்பாச்-
சிற்கூற்றத்து கீழ்பலாற்று செம்-

[7.] . . . ப்பற்று . . க்கன்குடி அளந்தபடி நிலம் நான்கெ முக்காலெ இரண்டு
மா முக்காணிக்கீழ் ஆறு மா முக்காணிக்கீழ் மூன்று மா அரைக்காணி முந்திரி-
கைக்கீழ் நான்கு மாவிலும் ஊர்நத்தமும் ஈழச்செரி[யு]ங்கொட்டகாரமும் பறைச்-
செரியுமாக இறையிலி நீங்குந்நிலம் மும்மாவரை முந்திரி[கை]க்கீழ் நான்கு மாவ-
ரைக்காணிக்கீழ் முக்காலெ இருமாவரை [மு]ந்திரிகைக்கீழ் அரையெ இரண்டு மா
நீக்கி நிலம் ந[ா]ன்கரையெ நான்கு மா அரைக்காணி முந்திரிகைக்[கீழ்] இரு-
மாவரை முந்திரிகைக்கீழ் காலெ அரை மா முந்திரிகைக்[கீழ்] அரையெ இர-
ண்டு மாவினால் இறை கட்டின காணிக்கடன் ர[ாஜ]கெஸரி[யொ]டொக்கும்
ஆடவ[ல்*]லானென்னுமரக்காலால் அளக்கக்கடவ [நெ]ல் நானூற்று அறுபத்து
ஒன்பதின் கலனெ [தூ]ணி [ஒ]ருநாழி [||—] [கூ*] இந்நாட்டுக்கலாரக்கூற்றத்து
மாந்தொட்டம் அளந்தபடி நிலம் பதினைஞ்சரையெ காணி அரைக்காணி முந்தி-
ரிகைக்கீழ் அரையெ மும்மாவரை முந்திரிகைக்கீழ் அரையெ இரண்டு மாவிலும்

ஊரிருக்கையும் இவ்வூர்க்களமும் கம்மாணசெரியும் இவ்வூர்ப்பறைச்செரியும்
இவ்வூ[ர்] அகையாறும் ஆக இறையிலி நீங்குநிலம் முக்காலெ நான்கு மா
அரைக்காணிக்கீழ் எழுமா அரைக்காணி முந்திரிகைக்கீழ்
[8.] [நான்கு*] மா [நீ]க்கி [நிலம் பதி]னான்கரையெ மா காணி முந்திரிகைக்கீழ் ஆறு
மாக்காணி அரைக்காணிக்கீழ் எட்டு மாவினால் இறை கட்டின காணிக்கடன்
ராஜகெஸரியொடொக்கும் ஆடவ[ல்*]லானென்னுமரக்காலால் அளக்கக்கடவ நெல்
ஆயிரத்து நானூற்று ஐம்பத்து [அறுக]லனெ ஐங்குறுணி எழுநாழி ||— [௰*]
இந்நாட்டு கலாரக்கூற்ற[த்]து இறையான்செரி அளந்தபடி நிலம் பன்னிரண்ட-
ரையெ இருமாவரை முந்திரிகைக்கீழ் காலெ மு[க்க]ாணிக்கீழ் முக்காலெ ஒரு-
மாவிலும் ஊர்நத்தமும் குடியிருக்கை[யும்] பறைச்செரியும் இவ்வூரை ஊடறு-
த்துப்பொய் புறவூர்க்[கு பா]யும் வாய்க்கால் கண்ணன் வாய்க்கால் நீரொடுகா-
லாலும் இவ்வூர் ஊர்க்களத்த[ா]லும் இவ்வூர்க்குளமுங்கரையும் இவ்வூர்
மா[தெவர் ஸ்ரீ]கொயிலுந்திருமுற்றமும் இத்தெவர் திருமஞ்சனக்குளமும் ஆக
இறையிலி நீங்குநிலம் முக்காலெ இரண்டு மாக்காணி அரைக்காணிக்கீழ் அரை-
யெ மூன்று மாவின் கீழ் மூன்று மா அரைக்காணி முந்திரிகைக்கீழ் முக்கா-
ணிக்கீழ் முக்காலெ ஒருமா நீக்கி நிலம் பதினொன்றெ முக்காலெ அரைக்காணி-
க்கீழ் அ[ரை]யெ இரண்டு மா முக்காணிக்கீழ் அரையெ இரண்டு மா முக்-
காணிக்கீழ் முக்காலெ நான்கு மா அரைக்காணி முந்திரிகைக்கீழ் நா-
[9.] [ன்கு மாவி*]னால் [இறை] கட்[டி]ன காணிக்கடன் [ரா]ஜகெஸரியொடொக்கும்
ஆடவல்லானென்னும் மரக்காலால் அளக்கக்கடவ நெல் ஆயிரத்தொருநூற்று அறு-
பத்தொன்பதின் கலனெ இருதூணி இ[ருநா]ழி உரி ||— [௰க*] இந்நாட்டு
வெண்கொன்குடிக்கண்டத்து வெண்கொன்குடி அளந்தபடி நிலம் [ஐ]ம்பதெ எழு-
மாக்காணிக்கீழ் முக்காலெ ஒருமாவிலும் ஊர்நத்தமுங்குடியிருக்கையும் ஊருணி-
குளமுங்[க]ன்று மெய பாழாக கிடந்த நிலமுங்கண்மாணசெரி குடியிருக்-
கையும் பிடாரி கொயிலுந்திருமுற்றமும் வெள்ள[ான் சுடு]காட்டுக்கு பொம்
வழியும் வெள்ளான் சுடுகாடும் பறைச்[சுடுக]ாடும் க[ள]மாய்க்கிடந்த நிலமும்
ஐய்யன் கொயிலுந்திருமுற்றமும் உழ[ப்ப]றையரிருக்கும் கீழைச்செரியும் பெரு[வ]-
. . . . . [க][ரை]யும் உழப்ப[றை]யர் இருக்கும் மெலைப்பறைச்செரியும் இவ்வூர்
நிலத்தாறெயூடறுத்து[ப்]பொன நாட்டார் வாய்க்காலும் ஆக இறையிலி நீங்குநிலம்
இரண்டெ காலெ காணிக்கீழ் ஒருமாவரை அரைக்காணி முந்திரிகைக்கீழ்
அரையெ இரண்டு மா நீக்கி நிலம் நாற்பத்தெட்டெ இரண்டு மாவின் கீழ்
அரையெ நான்கு மாக்காணிக்கீழ் எட்டு மாவினால் இறை கட்டின காணிக்-
கடன் ராஜகெஸ-

Second section.

[1.] ரியொடொக்கும் ஆடவல்லானென்னும் மரக்காலால் அளக்கக்கடவ நெல் நாலாயிர-
த்து எழுநூற்று எண்பத்து நாற்கலனெ இருதூணி அறுநாழி ||— [௰உ*]
இந்நாட்டு வெண்கொன்குடிக்கண்டத்து மாகாணிகுடி அளந்தபடி நிலம் இருப-
த்து மூன்றரையெ [மூ]ன்று மா அரைக்காணிக்கீழ் காணி அரைக்காணிக்கீழ்
எட்டு மாவிலும் ஊரிருக்கையும் ஊர்க்களமும் இவ்வூர்க்க[ளர்] பிடாரியார்
ஸ்ரீகொயிலும் திருமுற்றமும் பிடாரியாரிது தெங்கு[மரம்] நின்ற நந்தவானமும்
இவ்வூரை ஊடறுத்துப்புறவூர்களுக்கு நீர் பாயும் வாய்க்காலாலும் ஈழச்செரியும்
வெள்ளான் சுடுகாடும் பறைச்சுடுகாடும் பறைச்செரியும் ஆக இறையிலி நீங்கு-
நிலம் ஒன்பது மா முக்காணி அரைக்காணி முந்திரிகைக்கீழ் ஒன்பது மா
அரைக்காணி முந்திரிகைக்கீழ் நான்கு மா நீக்கி நிலம் இருபத்து மூன்றெ
மூன்று மா அரைக்காணிக்கீழ் அரையெ ஒருமா அரைக்காணி முந்திரிகைக்கீழ்
நான்கு மாவினால் இறை கட்டின காணிக்கடன் ராஜகெஸரியொடொக்கும்

ஆடவல்[லானெ]ன்னும் மரக்காலால் அளக்கக்கடவ நெல் இரண்டாயிரத்து
முந்நூற்று ஒருபத்து ஐங்கலனெ குறுணி ||— [௰௩*] இந்நாட்டு செம்புறைக்-
கண்ட-

[2.] த்து சிறுசெம்புறை அளந்தபடி நிலம் ஆறரையெ மும்மாவரை முந்திரி[கை]க்கீழ்
அரையெ நான்கு மா முக்காணி அரைக்காணி முந்திரிகையிலும் ஊரிருக்கையு-
ங்கொட்டகாரமும் மாதெவர் இருந்த இடனுங்கண்ணன் வாய் நின்றும் இவ்-
வூர் நிலத்தாறெ குறங்கறுத்துப்புறவூர்க்கு நீர் பாயும் வாய்க்[கா]லும் வெள்ளான்
சுடுகாடுங்கண்மாணசெரியும் பறைச்செரியும் பறைச்சுடுகாடும் ஆக இறையிலி
நீங்குநிலம் எழுமா[க்]காணிக்கீழ் எழுமாவரைக்காணி முந்திரிகைக்கீழ் நான்கு மா
[நீ]க்கி நிலம் ஆறெ அறுமாக்காணி முந்திரிகைக்கீழ் எழுமாவரை அரைக்காணி
முந்திரிகைக்கீழ் முக்காலெ ஒருமாவினால் இறை கட்டின காணிக்கடன் ராஜ-
கெஸரியொடொக்கும் ஆடவல்லானென்னும் மரக்காலால் அளக்கக்கடவ நெல்
அறுநூற்றொருபத்திருகலனெ பதக்கு ||— [௰௪*] இந்நாட்டுப்பாச்சில்கூற்றத்துக்கீழ்-
பலாற்றுத்துறையூர் நிலன் நூற்றைம்பத்திரண்டெ முக்காலெ அரைக்காணி முந்-
திரிகைக்கீழ் அரையெ மூன்று மாக்காணிக்கீழ் முக்காலெ மூன்று மா முக்கா-
ணியிலும் இவ்வூர் நத்தம் குடியிருக்கையும் கிணறும் தொட்டியும் வெள்ளா-

[3.] ன் சுடுகாடும் கொட்டகாரங்களும் தலைவாய்ச்செரியும் ஈழச்செரியும் கம்மாணசெரி-
யும் பறைச்செரியும் பறைச்சுடுகாடும் இவ்வூர் நிலத்தை ஊடறுத்துப்பொய்ப்புற-
வூர்களுக்கு நீர் பாயும் வாய்க்காலும் பிடாரி புன்னைத்துறைநங்கை கொயிலுந்-
திருமுற்றமும் பிடாரி பொதுவகை[க]ளூருடையா[ள்] ஸ்ரீகொயிலும் திருமுற்றமும்
இவ்வூர்க்கா[டு]காள் கொயிலுந்திருமுற்றமும் இவ்வூர் உ-ழெ-யார் கொயிலுந்-
திரு[மு]ற்றமும் இவ்வூர் எருடு கடக்கும் இவ்வூர்க்காளர் பிடாரியார் ஸ்ரீகொயிலுந்-
திருமுற்றமும் ஐயன் கொயிலுந்திருமுற்றமும் இவ்வூர்ப்பிடாரி குதுரைவட்டமு-
டையாள் ஸ்ரீகொயிலுந்திருமுற்றமும் இவ்வூர்க்குளமுங்கரையும் ஆக இறையிலி
நீங்குநிலன் மூன்றெ காணி அரைக்காணிக்கீழ் முக்காலெ இரண்டு மா முக்-
காணி அரைக்காணி முந்திரிகைக்கீழ் எழுமா அரைக்காணி முந்திரிகைக்கீழ்
நான்கு மா நீக்கி நிலன் நூற்று நாற்பத்தொன்பதரையெ நான்கு மா முக்கா-
ணிக்கீழ் முக்காலெ காணி முந்திரிகைக்கீழ் அரையெ ஒருமாவரைக்கீழ் முக்கா-
லெ ஒருமாவினால் இறை கட்டின காணிக்கடன் ராஜகெஸரியொடொக்கும்
ஆடவல்லானெ-

[4.] ன்னும் மரக்காலால் அளக்கக்கடவ நெல்லுப்பதினாலாயிரத்தெண்ணூற்று எண்பத்தெ-
ண்கலநெ தூணிப்பதக்கொருநாழி ||— [௰௫*] இந்நாட்டுக்காரிமங்கலம் நிலன்
பதினொன்றெ ஒன்பது மாக்காணிக்கீழ் முக்காலெ முக்காணி முந்திரிகைக்கீழ்
அரையெ இரண்டு மாவிலும் இவ்வூர் நத்தமும் களமும் வெள்ளான் சுடுக[ா]டும்
[பி]டாரி திருவாலுடையாள் ஸ்ரீகொயிலுந்திருமுற்ற[மு]ங்காடுகாள் கொயிலுந்திரு-
முற்றமும் ஈழச்செரியும் கம்மாணசெரியும் பறைச்செரியும் பறையர் சுடுகாடும்
ஆக இறையிலி நீங்குநிலன் எழுமாவரை அரைக்காணி முந்திரிகைக்கீழ் முக்-
காலெ அரை மாவிந் கீழ் ஆறு மாக்காணி அரைக்காணிக்கீழ் எட்டு மா நிக்கி
நிலன் பதினொன்றெ ஒருமாவரை முந்திரிகைக்கீழ்க்காணி முந்திரிகைக்கீழ் காலெ
அரை மா முந்திரிகைக்கீழ் அரையெ இரண்டு மாவினால் இறை கட்டின கா-
ணிக்கடன் ராஜகெஸரியொடொக்கும் ஆடவல்லானென்னும் மரக்காலால் அளக்-
கக்கடவ நெல்லு ஆயிரத்தெண்பத்து முக்கலனெ ஐஞ்ஞாழி ||— [௰௬*] நித்த-
வினொதவளநாட்டு வெண்ணிக்கூற்றத்து நகரம் வெண்ணி நிலன் இருபத்தொ-
ன்றரையெ அரைக்காணி-

[5.] க்கீழ் எட்டு மா முக்காணிக்கீழ் முக்காலெ ஒருமாவிலும் இவ்வூர் இருக்கையும்
குளங்களும் கரைகளும் திருக்கொயிலும் ஐயன் கொயிலும் பறைச்செரியும்
சுடுகாடும் சிறுமுன்னியூரொரியில் [நீ]ர் கொத்துப்பள்ளவாயாக கிடந்த நிலமும்
ஆக இறையிலி நீங்குநிலன் நாலெ அரைக்காணிக்கீழ் இருமாவ[ரை] நீக்[கி

நி]லன் பதிநெழரையின் கீழ் ஆறு மாக்காணிக்கீழ் முக்காலெ ஒருமாவினால்
பொன் தொண்ணூற்று முக்கழஞ்செ [மூ]ன்று மஞ்சாடியுநாலு மாக்காணியும்
[௰எ*] இவ்வூரோடும் எறின இந்நாட்டுப்பூதமங்கலம் நிலன் இருபத்தைஞ்செ
முக்காலெ இருமாவரை அரைக்காணி முந்திரிகைக்கீழ் முக்காலெ மூன்று மா
முக்காணி அரைக்காணிக்கீழ் அரையிலும் குளமுங்கரையும் சுடுகாடும் பறைச்சேரி
நத்தமும் ஊர்நத்தமும் ஆய் இறையிலி நீங்குநிலன் அரையெ நாலு மா
முக்காணி முந்திரிகைக்கீழ் ஒன்பது மா முக்காணி முந்திரிகை நீக்கி நிலன்
இருபத்தைஞ்செ இரண்டு மா முக்காணி அரைக்காணிக்[கீ]ழ் ஒன்பது மா
முந்திரிகைக்கீழ் அரையினால் பொன் இருநூற்று நாற்பத்தறுகழஞ்சரை[யெ]
மூன்று மா முக்காணியும் [௰அ*] இவ்-

[6.] ஊரோடும் எறின இந்நாட்டுப்பூதமங்கலத்துப்பால் மீதுவெலி நிலன் மூன்றெ
காலின் கீழ் எட்டு மாவிலும் ஊர்நத்தத்தால் இறையிலி நீங்குநிலன் நாலு
மாக்காணி அரைக்காணி முந்[திரி]கைக்கீழ் முக்காலெ. இருமாவரை முந்திரிகை-
க்கீழ் அரையெ இரண்டு மா நீக்கி நிலன் மூன்றெ அரை ம[ா]வின் கீழ்
அரையெ காணி அரைக்காணிக்கீழ் எட்டு மா[வி]னால் பொன் முப்பதின்
கழஞ்செ காலெ மூன்று மா முக்காணி[யும்] [௰௯*] இவ்வூரோடும் எறின
இந்நாட்டு நகரக்காரிகுறிச்சி நிலன் இரண்டெ முக்காலெ ஒருமா முக்காணி
அரைக்காணி முந்திரிகைக்கீழ் ஆறு மா அரைக்காணி முந்திரிகைக்கீழ் நான்கு
மாவினால் பொன் இருபத்தெண்கழஞ்செ ஒன்பது மஞ்சாடியும் எழுமாவரையும்
[௨௰*] இவ்வூரோடும் எறின இந்நாட்டு வடதாமரை நிலன் ஆறெ முக்காலெ
இர்ண்டு மாக்காணிக்கீழ் அரையெ அரை மா முந்திரிகைக்கீழ் அரையெ இர-
ண்டு மாவிலும் ஊர்நத்தமாய் இறையிலி நீங்குநிலன் இரண்டு மா அரைக்-
காணி முந்திரிகைக்கீழ் எட்டு மா நீக்கி நிலன் ஆறெ முக்காலெ முந்திரிகை-
க்கீழ் இருமாவரை முந்திரிகைக்கீழ் அரையெ இரண்டு மாவினால்

[7.] பொன் அறுபத்து நாற்கழஞ்செ முக்காலெ மஞ்சாடியும் எட்டு மா முக்காணி-
யும் [௨௧*] இவ்வூரோடும் எறின இந்நாட்டு வெண்ணித்திறப்பான்பள்ளி[1]
நிலன் பத்தரையெ இரண்டு மாக்காணி அரைக்க[ா]ணிக்கீழ் அரையெ இரண்டு
மாக்காணிக்கீழ் முக்காலெ ஒருமாவிலும் குளமுங்கரையும் செட்டை கொயிலும்
ஊர்நத்தமும் ஆ[ய்] இறையிலி நீங்குநிலன் இரண்ட[ரை]யெ நாலு மா
முக்காணி அரைக்காணி முந்திரிகைக்கீழ் முக்கா[லெ] மூன்று மாக்காணி அரை-
க்காணிக்கீழ் எட்டு மா நீக்கி நிலன் எ[ழெ] முக்கா[லெ] இரண்டு மாக்காணி
அரைக்காணிக்கீழ் அரையெ மூன்று மா மூக்காணி[2] அரைக்காணிக்கீழ் எட்டு
மாவினால் பொன் எழுபத்தெழுகழஞ்செ முக்காலெ மஞ்சாடியும் [௨௨*] ஆக
வெண்ணியும் பூதமங்கலமும் பூதமங்கலத்துப்பால் மீதுவெலியும் நகரக்காரிகுறிச்-
சியும் வடதாமரையும் வெண்ணிதிறப்பான்பள்ளியும் உட்பட நிலன் எழுபதெ
முக்காலெ நான்மாவரை முந்திரிகைக்கீழ் நான்கு மா முக்காணிக்கீழ் முக்காலெ
மூன்று மாவிலும் இறையிலி நீங்குநிலன் எழெ முக்காலெ ஒருமாவரை
அரைக்காணிக்கீழ் முக்காலெ மா காணி முந்திரிகை(க்கீழ்) நிலன் அறுபத்து மூன்-

[8.] றெ இரண்டு மா முக்காணி அரைக்காணிக்கீழ் எட்டு மாக்காணி அரைக்காணி
முந்திரிகைக்கீழ் முக்காலெ [மூ]ன்று மாவினால் இறை கட்டின பொன்
ஐஞ்ஞூற்று நாற்பத்தொருகழஞ்செ மஞ்சாடியும் எட்டு மா ||— [௨௩*]
அரும[ொ]ழிதெவவளநாட்டுத்தக்களூர்நாட்டுச்சாலாபொகங்கொடிமங்கலம் நிலன்
ஐம்பத்து மூன்றெ காலெ அரை மா முந்திரிகைக்கீழ் [அ]ரையெ
மூன்று மா அரைக்காணியிலும் ஊர்நத்தமுங்[கு]ளமும் ஸ்ரீகொயிலும் திண்டா-
ச்செ[ரி*]யும் ஆக இறையிலி நீங்குநிலன் இரண்டரையெ ஒருமாவரை அரை-
க்காணிக்கீழ் முக்காலெ ஒ[ரு]ம[ா]வரை முந்திரிகைக்கீழ் அரையெ இரண்டு

---

[1] பள்ளி looks like பன்னி.
[2] Read முக்காணி.

மாவும் இவ்வூர் நிலத்தை ஊடறுத்துப்பொய் திருமின்குள்றத்துக்குப்பாயய்-
பொன[1] வாய்க்காலால் இறையிலி நீங்குநிலன் இருமாவரை அரைக்காணியும்
இவ்வூர் நிலத்தை ஊடறுத்துப்பொய்ப்பருத்தியூர்க்குப்பாயும் வாய்க்கால்களால்
இறையிலி நீங்குநிலன் முக்காணி அரைக்காணிக்கீழ் அரையெ இரண்டு மா
முக்காணீக்கீழ்[2] முக்காலெ ஒருமாவும் ஆக இறையிலி நீங்குநிலன் இரண்டெ
முக்காலெ அரைக்காணி முந்திரிகைக்கிழ் ஒன்பது [மாக்]காணி அரைக்காணிக்கீழ்
எட்டு மா நீக்கி நிலன் ஐம்பதரையெ காணி அரைக்காணிக்கிழ் மு-
[9.] ம்மாவரை அரைக்காணி முந்திரிகைக்கீழ் அரையெ இரண்டு மாவினால் இறை
கட்டின காணிக்கடன் [ரா]ஜகெஸரியொடொக்கும் ஆடவல்லானென்னும் மரக்கா-
லால் அளக்கக்கடவ நெல்லு ஐய்[யா]யிரத்தைம்பத்தொருகலனெ இருதூணி
முக்குறுணி நானாழி ||— [௨௪*] அருமொழிதெவவளநாட்டுத்தக்களூர்நாட்டு
நகரம் வெ[ந]ல்விடுகுபல்லவபுரம் அளந்தபடி நிலன் இருபத்தெழெ [மு]க்காலெ
மும்மாவரைக்கீழ் அரையெ அரை மாவின் கீழ் எட்டு ம[ா]வினும் இவ்வூர்
ஊரிருக்கையும் பறைச்செரியுங்கம்மாணசெரி[யும் ஊ]ரின் நடுவு பட்ட குளமும்
புலத்திற்குளமுங்கரையும் இவ்வூர்த்திருவடிகள் ஸ்ரீகொயிலும் நஊவானமும் பாண்-
டவா[ய்]க்குலையும் இவ்வூர்ப்[பு]கழீஸ்வர[ஞ்]ஹ[ஸ்ர] தெ[வர்] ஸ்ரீகொயிலுந்திரு-
முற்றமுந்தளிச்செரியுஞ்சுடுகாடும் ஆக இறைஇலி நீங்குநிலன் எழரையெ இருமா-
வரை முந்திரிகைக்கீழ் அரையெ நான்கு மா முக்காணி அரைக்காணிக்[கீ]ழ் எட்டு
மா நீக்கி நிலன் இருபதெ காலெ முக்காணி அரைக்காணிக்கீழ் முக்காலெ
அரை மா அரைக்காணியினால் இறை கட்டின பொன் நூற்றறுபத்தெழுகழஞ்-
சரையெ [மூ]ன்று மஞ்சாடியும் இருமாவரை ||— [௨௫*]

TRANSLATION.

1. [Hail ! Prosperity !] There was engraved on stone, as orally settled, the revenue in paddy,—which has to be measured by the *marakkâl* called (*after*) Âḍavallâṉ, which is equal to a *râjakêsari*,—and the gold and the money (*kâśu*), which have to be paid from the land paying taxes; and (*there was also engraved on stone*) the land free from taxes,— including the village-[site], ... the channels, the *Paṟaichchêri*, the *Kammâṇaśêri* and the burning-ground,—in the villages, which [the lord] Śrî-Râjarâjadêva had given . . . .[3]

2. The land which forms the portion (*vagai*) of the cultivators (*Veḷḷâṉ*),—excluding that which is given to the temple (*dêvadâna*) and that which is enjoyed by the (*royal*) palace (? *śâlâbhôga*),—(*in the village of*) Karuppûr in Iṉṉambar-nâḍu, (*a subdivision*) of [Vaḍa-karai-Râjê]ndrasiṁha-vaḷanâḍu, (*contains*) five (*measures*), one half, four twentieths, one eightieth, one hundred-and-sixtieth and one three-hundred-and-twentieth; $\frac{1}{320}$ of one half, one fortieth, one hundred-and-sixtieth and one three-hundred-and-twentieth; and ($\frac{1}{320}$)[2] of one half and one twentieth. [There have to be deducted] . . . . consisting of the village-site, the ponds and (*their*) banks, the sacred temple and (*its*) sacred court, the temple of Piḍâri, one third of the pond in which red water-lilies are planted, and the burning-ground . . . . [The revenue is] five hundred and forty-nine *kalam*, seven *kuṟuṇi* and four *nâṛi* of paddy, ...

3. (*In the village of*) T[i]ruttêvaṉkuḍi in [Tiruvâli]-nâḍu, (*a subdivision*) of the same *nâḍu*, (*some*) land had been set aside for (*the temple of*) Kaḍadêvar[4] in the village, (*but*) had been entirely taken away and enjoyed (*by others*). Therefore another estate

[1] Read பாயப்பொன. [2] Read முக்காணிக்கீழ்.

[3] The incompletely preserved historical passage is left out in the translation.

[4] This seems to be the same as Ghaṭamuni, *i.e.*, Agastya.

(? *mudal*) was formed and made over to the cultivators. The land which forms the portion of the cultivators,—excluding the estate[1] which belongs to the portion of the cultivators, and excluding the land free from taxes, which includes the village-site and the burning-ground of this village, (*and which*) has to be enjoyed in common (*by all the cultivators*),—(*contains*), according to measurement, twenty-nine (*measures of*) land, one quarter, three eightieths and one three-hundred-and-twentieth; $\frac{1}{320}$ of four twentieths, one eightieth and one hundred-and-sixtieth; and $(\frac{1}{320})^2$ of one quarter and one fortieth. The revenue paid as tax is two thousand nine hundred . . . . . *kalam*, two *tûṇi* and one *nâṛi* of paddy, which has to be measured by the *marakkâl* called (*after*) Âḍavallâṉ, which is equal to a *râjakêsari*.

4. (*The village of*) Ku[ṟuv]âṉiyakkuḍi in Tiruvâli-nâḍu, (*a subdivision*) of the same *nâḍu*, (*contains*), according to measurement, forty-six (*measures of*) land, one fortieth and one hundred-and-sixtieth; $\frac{1}{320}$ of three twentieths and three eightieths; and $(\frac{1}{320})^2$ of three quarters and one twentieth,—including the Jaina temple. There have to be deducted . . . . the village-site, the sacred temple and (*its*) sacred court . . . . (*There remain*) thirty-nine (*measures of*) land paying taxes, one half, three twentieths, one eightieth and one hundred-and-sixtieth; $\frac{1}{320}$ of three quarters, four twentieths and three eightieths; and $(\frac{1}{320})^2$ of three quarters and one twentieth. The gold paid as tax is three hundred and four *kaṟañju* and three *mañjâḍi*, nine tenths[2] and one twentieth.

5. (*The village of*) Âṉpaṉûr in Mî-Palâṟu,[3] (*a subdivision*) of Pâchchiṟkûṟṟam in Maṟa-nâḍu, *alias* Râjâśraya-vaḷanâḍu, (*contains*), according to measurement, eighty (*measures of*) land and three quarters; $\frac{1}{320}$ of one half, four twentieths, one hundred-and-sixtieth and one three-hundred-and-twentieth; and $(\frac{1}{320})^2$ of four twentieths. There have to be deducted four (*measures of*) land free from taxes, three quarters, three twentieths, three eightieths and one three-hundred-and-twentieth; $\frac{1}{320}$ of one quarter, ... [and $(\frac{1}{320})^2$ of one half and two twentieths],—consisting of the village-site, the thrashing-floor[4] of this village, the ponds and (*their*) banks, the Peruvaḷavây (*channel*),[5] which passes through this village and irrigates the country, the channel which branches off from the Peruvaḷavây, passes through this village and irrigates (*the village of*) Śeṭṭimaṅgalam,[6] the sacred temple of Mahâdêva, (*called*) Tiru-Vaṉṉi-bhagavar (*i. e.*, Śrî-Vahni-bhagavat), in this village and (*its*) sacred court, the temple of Piḍâri and (*its*) sacred court, the temple of Śêṭṭaiyâr[7] and (*its*) sacred court, the pond of Tiruppaiññîli-Mâdêvar (*Mahâdêva*)[8] and (*its*) banks, the *Îrachchêri* of this village, the *Paṟaichchêri*, the burning-ground of the cultivators, the burning-ground of the *Paṟaiyas*, and the stone fold (*kaṟkiḍai*) (*for cattle*). (*There remain*) seventy-five (*measures of*) land, three quarters, ... one fortieth and one three-hundred-and-twentieth; and $(\frac{1}{320})^2$ of one half and two twentieths. The revenue paid as tax is five thousand eight hundred and fifty *kalam*, two *tûṇi*, (*one*) *kuṟuṇi* and one *nâṛi* of

---

[1] This appears to have been restored to the temple of Kaḍadêvar, while the remainder of the land was given to the Tañjâvûr temple.

[2] See page 36, note 1.

[3] *I. e.*, '(*the country*) on the west of the Palâṟu (*river*).'

[4] களம் is the Tamil form of the Sanskrit खल.

[5] This appears to be the "Peravala Vâykkâl" of the *Trichinopoly Manual*, p. 5.

[6] During a stay at Kuṟittalai in the Trichinopoly district, I was informed that the Peruvaḷavây channel branches off from the Coleroon (*Koḷḷiḍam*) near the "Upper Anicut" north of Eṟumaṉûr Railway Station, and passes Śeṭṭimaṅgalam two miles from the head-sluice.

[7] Śêṭṭai (*i. e.*, Jyêshṭhâ) or Mûdêvi is the goddess of misfortune or poverty, who is considered as the elder sister of Lakshmî, the goddess of fortune; see Ziegenbalg's *Genealogy of the South-Indian Gods*, p. 91.

[8] According to the *Periyapurâṇam*, Tiruppaiññîli is a town sacred to Śiva, which is situated on the north of the Kâvêri.

paddy, which has to be measured by the *marakkâl* called (*after*) Âḍavallâṉ, which is equal to a *râjakêsari*.

6. (*The village of*) Îṅgaiyûr in Kîṛ-Palâṟu,[1] (*a subdivision*) of Pâchchiṟkûṟṟam in the same *nâḍu*, (*contains*), according to measurement, forty-five (*measures of*) land, one half, one fortieth and one hundred-and-sixtieth; and $\frac{1}{320}$ of one half. There have to be deducted two (*measures of*) land free from taxes and three quarters,— consisting of the village-site, the temple of Piḍâri in this village and (*its*) sacred court, the temple of . . . . . and (*its*) sacred court, the sacred temple of Mahâdêva in this village and (*its*) sacred court, the sacred bathing-pond (*tirumañjaṉakkuḷam*) of this god, the *Paṟaichchêri*, the burning-ground of the cultivators, and the burning-ground of the *Paṟaiyas*. (*There remain*) forty-two (*measures of*) land, three quarters, one fortieth and one hundred-and-sixtieth; and $\frac{1}{320}$ of one half. The revenue paid as tax is four thousand two hundred and seventy-eight *kalam*, three *kuṟuṇi* and four *nâṛi* of paddy, which has to be measured by the *marakkâl* called (*after*) Âḍavallâṉ, which is equal to a *râjakêsari*.

7. (*The village of*) . . . . ṉûr, *alias* Paṉamaṅgalam, (*in*) Paṉamaṅgala-Vaṉakarai-paṟṟu, (*a subdivision*) of Kîṛ-Palâṟu in Pâchchiṟkûṟṟam in the same *nâḍu*, (*contains*), according to measurement, forty-two (*measures of*) land, eight twentieths, ... $\frac{1}{320}$ of eight twentieths and three eightieths; and $(\frac{1}{320})^2$ of three quarters and one twentieth. There have to be deducted one (*measure of*) land free from taxes, one half, two twentieths, ... and one three-hundred-and-twentieth; $\frac{1}{320}$ of one half, one twentieth, one hundred-and-sixtieth and one three-hundred-and-twentieth; and $(\frac{1}{320})^2$ of four twentieths,—consisting of the village-site (*ûr-irukkai-nattam*), the sacred temple of Mahâdêva in this village and (*its*) sacred court, the channels which pass through this village and supply water to other villages, the temple of Piḍâri and (*its*) sacred court, the public pond (*ûruṇi-kuḷam*) and (*its*) banks, the temple of Aiyaṉ and (*its*) sacred court, the stables,[2] the burning-ground of the cultivators, the burning-ground of the *Paṟaiyas*, the *Paṟaichchêri* and the *Îṛachchêri*. (*There remain*) forty (*measures of*) land, three quarters, three eightieths and one three-hundred-and-twentieth; $\frac{1}{320}$ of three quarters, two twentieths, one fortieth and one three-hundred-and-twentieth; and $(\frac{1}{320})^2$ of one half and two twentieths. The revenue paid as tax is four thousand and seventy-two *kalam*, (*one*) *kuṟuṇi* and seven *nâṛi* of paddy, which has to be measured by the *marakkâl* called (*after*) Âḍavallâṉ, which is equal to a *râjakêsari*.

8. (*The village of*) Śâtta[np]âḍi (*in*) Paṉamaṅgala-Vaṉakarai-paṟṟu, (*a subdivision*) of Kîṛ-[Pa]lâṟu in Pâchchiṟkûṟṟam in the same *nâḍu*, (*contains*), according to measurement, nineteen (*measures of*) land, one twentieth, one hundred-and-sixtieth and one three-hundred-and-twentieth; $\frac{1}{320}$ of four twentieths, three eightieths and one hundred-and-sixtieth; and $(\frac{1}{320})^2$ of eight twentieths. There have to be deducted four twentieths (*of a measure*) of land free from taxes, one eightieth and one hundred-and-sixtieth; and $\frac{1}{320}$ of three quarters and one twentieth,—consisting of the village-site, the *Paṟaichchêri*, and the [P]aiṅgê[ṉi] channel, which passes through the land of this village and supplies water to other villages. (*There remain*) eighteen (*measures of*) land, three quarters, one twentieth and three eightieths; $\frac{1}{320}$ of eight twentieths, three eightieths and one hundred-and-sixtieth; and $(\frac{1}{320})^2$ of eight twentieths. The revenue paid as tax is one thousand eight hundred and eighty-three *kalam*, two *tûṇi* and three *kuṟuṇi* of

---

[1] *I. e.*, '(*the country*) on the east of the Palâṟu (*river*);' compare Mî-Palâṟu in paragraph 5.

[2] According to Dr. Gundert's *Malayâḷam Dictionary*, கொட்டகாரம் is the same as கொட்டாரம், 'a stable, an outhouse.'

paddy, which has to be measured by the *marakkâl* called (*after*) Âḍavallâṉ, which is equal to a *râjakêsari.*

9. (*The village of*) . . kkaṉkuḍi (*in*) Śem . . . ppaṟṟu, (*a subdivision*) of Kîṟ-Palâṟu in Pâchchiṟkûṟṟam in the same *nâḍu*, (*contains*), according to measurement, four (*measures of*) land, three quarters, two twentieths and three eightieths; $\frac{1}{320}$ of six twentieths and three eightieths; $(\frac{1}{320})^2$ of three twentieths, one hundred-and-sixtieth and one three-hundred-and-twentieth; and $(\frac{1}{320})^3$ of four twentieths. There have to be deducted three twentieths (*of a measure*) of land free from taxes, one fortieth and one three-hundred-and-twentieth; $\frac{1}{320}$ of four twentieths and one hundred-and-sixtieth; $(\frac{1}{320})^2$ of three quarters, two twentieths, one fortieth and one three-hundred-and-twentieth; and $(\frac{1}{320})^3$ of one half and two twentieths,—consisting of the village-site, the *Îrachchêri*, the stables and the *Paṟaichchêri*. (*There remain*) four (*measures of*) land, one half, four twentieths, one hundred-and-sixtieth and one three-hundred-and-twentieth; $\frac{1}{320}$ of two twentieths, one fortieth and one three-hundred-and-twentieth; $(\frac{1}{320})^2$ of one quarter, one fortieth and one three-hundred-and-twentieth; and $(\frac{1}{320})^3$ of one half and two twentieths. The revenue paid as tax is four hundred and sixty-nine *kalam*, (*one*) *tûṇi* and one *nâṟi* of paddy, which has to be measured by the *marakkâl* called (*after*) Âḍavallâṉ, which is equal to a *râjakêsari.*

10. (*The village of*) Mâṇḍôṭṭam in Kalâṟakkûṟṟam, (*a subdivision*) of the same *nâḍu*, (*contains*), according to measurement, fifteen (*measures of*) land, one half, one eightieth, one hundred-and-sixtieth and one three-hundred-and-twentieth; $\frac{1}{320}$ of one half, three twentieths, one fortieth and one three-hundred-and-twentieth; and $(\frac{1}{320})^2$ of one half and two twentieths. There have to be deducted three quarters (*of a measure*) of land free from taxes, four twentieths and one hundred-and-sixtieth; $\frac{1}{320}$ of seven twentieths, one hundred-and-sixtieth and one three-hundred-and-twentieth; and $(\frac{1}{320})^2$ of [four] twentieths,—consisting of the village-site, the thrashing-floor of this village, the *Kammâṇaśêri*, the *Paṟaichchêri* of this village, and the Agaiyâṟu (*river*) at this village. (*There remain*) fourteen (*measures of*) land, one half, one twentieth, one eightieth and one three-hundred-and-twentieth; $\frac{1}{320}$ of six twentieths, one eightieth and one hundred-and-sixtieth; and $(\frac{1}{320})^2$ of eight twentieths. The revenue paid as tax is one thousand four hundred and fifty-six *kalam*, five *kuṟuṇi* and seven *nâṟi* of paddy, which has to be measured by the *marakkâl* called (*after*) Âḍavallâṉ, which is equal to a *râjakêsari.*

11. (*The village of*) Iraiyâṉśêri in Kalâṟakkûṟṟam, (*a subdivision*) of the same *nâḍu*, (*contains*), according to measurement, twelve (*measures of*) land, one half, two twentieths, one fortieth and one three-hundred-and-twentieth; $\frac{1}{320}$ of one quarter and three eightieths; and $(\frac{1}{320})^2$ of three quarters and one twentieth. There have to be deducted three quarters (*of a measure*) of land free from taxes, two twentieths, one eightieth and one hundred-and-sixtieth; $\frac{1}{320}$ of one half and three twentieths; $(\frac{1}{320})^2$ of three twentieths, one hundred-and-sixtieth and one three-hundred-and-twentieth; $(\frac{1}{320})^3$ of three eightieths; and $(\frac{1}{320})^4$ of three quarters and one twentieth,—consisting of the village-site, the site of the houses (*kuḍi-irukkai*); the *Paṟaichchêri*, the water-course (*nîr-ôḍu-kâl*), (*called*) the Kaṇṇaṉ channel, (*and the other*) channels which pass through this village and irrigate other villages, the village thrashing-floor of this village, the ponds of this village and (*their*) banks, the sacred temple of Mâdêvar (*Mahâdêva*) in this village and (*its*) sacred court, and the sacred bathing-pond of this god. (*There remain*) eleven (*measures of*) land, three quarters and one hundred-and-sixtieth; $\frac{1}{320}$ of one half, two twentieths and three eightieths; $(\frac{1}{320})^2$ of one half, two twentieths and three eightieths; $(\frac{1}{320})^3$ of three quarters, four twentieths, one hundred-and-sixtieth and one three-hundred-and-twentieth; and $(\frac{1}{320})^4$ of [four twentieths]. The

revenue paid as tax is one thousand one hundred and sixty-nine *kalam*, two *tûṇi*, two *nâri* and *(one) uri* of paddy, which has to be measured by the *marakkâl* called *(after)* Âḍavallâṉ, which is equal to a *râjakêsari.*

12. *(The village of)* Veṉkôṉkuḍi in Veṉkôṉkuḍi-kaṇḍam,[1] *(a subdivision)* of the same *nâḍu*, *(contains)*, according to measurement, fifty *(measures of)* land, seven twentieths and one eightieth; and $\frac{1}{320}$ of three quarters and one twentieth. There have to be deducted two *(measures of)* land free from taxes, one quarter and one eightieth; $\frac{1}{320}$ of one twentieth, one fortieth, one hundred-and-sixtieth and one three-hundred-and-twentieth; and $(\frac{1}{320})^2$ of one half and two twentieths,—consisting of the village-site, the site of the houses, the public pond, the land lying waste as pasture for the calves, the site of the houses of the *Kaṉmâṇaśêri*,[2] the temple of Piḍâri and *(its)* sacred court, the road *(vaṟi)* which leads to the burning-ground of the cultivators, the burning-ground of the cultivators *(itself)*, the burning-ground of the *Paṟaiyas*, the land used as thrashing-floor, the temple of Aiyaṉ and *(its)* sacred court, the eastern quarter in which *Paṟaiya* cultivators (*Ûrappaṟaiyar*) live, ... the western *Paṟaichchêri* in which *Paṟaiya* cultivators live, and the Nâṭṭâr channel,[3] which passes through the land of this village. *(There remain)* forty-eight *(measures of)* land and two twentieths; $\frac{1}{320}$ of one half, four twentieths and one eightieth; and $(\frac{1}{320})^2$ of eight twentieths. The revenue paid as tax is four thousand seven hundred and eighty-four *kalam*, two *tûṇi* and six *nâṟi* of paddy, which has to be measured by the *marakkâl* called *(after)* Âḍavallâṉ, which is equal to a *râjakêsari.*

13. *(The village of)* Mâgâṇikuḍi in Veṉkôṉkuḍi-kaṇḍam, *(a subdivision)* of the same *nâḍu*, *(contains)*, according to measurement, twenty-three *(measures of)* land, one half, three twentieths and one hundred-and-sixtieth; $\frac{1}{320}$ of one eightieth and one hundred-and-sixtieth; and $(\frac{1}{320})^2$ of eight twentieths. There have to be deducted nine twentieths *(of a measure)* of land free from taxes, three eightieths, one hundred-and-sixtieth and one three-hundred-and-twentieth; $\frac{1}{320}$ of nine twentieths, one hundred-and-sixtieth and one three-hundred-and-twentieth; and $(\frac{1}{320})^2$ of four twentieths,—consisting of the village-site, the thrashing-floor of the village, the sacred temple of Kâḷar[4] *(and)* Piḍâriyâr in this village and *(its)* sacred court, the flower-garden *(nandavâṉam)* of Piḍâriyâr, in which cocoanut-trees grow, the channels which pass through this village and supply water to other villages, the *Îṟachchêri*, the burning-ground of the cultivators, the burning-ground of the *Paṟaiyas*, and the *Paṟaichchêri.* *(There remain)* twenty-three *(measures of)* land, three twentieths and one hundred-and-sixtieth; $\frac{1}{320}$ of one half, one twentieth, one hundred-and-sixtieth and one three-hundred-and-twentieth; and $(\frac{1}{320})^2$ of four twentieths. The revenue paid as tax is two thousand three hundred and fifteen *kalam* and *(one) kuṟuṇi* of paddy, which has to be measured by the *marakkâl* called *(after)* Âḍavallâṉ, which is equal to a *râjakêsari.*

14. *(The village of)* Śiṟu-Śembuṟai in Śembuṟai-kaṇḍam, *(a subdivision)* of the same *nâḍu*, *(contains)*, according to measurement, six *(measures of)* land, one half, three twentieths, one fortieth and one three-hundred-and-twentieth; and $\frac{1}{320}$ of one half, four twentieths, three eightieths, one hundred-and-sixtieth and one three-hundred-and-twentieth. There have to be deducted seven twentieths *(of a measure)* of land free from taxes and

[1] கண்டம் is the Tamil form of the Sanskrit खण्ड.

[2] The form Kaṉmâṇaṉ occurs again in paragraph 14 for Kammâṇaṉ, *i.e.*, Kammâḷaṉ; see page 47, note 2.

[3] A channel of this name is entered to the east of Kumbhakôṇam on the map of irrigation works, which accompanies the *Tanjore Manual.*

[4] According to Winslow, Kâḷaṉ or Mâgâḷaṉ (*i.e.*, Mahâkâla) is 'the leader of a division of the celestial army under the charge of Aiyaṉâr' (see page 48, note 9).

one eightieth; $\frac{1}{320}$ of seven twentieths, one hundred-and-sixtieth and one three-hundred-and-twentieth; and $(\frac{1}{320})^2$ of four twentieths,—consisting of the village-site, the stables, the hill (*tiḍal*) on which (*the temple of*) Mâdêvar (*Mahâdêva*) stands, the channel which branches off from the Kaṇṇaṉ channel, passes . . . . . the land of this village and supplies water to other villages, the burning-ground of the cultivators, the *Kaṇmâṇaśêri*, the *Paṟaichchêri*, and the burning-ground of the *Paṟaiyas*. (*There remain*) six (*measures of*) land, six twentieths, one eightieth and one three-hundred-and-twentieth; $\frac{1}{320}$ of seven twentieths, one fortieth, one hundred-and-sixtieth and one three-hundred-and-twentieth; and $(\frac{1}{320})^2$ of three quarters and one twentieth. The revenue paid as tax is six hundred and twelve *kalam* and (*one*) *padakku* of paddy, which has to be measured by the *marakkâl* called (*after*) Âḍavallâṉ, which is equal to a *râjakêsari*.

15. (*The village of*) Tuṟaiyûr in Kîṟ-Palâṟu, (*a subdivision*) of Pâchchil-kûṟṟam in the same *nâḍu*, (*contains*) one hundred and fifty-two (*measures of*) land, three quarters, one hundred-and-sixtieth and one three-hundred-and-twentieth; $\frac{1}{320}$ of one half, three twentieths and one eightieth; and $(\frac{1}{320})^2$ of three quarters, three twentieths and three eightieths. There have to be deducted three (*measures of*) land free from taxes, one eightieth and one hundred-and-sixtieth; $\frac{1}{320}$ of three quarters, two twentieths, three eightieths, one hundred-and-sixtieth and one three-hundred-and-twentieth; $(\frac{1}{320})^2$ of seven twentieths, one hundred-and-sixtieth and one three-hundred-and-twentieth; and $(\frac{1}{320})^3$ of four twentieths,—consisting of the site of this village, the site of the houses, the wells (*kiṇaṟu*) and cisterns (*toṭṭi*), the burning-ground of the cultivators, the stables, the quarter near the gate (*Talaivâychchêri*), the *Îrachchêri*, the *Kammâṇaśêri*, the *Paṟaichchêri*, the burning-ground of the *Paṟaiyas*, the channels which pass through the land of this village and supply water to other villages, the temple of Piḍâri, (*called*) Puṉṉaittuṟai-naṅgai, and (*its*) sacred court, the sacred temple of Piḍâri, (*called*) Poduva[g]ai-ṟûr-uḍaiyâḷ, and (*its*) sacred court, the temple of Kâḍugâḷ[1] in this village and (*its*) sacred court, the temple of Durgaiyâr (*Durgâ*) in this village and (*its*) sacred court, the fold[2] for the male sheep of this village, the sacred temple of Kâḷar (*and*) Piḍâriyâr in this village and (*its*) sacred court, the temple of Aiyaṉ and (*its*) sacred court, the sacred temple of Piḍâri, (*called*) Kuduraivaṭṭam-uḍaiyâḷ, in this village and (*its*) sacred court, the ponds of this village and (*their*) banks. (*There remain*) one hundred and forty-nine (*measures of*) land, one half, four twentieths and three eightieths; $\frac{1}{320}$ of three quarters, one eightieth and one three-hundred-and-twentieth; $(\frac{1}{320})^2$ of one half, one twentieth and one fortieth; and $(\frac{1}{320})^3$ of three quarters and one twentieth. The revenue paid as tax is fourteen thousand eight hundred and eighty-eight *kalam*, (*one*) *tûṇi*, (*one*) *padakku* and one *nâṟi* of paddy, which has to be measured by the *marakkâl* called (*after*) Âḍavallâṉ, which is equal to a *râjakêsari*.

16. (*The village of*) Kârimaṅgalam in the same *nâḍu* (*contains*) eleven (*measures of*) land, nine twentieths and one eightieth; $\frac{1}{320}$ of three quarters, three eightieths and one three-hundred-and-twentieth; and $(\frac{1}{320})^2$ of one half and two twentieths. There have to be deducted seven twentieths (*of a measure*) of land free from taxes, one fortieth, one hundred-and-sixtieth and one three-hundred-and-twentieth; $\frac{1}{320}$ of three quarters and one fortieth; $(\frac{1}{320})^2$ of six twentieths, one eightieth and one hundred-and-sixtieth; and $(\frac{1}{320})^3$ of eight twentieths,—consisting of the site of this village, the thrashing-floor, the burning-ground of the cultivators, the sacred temple of Piḍâri, (*called*) Tiruvâl-uḍaiyâḷ, and (*its*) sacred court, the temple of Kâḍugâḷ and (*its*) sacred court, the *Îrachchêri*, the *Kammâṇaśêri*, the

[1] This goddess is considered as the mother of Bhairava.

[2] கடக்கு is perhaps connected with கிடை, which occurs in paragraph 5.

Paṟaichchêri, and the burning-ground of the *Paṟaiyas*. (*There remain*) eleven (*measures of*) land, one twentieth, one fortieth and one three-hundred-and-twentieth; $\frac{1}{320}$ of one eightieth and one three-hundred-and-twentieth; $(\frac{1}{320})^2$ of one quarter, one fortieth and one three-hundred-and-twentieth; and $(\frac{1}{320})^3$ of one half and two twentieths. The revenue paid as tax is one thousand and eighty-three *kalam* and five *nâṛi* of paddy, which has to be measured by the *marakkâl* called (*after*) Âḍavallâṉ, which is equal to a *râjakêsari*.

17. Veṇṇi, a town (*nagara*) in Veṇṇi-kûṟṟam, (*a subdivision*) of Nittavinôda-vaḷanâḍu, (*contains*) twenty-one (*measures of*) land, one half and one hundred-and-sixtieth; $\frac{1}{320}$ of eight twentieths and three eightieths; and $(\frac{1}{320})^2$ of three quarters and one twentieth. There have to be deducted four (*measures of*) land free from taxes and one hundred-and-sixtieth; and $\frac{1}{320}$ of two twentieths and one fortieth,—consisting of the site of this village, the ponds and (*their*) banks, the sacred temple, the temple of Aiyaṉ, the *Paṟaichchêri*, the burning-ground, and the land used as a pit (*paḷḷavây*) which is dug (*for*) the water from the tank (*êri*) (*of the village*) of Śiṟu-Muṉṉiyûr. (*There remain*) seventeen (*measures of*) land and a half; $\frac{1}{320}$ of six twentieths and one eightieth; and $(\frac{1}{320})^2$ of three quarters and one twentieth. The gold (*to be paid*) is ninety-three *kaṛañju*, three *mañjâḍi*, four tenths and one fortieth.[1]

18. (*The village of*) Pûdamaṅgalam (*i.e.*, Bhûtamaṅgalam) in the same *nâḍu*, which adjoins this village (*of* Veṇṇi), (*contains*) twenty-five (*measures of*) land, three quarters, two twentieths, one fortieth, one hundred-and-sixtieth and one three-hundred-and-twentieth; $\frac{1}{320}$ of three quarters, three twentieths, three eightieths and one hundred-and-sixtieth; and $(\frac{1}{320})^2$ of one half. There have to be deducted one half (*of a measure*) of land free from taxes, four twentieths, three eightieths and one three-hundred-and-twentieth; and $\frac{1}{320}$ of nine twentieths, three eightieths and one three-hundred-and-twentieth,—consisting of the ponds and (*their*) banks, the burning-ground, the site of the *Paṟaichchêri*, and the site of the village. (*There remain*) twenty-five (*measures of*) land, two twentieths, three eightieths and one hundred-and-sixtieth; $\frac{1}{320}$ of nine twentieths and one three-hundred-and-twentieth; and $(\frac{1}{320})^2$ of one half. The gold (*to be paid*) is two hundred and forty-six *kaṛañju* and a half, three tenths (*of a mañjâḍi*) and three fortieths.

19. (*The village of*) Mîduvêli in the same *nâḍu*, which is a part (*pâl*) of Pûdamaṅgalam, and which adjoins this village, (*contains*) three (*measures of*) land and a quarter; and $\frac{1}{320}$ of eight twentieths. There have to be deducted four twentieths (*of a measure*) of land free from taxes, one eightieth, one hundred-and-sixtieth and one three-hundred-and-twentieth; $\frac{1}{320}$ of three quarters, two twentieths, one fortieth and one three-hundred-and-twentieth; and $(\frac{1}{320})^2$ of one half and two twentieths,—consisting of the village-site. (*There remain*) three (*measures of*) land and one fortieth; $\frac{1}{320}$ of one half, one eightieth and one hundred-and-sixtieth; and $(\frac{1}{320})^2$ of eight twentieths. The gold (*to be paid*) is thirty *kaṛañju* and a quarter, three tenths (*of a mañjâḍi*) and three fortieths.

20. (*The village of*) Nagarakkârikuṟichchi in the same *nâḍu*, which adjoins this village, (*contains*) two (*measures of*) land, three quarters, one twentieth, three eightieths, one hundred-and-sixtieth and one three-hundred-and-twentieth; $\frac{1}{320}$ of six twentieths, one hundred-and-sixtieth and one three-hundred-and-twentieth; and $(\frac{1}{320})^2$ of four twentieths. The gold (*to be paid*) is twenty-eight *kaṛañju*, nine *mañjâḍi*, seven tenths and one twentieth.

---

[1] From a calculation of the total, as given in paragraph 23, it follows that the term காணி, as part of a *mañjâḍi*, means 'a fortieth,' and not, as usual, 'an eightieth,' just as, in the same case, மா means 'a tenth,' and not 'a twentieth'; see page 36, note 1. This irregular application of the terms மா and காணி may be explained by assuming that these fractions refer to a unit of 2 *mañjâḍi* or $\frac{1}{10}$ *kaṛañju*, which had passed out of use in the time of Râjarâja.

21. (*The village of*) Vaḍatâmarai in the same *nâḍu*, which adjoins this village, (*contains*) six (*measures of*) land, three quarters, two twentieths and one eightieth; $\frac{1}{320}$ of one half, one fortieth and one three-hundred-and-twentieth; and $(\frac{1}{320})^2$ of one half and two twentieths. There have to be deducted two twentieths (*of a measure*) of land free from taxes, one hundred-and-sixtieth and one three-hundred-and-twentieth; and $\frac{1}{320}$ of eight twentieths,—consisting of the village-site. (*There remain*) six (*measures of*) land, three quarters and one three-hundred-and-twentieth; $\frac{1}{320}$ of two twentieths, one fortieth and one three-hundred-and-twentieth; and $(\frac{1}{320})^2$ of one half and two twentieths. The gold (*to be paid*) is sixty-four *kaṛañju* and three quarters, (*one*) *mañjâḍi*, eight tenths and three fortieths.

22. (*The village of*) Veṇṇi-Tiṛappâṇpaḷḷi in the same *nâḍu*, which adjoins this village, (*contains*) ten (*measures of*) land, one half, two twentieths, one eightieth and one hundred-and-sixtieth; $\frac{1}{320}$ of one half, two twentieths and one eightieth; and $(\frac{1}{320})^2$ of three quarters and one twentieth. There have to be deducted two (*measures of*) land free from taxes, one half, four twentieths, three eightieths, one hundred-and-sixtieth and one three-hundred-and-twentieth; $\frac{1}{320}$ of three quarters, three twentieths, one eightieth and one hundred-and-sixtieth; and $(\frac{1}{320})^2$ of eight twentieths,—consisting of the ponds and (*their*) banks, the temple of Śêṭṭai, and the village-site. (*There remain*) seven (*measures of*) land, three quarters, two twentieths, one eightieth and one hundred-and-sixtieth; $\frac{1}{320}$ of one half, three twentieths, three eightieths and one hundred-and-sixtieth; and $(\frac{1}{320})^2$ of eight twentieths. The gold (*to be paid*) is seventy-seven *kaṛañju* and three quarters and (*one*) *mañjâḍi*.

23. Altogether,[1] (*the villages of*) Veṇṇi, Pûdamaṅgalam, Mîduvêli, which is a part of Pûdamaṅgalam, Nagarakkârikuṛichchi, Vaḍatâmarai and Veṇṇi-Tiṛappâṇ-

[1] This paragraph gives the total of the numbers contained in paragraphs 17 to 22. The whole operation is as follows:—

No.	Name of the village.	Extent of the whole land.	Land free from taxes.	Land paying taxes.	Amount of gold.	
					kaṛañju.	*mañjâḍi.*
1	Veṇṇi.	$21\frac{1}{2} + \frac{1}{160} + \frac{1}{320}(\frac{2}{20} + \frac{3}{80}) + (\frac{1}{320})^2(\frac{3}{4} + \frac{1}{20})$.	$4\frac{1}{160} + \frac{1}{320}(\frac{2}{20} + \frac{1}{40})$.	$17\frac{1}{2} + \frac{1}{320}(\frac{2}{20} + \frac{1}{80}) + (\frac{1}{320})^2(\frac{3}{4} + \frac{1}{20})$.	93	$3\frac{4}{10} + \frac{1}{40}$
2	Pûdamaṅgalam.	$25\frac{3}{4} + \frac{2}{20} + \frac{1}{40} + \frac{1}{160} + \frac{1}{320} + \frac{1}{320}(\frac{3}{4} + \frac{2}{20} + \frac{3}{80} + \frac{1}{160}) + (\frac{1}{320})^2 \times \frac{1}{2}$.	$\frac{1}{2} + \frac{4}{20} + \frac{3}{80} + \frac{1}{320} + \frac{1}{320}(\frac{2}{20} + \frac{3}{80} + \frac{1}{320})$.	$25\frac{2}{20} + \frac{3}{80} + \frac{1}{160} + \frac{1}{320}(\frac{2}{20} + \frac{1}{320}) + (\frac{1}{320})^2 \times \frac{1}{2}$.	$246\frac{1}{2}$	$\frac{3}{10} + \frac{3}{40}$
3	Mîduvêli.	$3\frac{1}{4} + \frac{1}{320} \times \frac{8}{20}$.	$\frac{4}{20} + \frac{1}{80} + \frac{1}{160} + \frac{1}{320} + \frac{1}{320}(\frac{3}{4} + \frac{2}{20} + \frac{1}{40} + \frac{1}{320}) + (\frac{1}{320})^2(\frac{1}{2} + \frac{2}{20})$.	$3\frac{1}{40} + \frac{1}{320}(\frac{1}{2} + \frac{1}{80} + \frac{1}{160}) + (\frac{1}{320})^2 \times \frac{8}{20}$.	$30\frac{1}{4}$	$\frac{3}{10} + \frac{3}{40}$
4	Nagarakkârikuṛichchi.	$2\frac{3}{4} + \frac{1}{20} + \frac{3}{80} + \frac{1}{160} + \frac{1}{320} + \frac{1}{320}(\frac{6}{20} + \frac{1}{160} + \frac{1}{320}) + (\frac{1}{320})^2 \times \frac{4}{20}$.	....	$2\frac{3}{4} + \frac{1}{20} + \frac{3}{80} + \frac{1}{160} + \frac{1}{320} + \frac{1}{320}(\frac{6}{20} + \frac{1}{160} + \frac{1}{320}) + (\frac{1}{320})^2 \times \frac{4}{20}$.	28	$9\frac{7}{10} + \frac{1}{20}$
5	Vaḍatâmarai.	$6\frac{3}{4} + \frac{2}{20} + \frac{1}{80} + \frac{1}{320}(\frac{1}{2} + \frac{1}{40} + \frac{1}{320}) + (\frac{1}{320})^2(\frac{1}{2} + \frac{3}{20})$.	$\frac{2}{20} + \frac{1}{160} + \frac{1}{320} + \frac{1}{320} \times \frac{8}{20}$.	$6\frac{3}{4} + \frac{1}{320} + \frac{1}{320}(\frac{2}{20} + \frac{2}{40} + \frac{1}{320}) + (\frac{1}{320})^2(\frac{1}{2} + \frac{2}{20})$.	$64\frac{3}{4}$	$1\frac{8}{10} + \frac{3}{40}$
6	Veṇṇi-Tiṛappâṇpaḷḷi.	$10\frac{1}{2} + \frac{2}{20} + \frac{1}{80} + \frac{1}{160} + \frac{1}{320}(\frac{1}{2} + \frac{2}{20} + \frac{1}{80}) + (\frac{1}{320})^2(\frac{3}{4} + \frac{1}{20})$.	$2\frac{1}{2} + \frac{4}{20} + \frac{3}{80} + \frac{1}{160} + \frac{1}{320} + \frac{1}{320}(\frac{3}{4} + \frac{2}{20} + \frac{1}{80} + \frac{1}{160}) + (\frac{1}{320})^2 \times \frac{8}{20}$.	$7\frac{3}{4} + \frac{2}{20} + \frac{1}{80} + \frac{1}{160} + \frac{1}{320}(\frac{1}{2} + \frac{3}{20} + \frac{3}{80} + \frac{1}{160}) + (\frac{1}{320})^2 \times \frac{8}{20}$.	$77\frac{3}{4}$	1
	Total ..	$70\frac{3}{4} + \frac{4}{20} + \frac{1}{40} + \frac{1}{320} + \frac{1}{320}(\frac{4}{20} + \frac{3}{80}) + (\frac{1}{320})^2(\frac{3}{4} + \frac{3}{20})$.	$7\frac{3}{4} + \frac{1}{20} + \frac{1}{40} + \frac{1}{160} + \frac{1}{320}(\frac{3}{4} + \frac{1}{20} + \frac{1}{80} + \frac{1}{320})$.	$63\frac{2}{20} + \frac{3}{80} + \frac{1}{160} + \frac{1}{320}(\frac{8}{20} + \frac{1}{80} + \frac{1}{160} + \frac{1}{320}) + (\frac{1}{320})^2(\frac{3}{4} + \frac{3}{20})$.	541	$1\frac{8}{10}$

paḷḷi contain seventy (*measures of*) land, three quarters, four twentieths, one fortieth and one three-hundred-and-twentieth; $\frac{1}{320}$ of four twentieths and three eightieths; and $(\frac{1}{320})^2$ of three quarters and three twentieths. The land free from taxes, which has to be deducted, (*contains*) seven (*measures*), three quarters, one twentieth, one fortieth and one hundred-and-sixtieth; and $\frac{1}{320}$ of three quarters, one twentieth, one eightieth and one three-hundred-and-twentieth. (*The remaining*) land (*contains*) sixty-three (*measures*), two twentieths, three eightieths and one hundred-and-sixtieth; $\frac{1}{320}$ of eight twentieths, one eightieth, one hundred-and-sixtieth and one three-hundred-and-twentieth; and $(\frac{1}{320})^2$ of three quarters and three twentieths. The gold paid as tax is five hundred and forty-one *kaṛañju*, (*one*) *mañjâḍi* and eight tenths.

24. (*The village of*) Koḍimaṅgalam, which is enjoyed by the (*royal*) palace (? *śâlâbhôga*), in Takkaḷûr-nâḍu, (*a subdivision*) of Arumoṛidêva-vaḷanâḍu, (*contains*) fifty-three (*measures of*) land, one quarter, one fortieth and one three-hundred-and-twentieth; and $\frac{1}{320}$ of one half, three twentieths and one hundred-and-sixtieth. There have to be deducted two (*measures of*) land free from taxes, one half, one twentieth, one fortieth and one hundred-and-sixtieth; $\frac{1}{320}$ of three quarters, one twentieth, one fortieth and one three-hundred-and-twentieth; and $(\frac{1}{320})^2$ of one half and two twentieths, —consisting of the village-site, the ponds, the sacred temple, and the *Tîṇḍâchchê*[*ri*]. There have (*further*) to be deducted two twentieths (*of a measure*) of land free from taxes, one fortieth and one hundred-and-sixtieth,—consisting of the channel which passes through the land of this village and irrigates (*the village of*) Tiruminṉkuṉṟam. There have (*further*) to be deducted three eightieths (*of a measure*) of land free from taxes and one hundred-and-sixtieth; $\frac{1}{320}$ of one half, two twentieths and three eightieths; and $(\frac{1}{320})^2$ of three quarters and one twentieth,—consisting of the channels which pass through the land of this village and irrigate (*the village of*) Paruttiyûr. Altogether, there have to be deducted two (*measures of*) land free from taxes, three quarters, one hundred-and-sixtieth and one three-hundred-and-twentieth; $\frac{1}{320}$ of nine twentieths, one eightieth and one hundred-and-sixtieth; and $(\frac{1}{320})^2$ of eight twentieths. (*There remain*) fifty (*measures of*) land, one half, one eightieth and one hundred-and-sixtieth; $\frac{1}{320}$ of three twentieths, one fortieth, one hundred-and-sixtieth and one three-hundred-and-twentieth; and $(\frac{1}{320})^2$ of one half and two twentieths. The revenue paid as tax is five thousand and fifty-one *kalam*, two *tûṇi*, three *kuṟuṇi* and four *nâṛi* of paddy, which has to be measured by the *marakkâl* called (*after*) Âḍavallâṉ, which is equal to a *râjakêsari*.

25. Vê[n]elviḍugu-Pallavapuram, a town in Takkaḷûr-nâḍu, (*a subdivision*) of Arumoṛidêva-vaḷanâḍu, (*contains*), according to measurement, twenty-seven (*measures of*) land, three quarters, three twentieths and one fortieth; $\frac{1}{320}$ of one half and one fortieth; and $(\frac{1}{320})^2$ of eight twentieths. There have to be deducted seven (*measures of*) land free from taxes, one half, two twentieths, one fortieth and one three-hundred-and-twentieth; $\frac{1}{320}$ of one half, four twentieths, three eightieths and one hundred-and-sixtieth; and $(\frac{1}{320})^2$ of eight twentieths,—consisting of the village-site, the *Paṟaichchêri* of this village, the *Kammâṇaśêri*, the ponds included in the village, the ponds in the fields (*pulam*) and (*their*) banks, the sacred temple of Tiruvaḍigaḷ[1] in this village and (*its*) flower-garden, the embankment (*kuḷai*) of the Pâṇḍavây (*river*),[2] the sacred temple of the god of P[u]gaṛ-Îśvara-[gṛi]ham in this village and (*its*) sacred court, the quarter near the temple (*Taḷichchêri*), and the burning-ground. (*There remain*) twenty (*measures of*) land, one

[1] See page 52, note 1.

[2] See page 51, note 1.

quarter, three eightieths and one hundred-and-sixtieth; and $\frac{1}{320}$ of three quarters, one fortieth and one hundred-and-sixtieth. The gold paid as tax is one hundred and sixty-seven *karañju* and a half, three *mañjâḍi*, two tenths and one twentieth.

No. 6. On the south wall, second tier.

This and the next inscription, though of different date, are engraved continuously in two sections. No. 6 fills the whole of the first section and part of the first line of the second section.

The inscription describes a number of gifts, which were made until the 29th year of the reign of Kô-Râjakêsarivarman, *alias* Râjarâjadêva, by Âṛvâr Parântakaṉ Kundavaiyâr, who was the elder sister of Râjarâjadêva and the queen of Vallavaraiyar Vandyadêvar. As, according to the large Leyden grant,[1] Râjarâja was the son of Parântaka II., it is evident that the name of his sister, *Parântakaṉ Kundavaiyâr*, is an abbreviation for *Parântakaṉ magaḷ Kundavaiyâr*, *i.e.*, Kundavaiyâr, the daughter of Parântaka (II.).

Paragraph 2 records a gift of gold to the same two goddesses, who are mentioned in the inscription No. 2.[2] According to paragraph 1, these two images had been set up in the temple of Râjarâjêśvara by Kundavaiyâr herself. The same princess had set up an image of her mother, to which she presented certain ornaments (paragraphs 3 to 5). Other ornaments were given to the image of the god Dakshiṇa-Mêru-Viṭaṅkar (paragraphs 6 and 7), which had been set up by king Râjarâjadêva (paragraph 1), and to his consort (paragraphs 8 and 9), who was one of the two goddesses referred to in paragraph 2. The remainder of the inscription treats of endowments to these two goddesses (paragraph 10), to the image of Poṉmâligaittuñjiṉa-dêvar (paragraph 14), and to the image of the mother of Kundavaiyâr (paragraph 19). These endowments were made in the following manner. Kundavaiyâr deposited certain sums of money (*kâśu*), which were subsequently borrowed on interest by the inhabitants of certain villages from the shrine of Chaṇḍêśvara (paragraph 1), the saint in whose name the money affairs of temples are generally transacted.[3] The interest had to be paid yearly into the treasury of the Râjarâjêśvara temple at Tañjâvûr either in paddy[4] or in money. In the former case, the interest was three *kuṟuṇi* of paddy for each *kâśu*, and in the latter $12\frac{1}{2}$ per cent. If it is assumed that the rate of interest was the same in both cases, one *kâśu* would correspond to the value of 24 *kuṟuṇi* or 2 *kalam* of paddy. In two instances (paragraphs 18 and 21), money was deposited for purchasing a number of sheep, from the milk of which two private individuals had to supply daily a certain amount of ghee for lamps.[5] The value of one sheep was reckoned as $\frac{1}{3}$ *kâśu*. In paragraphs 14 and 19, the value of various daily requirements is given in measures of paddy; the whole list probably represents the daily wants of a single *pujâri*.

Text.

First section.

[1.] ஸ்வஸ்தி ஸ்ரீ [||*] திருமகள் போலப்பெருநிலச்செல்வியுந்தனக்கெய் உரிமை பூண்டமை மனக்கொளக்காந்தளூர்ச்சாலை கலமறுத்தருளி வெங்கைநாடுங்கங்கபாடியுந்தடிகைபாடியும் நுளம்பபாடியுங்குடமலைநாடுங்கொல்லமுங்கலிங்கமும் முரட்டெழில்

[1] Dr. Burgess' *Archæological Survey of Southern India*, Vol. IV, p. 207.

[2] See above, page 14.

[3] See Vol. I, p. 92, note 6.

[4] Compare Vol. I, Nos. 85 and 146.

[5] Compare Vol. I, Nos. 82, 83, 148 and 150.

சிங்களர் ஈழ[ம]ண்டலமும் இரட்டபாடி ஏழரை இலக்[க]மும் முன்[னீ]ர்ப்பழந்தீவு
பன்னீராயிரமுந்திண்டிறல் வென்றித்தண்டாற்கொண்ட தன்னெழில் வள[ரூழி]யு-
ளெல்லாயாண்டுந்தொழுதக விளங்கும் யாண்டெய் செழி[ய]ரைத்தெசு கொள்
கோராஜகேஸரிவர்ம[ற்*]ரான ஸ்ரீராஜராஜதேவர்க்கு யாண்டு இருபத்தொன்பதா-
வது வரை உடையார் ஸ்ரீராஜராஜீஸ்வரம் உடையார் கோ[யி]லில் உடையார்
ஸ்ரீராஜரா[ஜதே]வர் திருத்தமக்கையார் வல்லவரையர் வந்த்யதேவர் மஹாதேவியார்
ஆழ்வார் பராந்தகன். குந்தவையார் எழுந்தருளுவித்த திருமேனிகள் தக்ஷிணமே-
ருவிடங்கர் நம்பிராட்டியார் உமாபரமேஸ்வ[ரி]யார்க்கும் தஞ்சைவிடங்கர் நம்பிரா-
ட்டியார் உமாபரமேஸ்வரியார்க்கும் பொன்மா[ளி]கைத்துஞ்சினதேவராக எழுந்தரு-
ளுவித்த திருமேனிக்கும் ஆழ்வார் பராந்தகன் குந்தவையார் தம்மையாக எழுந்-
தருளுவித்த திருமேனிக்கும் உடையார் ஸ்ரீராஜராஜதேவர் எழுந்தருளுவித்த
திருமேனி தக்ஷிணமேருவிடங்கர்க்கும் ஆழ்வார் பராந்தகன் குந்தவையார் குடு-
த்த பொன் ஆடவல்லான் என்னுங்குடிஞைக்கல்லால் நிறை எடுத்தும் ரத்நங்கள்
சரடு-

[2.] ஞ்சட்டமுஞ்செப்பாணிகளும் அரக்கும் பிஞ்சும் நீக்கி தக்ஷிணமேருவிடங்கந் என்-
னுங்காசுகல்லால். நிறை எடுத்தும் இவர்களுக்கு வேண்டும் நிவந்தங்களுக்கு
ஆழ்வார் பராந்தகன் குந்தவையார் பொலிசையூட்டுக்கு வைத்த காசு ஸ்ரீராஜ-
ராஜீஸ்வரத்தினின்றெழுந்தருளி இரு[ந்]த் [வா]ஸ்தாநிக்கு ஸ்ரீமாஹேஸ்வரராகிய ஸபை-
ஸ்வரர் ப[க்]கல் பொலிசைக்கு ஊர்களிலார் கொண்ட காசும் கல்லில் வெட்-
டின ||— [௧*] தக்ஷிணமேருவி[ட]ங்கர் நம்பிராட்டியார் உமாபரமேஸ்வரியா-
ரும் தஞ்சைவிடங்கர் நம்பிராட்டியார் உமாபரமேஸ்வரியாருந்திருவிழா எழு[ந்]-
தருளும் போது எறியருளுந்திருவரங்கணியக்குடுத்த பொன் தண்டவாணிக்கு
கால் மாற்று நல்ல பொன் மூவாயிரத்து ஐஞ்ஞூற்றுக்கழஞ்சும் தண்டவாணிக்கு
ஒருமாற்றுத்தண்ணிய பொன் ஆயிரத்து ஐஞ்ஞூற்றுக்கழஞ்சும் ஆகப்பொன்
ஐய்யாயிரக்கழஞ்சு ||— [௨*] ஆழ்வார் பராந்தகன் குந்தவையார் தம்மையாக
எழுந்தருளுவித்த திருமேனிக்குக்குடுத்தன [௩*] கம்பி இருபதினால் பொன்
அறுகழஞ்செய் குன்றி ||— [௪*] தாலிமணிவடம் ஒன்று தாலி உட்பட்ப்-
பொன் நாற்கழஞ்செய் ஆறு மஞ்சாடியுங்குன்றி ||— [௫*] தக்ஷிணமேரு-
விடங்கர்க்குக்குடுத்தன ||— [௬*] ஏகாவல்லி ஒன்றிக்கோத்த[1] பழ[மு]த்து அனு-
வட்டமும் ஒப்புமுத்தும் குறுமுத்தும் ஆக முப்பத்தைஞ்சும் பவழம் இரண்-
டும் ராஜாவர்த்தம் இரண்டும் தாளிம்பமும் படுகண்ணுங்கொக்குவாயும் உடையது
நிறை நாற்கழஞ்செய் எட்டு மஞ்சாடியும் நான்கு மாவுக்கு விலை காசு பதி-
னைன்று ||— [௭*] தக்ஷிணமேருவிடங்கர் நம்பிராட்டியார் உமாபரமேஸ்வரி-
யார்க்குக்குடுத்தன [||—] [௮*] ஏகா-

[3.] வல்லி ஒன்றிற்கோத்த பழமுத்து அனுவட்டமும் ஒப்புமுத்துங்குறுமுத்தும் ஆக
முத்து முப்பத்தைஞ்சும் பவழம் இரண்டும் ராஜாவர்த்தம் இரண்டும் தாளிம்பமும்
படுகண்ணுங்கொக்குவாயும் உடை[ய]து நிறை நாற்கழஞ்செய் ஒன்பது மஞ்சா-
டியுங்குன்றிக்கு [வி]லை காசு பன்னிரண்டு ||— [௯*] தக்ஷிணமேருவிடங்கர்
நம்பிராட்டியார் உமாபரமேஸ்வரியாருந்தஞ்சைவிடங்கர் நம்பிராட்டியார் உமாபர-
மேஸ்வரியாருந்திருவிழா எழுந்தருளும் போது திருஅமிர்துக்குந்திருப்பள்ளித்தாமத்-
துக்குந்திருவிளக்கெண்ணைக்கும் உள்ளிட்டு வேண்டும் அழிவுக்குப்பொலிசையூட்-
டுக்கு வைத்த காசில் நித்தவிநோதவளநாட்டு முடிச்சோழநாட்டு ப்ரஹ்மதேய
ஜநநாதசதுர்வேதிமங்கலத்து ஸபையார் யாண்டு இருபத்தெட்டாவது பசான்
முதல் காசு ஒன்றுக்கு ஆட்டை வட்டன் முக்குறுணி நெற்பொலிசையாகத்த-
ஞ்சாவூர் ஸ்ரீராஜராஜீஸ்வரம் உடையார் பெரும் பண்டாரத்தெய் ஆடவல்லான்

[1] Read ஒன்றிற்கோத்த.

என்னும் மரக்கால[ா*]ல் சந்த்ராதித்யவல் அளக்கக்கடவர்களாகக்கொண்ட காசு இருநூற்றினால் ஆட்டாண்டு தொறும் அளக்கக்கடவ நெல்லு ஐம்பதின் கலம் ||— [௰*] நித்தவிநோதவளநாட்டு ஆவூர்க்கூற்றத்து ப்ரஹ்மதேயம் இரும்புதலாகிய மநுகுலசூளாமணிச்சதுர்வேதிமங்கலத்து ஸபையோம் யாண்டு இருபத்தெட்டாவது பசான் முதல் காசு ஒன்றுக்கு ஆட்டை வட்டன் முக்குறுணி நெல்லுப்பொலிசையாகத்தஞ்சாவூர் ஸ்ரீராஜராஜீஸ்வரம் உடையார்

[4.] பெரும் பண்டாரத்தெய் ஆடவல்லான் என்னும் மரக்காலால் சந்த்ராதித்யவல் அளக்கக்கடவர்களாகக்கொண்ட காசு நூற்றினால் ஆட்டாண்டு தொறும் அளக்கக்[க]டவ நெல்லு இருபத்தைங்கலம் ||— [௰௧*] கொளாந்தகவளநாட்டு உறையூர்க்கூற்றத்து ப்ரஹ்மதேயம் ராஜாஶ்ரயச்[ச]துர்வேதிமங்கலத்து ஸபையோம் யாண்டு இருபத்தொன்பதாவது முதல் காசு ஒன்றுக்கு ஆட்டை வட்டன் முக்குறுணி நெல்லுப்பொலிசையாகத்தஞ்சாவூர் ஸ்ரீராஜராஜீஸ்வரம் உடையார் பெரும் பண்டாரத்தெய் ஆடவல்லான் என்னும் மரக்காலால் சந்த்ராதித்யவல் அளக்கக்கடவர்களாகக்கொண்ட காசு ஐஞ்ஞூற்றினால் ஆட்டாண்டு தொறும் அளக்கக்கடவ நெல்லு நூற்றிருபத்தைங்கலம் ||— [௰௨*] நித்தவிநோதவளநாட்டுக்கிழார்க்கூற்றத்துப்பெருமிலட்டூர் ஊரோம் யாண்டு இருபத்தொன்பதாவது முதல் காசு ஒன்றுக்கு ஆட்டை வட்டன் முக்குறுணி நெல்லுப்பொலிசையாகத்தஞ்சாவூர் ஸ்ரீராஜராஜீ[ஸ்வ]ரம் உடையார் பெரும் பண்டாரத்தெய் ஆடவல்லான் என்னும் மரக்காலால் அளக்கக்கடவர்களாகக்கொண்ட காசு இருநூற்றினால் ஆட்டாண்டு தொறும் அளக்கக்கடவ நெல்லு ஐம்பதின் கலம் ||— [௰௩*] பொன்மாளிகைத்துஞ்சினதேவராக எழுந்தருளுவித்த திருமேனிக்குத்திருவமுதுக்குப்போது பழஅரிசி இ[ரு]நாழி ஆக இரண்டு போதைக்குப்பழஅரிசி நாநாழிக்கு நெல்லுக்குறுணி இருநாழியும் நெய்யமுது போது இருசெவிடாய[ா]க ஆழாக்குக்கு நெல்லு நானாழியும் கறிஅ-

[5.] முது போது மூன்றாகக்கறிஅமுது ஆறுக்கு நெல்லு அறுநாழியும் பருப்புஅமுது போது உழக்கு ஆக உரிக்கு நெல்லு நாழி உரியும் சற்க்கரைஅமுது போது கைய்சாக அரைப்பலத்துக்கு நெல்லு நாழி உரியும் பொரிக்கறிஅமுதுக்கு நெய் போது ஒன்றெ காற்செவிடாக நெய் இரு[செ]விடாக்கு நெல்லு இருநாழியும் வாழைப்பழஅமுது போது ஒன்றாக இரண்டுக்கு நெல்லு நாழியும் தயிரமுது போது உரி ஆக நாழிக்கு நெ[ல்]லு முந்நாழியும் கடுகுக்கும் மிளகுக்கும் உப்புக்கும் நெல்லு உரி ஆழக்கும் விறகக்கு[1] நெல்லு நானாழியும் அடைக்காய்அமுது பாக்குப்போது நாலாகப்பாக்கு எட்டும் வெள்ளிலைஅமுது முப்பத்திரண்டுக்கும் நெல்லு நாழியும் ஆகப்போனகப்பழநெல்லு உட்பட நிசதம் நெல்லுத்தூணி இருநாழி உரி ஆழக்கு ஆக ஓராட்டைக்கு நெல்லு நூற்று இருபத்து ஒன்பதின் கலனெய் இருதூணிப்பதக்கு ஒருநாழியும் எற்றம் நெல்லுக்குறுணி எழுநாழியும் ஆக நெல்லு நூற்று முப்பதின் கலத்துக்கு ஆட்டை வட்டன் தஞ்சாவூர் ஸ்ரீராஜராஜீஸ்வரம் உடையார் பெரும் பண்டாரத்தெய் ஆடவ[ல்]லான் என்னும் மரக்காலால் காசு ஒன்றுக்கு முக்குறுணி நெல்லுப்பொலிசையாக சந்த்ராதித்யவல் செலுத்துவதற்க்கு வைத்த காசில் வடகரைராஜேந்த்ரசிங்கவளநாட்டு பொய்கைநாட்டுக்கண்டராதித்யச்சதுர்வேதிமங்கலத்து ஸபையோம் யாண்டு இருபத்தொன்பதாவ[து] முதல் காசு ஒ-

[6.] ன்றுக்கு ஆட்டை வட்டன் முக்குறுணி நெல்லுப்பொலிசை ஆகத்தஞ்சாவூர் ஸ்ரீராஜராஜீஸ்வரம் உடையார் பெரும் பண்டாரத்தெய் ஆடவல்லான் என்னும் மரக்காலால் சந்த்ராதித்யவல் அளக்கக்கடவர்களாகக்கொண்ட காசு ஐஞ்ஞூற்று இருபதினால் ஆட்டாண்டு தொறும் அளக்கக்க[டவ] நெல்லு நூற்று முப்பதின்

[1] Read விறகுக்கு.

கலம் ||— [௰௪*] இவர்க்கெ சார்த்தும் திருப்பரிசட்டத்துக்குக்காசு இருபத்-
தாறுந்திருநமனிகை நாலுக்குக்காசு இரண்டுந்[திரு]வொற்றாடை நாலுக்குக்காசு
இரண்டுந்திருமெற்கட்டி நாலுக்குக்காசு இரண்டுந்திருப்பாவாடை பதினாறுக்குக்-
காசு நாலுந்திருப்பள்ளித்தாமத்துக்கு நிசதம் அக்கம் அரையாக ஓராட்டைக்கு
அக்கம் நூற்று எண்பது இவை காசு ஒன்றுக்கு அக்கம் பன்னிரண்டாகக்காசு
பதினைஞ்சும் ஆகக்காசு ஐம்பத்தொன்றுக்குக்காசு ஒன்றுக்குத்திங்கள் அரைக்கால்
அக்கப்பலிசை ஆக சந்த்ராதித்யவல் செலுத்துவதற்க்கு வைத்த காசில் ராஜெந்த்ர-
ஸிங்கவளநாட்டுத்தனியூர் ஸ்ரீவீரநாராயணசதுர்வ்வெதிமங்கலத்து ஸபையார் யாண்டு
இருபத்தொன்பதாவது முதல் காசின் வாய்த்திங்கள் அரைக்கால் அக்கப்பொலி-
சையாக ஆட்டாண்டு தொறுந்தஞ்சாவூர் ஸ்ரீராஜராஜீஸ்வரம் உடையார் பண்-
டாரதிது[1] சந்த்ராதித்யவல் பொலிசை இடக்கடவர்களாகக்கொண்ட காசு நூற்று-
த்தொண்ணூற்று ஆறினால் ஆட்டாண்டு தொறும் இடக்கடவ காசு இருபத்து
நாலரை ||— [௰௫*] ராஜெந்த்ரஸிங்கவளநாட்டுத்தனியூர் ஸ்ரீபராந்தகசதுர்வ்வெதி-
[7.] மங்கலத்து ஸபையார் யாண்டு இருபத்தொன்பதாவது முதல் காசின் வாய்த்-
திங்கள் [அரைக்க]ால் அக்கப்பொலிசை ஆக ஆட்டாண்டு தொறுந்தஞ்சாவூர்
ஸ்ரீராஜராஜீஸ்வரம் உடையார் பண்டாரத்து சந்த்ராதித்யவல் பொலிசை இடக்-
[க]டவர்களாகக்கொண்ட காசு நூற்று ஒருபத்திரண்டினால் [ஆ]ட்டாண்டு தொ-
றும் இடக்கடவ காசு பதினாலு ||— [௰௬*] நித்தவிநொதவளநாட்டுக்கிழார்க்-
கூற்றத்து ப்ரஹ்மதெயம் கு[ல]மங்கலத்து ஸபையார் யாண்[டு] இருபத்தொன்ப-
தாவது முதல் காசின் வாய்த்திங்கள் அரைக்கால் அக்க[ப்]பொலிசையா[க] ஆட்-
டாண்டு தொறுந்தஞ்சாவூர் ஸ்ரீராஜராஜீஸ்வரம் உடையார் பண்டாரத்து சந்த்ரா-
தித்யவல் பொலிசை இடக்கடவர்களாகக்கொண்ட காசு நூறினால் ஆட்டாண்டு
தொறும் [இட]க்கடவ காசு பன்னிரண்டரை |— [௰௭*] இவர்க்கெய் ஸந்திவி-
ளக்குப்பத்துக்கு நிசதம் நெய் உழக்க[ா]க சந்த்ராதித்யவல் எரிப்பதர்க்கு வெண்-
டும் ஆடு தொண்ணூற்று ஆறுக்குக்காசு ஒன்றுக்கு ஆடு மூன்றாக வைத்த
காசில் பாட்டத்தாளன் ஆச்சன் அடிகள் கொண்ட காசு முப்பத்திரண்டினால்
நிசதம் அட்டக்கடவ நெய் உழக்கு [௰௮*] உடையார் ஸ்ரீராஜராஜதெவர்
திருத்தமக்கையார் வல்லவரையர் வந்த்யதெவர் மஹாதெவியார் ஆழ்வார் பராந்த-
கன் குந்தவையார் தம்மை ஆக எழுந்தருளுவித்த திருமெனிக்குத்திருஅமுர்துக்-
குப்பொது பழஅரிசி இருநாழி ஆக இரண்டு பொதைக்கு பழஅரிசி நாநாழி-
க்கு நெல்லுக்குறுணி இருநாழியும் நெய்அமுது பொது இருசெவிடரை ஆக
ஆழக்[கு]-
[8.] க்கு நெல்லு நானாழியுங்கறிஅமுது பொது மூன்றாகக்கறிஅமுது ஆறுக்கு நெல்லு
[அறுநாழியு]ம் பருப்புஅமுது பொது உழக்கு ஆக உரிக்கு நெல்லு நாழி
உரியும் சற்க்கரைஅமுது பொது கைய்சாக அரைப்பலத்துக்கு நெல்லு நாழி
உரியும் பொரிக்கறிஅமுதுக்கு நெய் பொ[து ஒ]ன்றெய் கால் செவிடாக இரு-
செவிடரைக்கு நெல்லு இருநாழியும் வாழைப்பழஅமுது பொது ஒன்றாக இர-
ண்டுக்கு நெல்லு நாழியும் த[யிர்அ]முது பொது உரி ஆக நாழிக்கு நெல்லு
மூன்னாழியும் கடுக்கும் மிளகுக்கும் உப்புக்கும் நெல்லு உரி ஆழக்கும் விற-
குக்கு நெல்லு நானாழியும் அடைக்[க]ாய்அமுது பாக்குப்பொது நாலாக எட்டும்
வெள்ளிலைஅமுது முப்பத்திரண்டுக்கும் நெல்லு நாழியும் ஆகப்பொனகப்பழநெ-
ல்லு உட்பட நிசதம் நெ[ல்]லுத்தூணி இருநாழி உரி ஆழக்கு ஆக ஓராட்-
டைக்கு நெல்லு நூற்று இருபத்து ஒன்பதின் கலனெய் இருதூணிப்பதக்கு
ஒருநாழியும் எற்றம் நெல்லுக்குறுணி எழுநாழியும் ஆக நெல்லு நூற்று முப்-
பதின் கலத்துக்கு ஆட்டை வட்டன் தஞ்சாவூர் ஸ்ரீராஜராஜீஸ்வரம் உடையார்

[1] Read பண்டாரத்து.

பெரும் பண்டாரத்தெய் ஆடவல்லான் என்னும் மரக்காலால் காசு ஒன்றுக்கு முக்குறுணி நெல்லுப்பொலிசை ஆக ஸம்வத்ஸரவல் செலுத்துவதற்கு வைத்த காசில் நித்தவிநோதவளநாட்டுக்கரம்பைநாட்டுக்குந்தவைநல்லூர் ஊரா[ர்*] யாண்டு இருபத்தொன்(பத)ப்தாவது முதல் காசு ஒன்றுக்கு ஆ-

[9.] ட்டை வட்டன் முக்குறுணி நெல்லுப்பொலிசையாகத்தஞ்சாவூர் ஸ்ரீராஜ[ரா]ஜீஸ்வ-ரம் உடையார் பெரும் பண்[ட]ாரத்தெய் ஆடவல்லான் என்னும் மரக்காலால் ஸம்வத்ஸரவல் அளக்கக்கடவர்களாகக்கொண்ட காசு ஐஞ்ஞூற்று இருபதினால் ஆட்டாண்டு தொறும் அளக்கக்க[ட]வ நெல்லு நூற்று முப்பதின் கலம் ||— [௰௯*] இ[வர்]க்கெய் சார்த்துந்திருப்[ப]ரிசட்டத்துக்கு ஆட்டை[ட வ]ட்டன் காசு முப்பத்தாறுந்திருநமனிகை நாலுக்குக்காசு இரண்[டுந்]திருவொற்றுடை [நா]லுக்-குக்காசு இரண்டுந்திருப்பாவாடை பதினாறுக்குக்காசு நாலுந்திருமெற்கட்டி [நா]-லுக்குக்காசு இரண்டுந்திருப்பள்ளித்தாமத்து[க்]கு நிசதம் அக்கம் அரை ஆக ஓராட்டைக்கு அக்கம் நூற்[று] எண்பது இவை காசு ஒன்றுக்கு அ[க்]கம் பன்னிர[ண்]டாக வ[ந்த] காசு பதினைஞ்சும் ஆக ஓராட்டைக்குக்காசு அறுபத்தொ-ன்றுக்குக்காசு ஒன்றுக்குத்திங்கள் அரைக்கால் அக்கப்பலிசையாக ஸம்வத்ஸரவல் செலுத்துவதற்கு வைத்[த] காசில் ராஜேந்த்ரசிங்கவளநாட்டுத்தனியூர் ஸ்ரீபராந்த-கசதுர்வேதிமங்கலத்து ஸபையார் யாண்டு இருபத்தொன்பதாவது முதல் கா-சின் வாய்த்திங்கள் அரைக்கால் அக்க[ப்]பொலிசையாக ஆட்டாண்டு தொறுந்-தஞ்[சா]வூர் ஸ்ரீராஜராஜீஸ்வரம் உடையார் பெரும் பண்டாரத்தெய் ஸம்வத்ஸர-வல் பொலிசை இடக்கடவர்களாகக்கொண்ட காசு நானூற்று எண்பத்தெட்டினால் ஆட்டாண்டு தொறும் இடுங்காசு அறுபத்தொன்று [௨௰*] இவர்க்கெ[ய்] ஸந்தி-விளக்குப்பத்துக்கு நிசதம் நெய்

Second section.

[1.] உழக்கு ஆக ஸம்வத்ஸரவல் எரிப்பதற்க்கு வெண்டும் ஆடு தொண்ணூற்றுறுக்குக்காசு ஒன்றுக்கு ஆடு [மூ]ன்றாக வைத்த காசில் பாட்டத்தாளன் கலியன் [ப]ரதன் கொ-ண்ட காசு முப்பத்திரண்டினால் நிசதம் அட்டக்கடவ நெய் உழக்கு ||— [௨௧*]

TRANSLATION.

1. Hail! Prosperity! Until the twenty-ninth year (*of the reign*) of Kô-Râjakêsarivarman, *alias* Śrî-Râjarâjadêva, who,—while (*his*) heart rejoiced, that, like the goddess of fortune, the goddess of the great earth had become his wife,—in his life of growing strength, during which, having been pleased to cut the vessel (*in*) the hall (*at*) Kândaḷûr, he conquered by his army, which was victorious in great battles, Vêṅgai-nâḍu, Gaṅga-pâḍi, Taḍigai-pâḍi, Nuḷamba-pâḍi, Kuḍamalai-nâḍu, Kollam, Kaliṅgam, Îṛa-maṇḍalam, (*which was the country*) of the Śiṅgaḷas who possessed rough strength, the seven and a half *lakshas* of Iraṭṭa-pâḍi, and twelve thousand ancient islands of the sea,—deprived the Śeṛiyas of their splendour, while (*he*) was resplendent (*to such a degree*) that (*he*) was worthy to be worshipped everywhere;—Âṛvâr Parântakaṉ Kundavaiyâr gave to the images (*tiru-mêṉi*) (*of the goddess*) Umâparamêśvarî, who is the consort of our lord Dakshiṇa-Mêru-Viṭaṅkar, and (*of the goddess*) Umâparamêśvarî, who is the consort of our lord Tañjai-Viṭaṅkar,—which (*two images*) had been set up in the temple, (*called*) the lord Śrî-Râjarâjêśvara, by Âṛvâr Parântakaṉ Kundavaiyâr, (*who was*) the venerable elder sister of the lord Śrî-Râjarâjadêva (*and*) the great queen of Vallavaraiyar Vandyadêvar,—to the image which had been set up to Poṉmâḷigaittuñjiṉa-dêvar,[1] to

[1] *I.e.*, 'the god who was sleeping in the golden palace.'

the image which Âṟvâr Parântakaṉ Kundavaiyâr had set up to her mother, and to the image (*of the god*) Dakshiṇa-Mêru-Viṭaṅkar, which had been set up by the lord Śrî-Râjarâjadêva,—gold which was weighed by the stone (*used in*) the city (*kuḍiñai-kal*) and called (*after*) Âḍavallâṉ, and jewels (*ratna*) which were weighed by the jewel weight (*kâśu-kal*) called (*after*) Dakshiṇa-Mêru-Viṭaṅkaṉ,—excluding the threads (*śaraḍu*); the frames (*śaṭṭam*), the copper nails (*śeppâṇi*), the lac (*arakku*) and the *piñju*. For the expenses (*nibandha*),[1] which are required by these (*gods*), Âṟvâr Parântakaṉ Kundavaiyâr deposited money (*kâśu*), to be put out to interest (*poliśai*). (*The amount of this gold, these jewels, these deposits*) and the money, which the inhabitants of (*certain*) villages had received on interest from Chaṇḍêśvara, who is the first servant[2] of the supreme lord (*paramasvâmin*), who has been pleased to take up gladly his abode in (*the temple called*) Śrî-Râjarâjêśvara,—was engraved on stone (*as follows*):—

2. For decorating the sacred hall (*tiruvaraṅgu*),[3] which (*the goddess*) Umâparamêśvarî, who is the consort of our lord Dakshiṇa-Mêru-Viṭaṅkar, and (*the goddess*) Umâparamêśvarî, who is the consort of our lord Tañjai-Viṭaṅkar, are pleased to enter, when they are carried in procession (*at*) the sacred festival (*tiru-viḻâ*),—(*she*) gave three thousand five hundred *kaḻañju* of gold, which was a quarter superior in fineness to the (*gold standard called*) *daṇḍavâṇi*, and one thousand five hundred *kaḻañju* of gold, which was one (*degree*) inferior in fineness to the *daṇḍavâṇi*,—altogether, five thousand *kaḻañju* of gold.

3. To the image, which Âṟvâr Parântakaṉ Kundavaiyâr had set up to her mother, (*she*) gave:—

4. Twenty ear-rings (*kambi*), consisting of six *kaḻañju* and (*one*) *kuṉṟi* of gold.

5. One string of beads for the marriage-badge (*tâli-maṇi-vaḍam*), (*consisting of*) four *kaḻañju*, six *mañjâḍi* and (*one*) *kuṉṟi* of gold,—including the marriage-badge (*itself*).

6. To (*the god*) Dakshiṇa-Mêru-Viṭaṅkar (*she*) gave:—

7. One ornament consisting of a single string,[4] on which were strung thirty-five old pearls,—*viz.*, roundish pearls (*aṉuvaṭṭam*), polished pearls (*oppu-muttu*) and small pearls (*kuṟu-muttu*),—two corals (*pavaḻam*), two lapis lazuli (*râjâvarta*), (*one*) *tâḻimbam*,[5] (*one*) *paḍugaṉ* and (*one*) *kokkuvây*, and which weighed four *kaḻañju*, eight *mañjâḍi* and four tenths, corresponding to a value of eleven *kâśu*.

8. To (*the goddess*) Umâparamêśvarî, who is the consort of our lord Dakshiṇa-Mêru-Viṭaṅkar, (*she*) gave:—

9. One ornament consisting of a single string, on which were strung thirty-five old pearls,—*viz.*, roundish pearls, polished pearls and small pearls,—two corals, two lapis lazuli, (*one*) *tâḻimbam*, (*one*) *paḍugaṉ* and (*one*) *kokkuvây*, and which weighed four *kaḻañju*, nine *mañjâḍi* and (*one*) *kuṉṟi*, corresponding to a value of twelve *kâśu*.

10. For the sacred food (*tiru-amirdu*), temple-garlands (*tiruppaḷḷittâmam*), oil for the sacred lamps, and other expenses (*aṟivu*), which are required, when (*the goddess*) Umâparamêśvarî, who is the consort of our lord Dakshiṇa-Mêru-Viṭaṅkar, and (*the goddess*)

[1] From paragraphs 10 to 21 it appears, that the term *nibandha* included food, clothing, garlands, and oil for lamps.

[2] *Mûlabhṛitya* is a synonym of *Âdidâsa*, the usual title of Chaṇḍêśvara; see Vol. I, p. 116, note 3.

[3] அரங்கு or அரங்கம் is a *tadbhava* of the Sanskrit रङ्ग. Compare an inscription of Kṛishṇarâya of Vijayanagara, which records the building of a *raṅga-maṇḍapa* in connection with a temple of Śiva; *Epigraphia Indica*, pp. 363 and 370.

[4] *Êkâvalli* is a corruption of the Sanskrit *êkâvali*.

[5] Compare the Kanarese and Telugu *dâḷimba*, which is a *tadbhava* from the Sanskrit *dâḍima*, 'the pomegranate.'

Umâparamêśvarî, who is the consort of our lord Tañjai-Viṭaṅkar, are carried in procession (*at*) the sacred festival, (*she*) deposited money, to be put out to interest. Having agreed to measure from (*the harvest of*) the *paśâṉ*[1] in the twenty-eighth year (*of the king's reign*), as long as the moon and the sun endure, three *kuṟuṇi* of paddy per year as interest for each *kâśu* into the large treasury (*bhaṇḍâra*) of the lord Śrî-Râjarâjêśvara (*at*) Tañjâvûr with the *marakkâl* called (*after*) Âḍavallâṉ,—the members of the assembly (*sabhâ*) of Jananâtha-chaturvêdimaṅgalam, a *brahmadêya* in Muḍichchôṟa-nâḍu, (*a subdivision*) of Nittavinôda-vaḷanâḍu, have to measure every year fifty *kalam* of paddy for the two hundred *kâśu*, which they have received out of (*that money*).

11. Having agreed to measure from (*the harvest of*) the *paśâṉ* in the twenty-eighth year (*of the king's reign*), as long as the moon and the sun endure, three *kuṟuṇi* of paddy per year as interest for each *kâśu* into the large treasury of the lord Śrî-Râjarâjêśvara (*at*) Tañjâvûr with the *marakkâl* called (*after*) Âḍavallâṉ,—the members of the assembly of Irumbudal, *alias* Manukulachûḷâmaṇi-chaturvêdimaṅgalam, a *brahmadêya* in Âvûr-kûṟṟam, (*a subdivision*) of Nittaviṉôda-vaḷanâḍu, have to measure every year twenty-five *kalam* of paddy for the one hundred *kâśu*, which they have received.

12. Having agreed to measure from the twenty-ninth year (*of the king's reign*), as long as the moon and the sun endure, three *kuṟuṇi* of paddy per year as interest for each *kâśu* into the large treasury of the lord Śrî-Râjarâjêśvara (*at*) Tañjâvûr with the *marakkâl* called (*after*) Âḍavallâṉ,—the members of the assembly of Râjâśraya-chaturvêdimaṅgalam, a *brahmadêya* in Uṟaiyûr-kûṟṟam, (*a subdivision*) of Kêraḷântaka-vaḷanâḍu, have to measure every year one hundred and twenty-five *kalam* of paddy for the five hundred *kâśu*, which they have received.

13. Having agreed to measure from the twenty-ninth year (*of the king's reign*) three *kuṟuṇi* of paddy per year as interest for each *kâśu* into the large treasury of the lord Śrî-Râjarâjêśvara (*at*) Tañjâvûr with the *marakkâl* called (*after*) Âḍavallâṉ,—the villagers of Perumilaṭṭûr in Kiṟâr-kûṟṟam, (*a subdivision*) of Nittaviṉôda-vaḷanâḍu, have to measure every year fifty *kalam* of paddy for the two hundred *kâśu*, which they have received.

14. Having agreed to measure from the twenty-ninth year (*of the king's reign*), as long as the moon and the sun endure, three *kuṟuṇi* of paddy per year as interest for each *kâśu* into the large treasury of the lord Śrî-Râjarâjêśvara (*at*) Tañjâvûr with the *marakkâl* called (*after*) Âḍavallâṉ,—the members of the assembly of Gaṇḍarâditya-chaturvêdimaṅgalam in Poygai-nâḍu, (*a subdivision*) of Vaḍakarai-Râjêndra-siṁha-vaḷanâḍu, have to measure every year one hundred and thirty *kalam* of paddy for the five hundred and twenty *kâśu*, which they have received out of the money, which (*she*) had deposited (*under the condition*), that every year, as long as the moon and the sun endure, three *kuṟuṇi* of paddy should be measured as interest for each *kâśu* into the large treasury of the lord Śrî-Râjarâjêśvara (*at*) Tañjâvûr with the *marakkâl* called (*after*) Âḍavallâṉ for (*the requirements of*) the image, which had been set up to Poṉmâḷigaittuñjiṉa-dêvar. (*One*) *kuṟuṇi* and two *nâṟi* of paddy (*are required*) for (*conversion into*) four *nâṟi* of old rice (*to be used*) for the sacred food (*tiruvamudu*) at both times (*of the day*),—two *nâṟi* of old rice (*being used*) each time; four *nâṟi* of paddy for (*one*) *âṟakku*[2] of ghee (*ney-amudu*),—two *śeviḍu*

[1] According to the *Dictionnaire Tamoul-Français*, பசான், பசானம் or பிசானம். is a kind of coarse paddy which ripens late.

[2] The usual form of this word is *âṟâkku*.

and a half (*being used*) each time;[1] six *nâṛi* of paddy for six dishes of curry (*kaṟi-amudu*),—three dishes of curry (*being used*) each time; (*one*) *nâṛi* and (*one*) *uri* of paddy for (*one*) *uri* of pulse (*paruppu-amudu*),—(*one*) *uṛakku* (*being used*) each time; (*one*) *nâṛi* and (*one*) *uri* of paddy for half a *palam* of sugar (*śaṛkarai-amudu*),—(*one*) *kaiśu* (*being used*) each time;[2] two *nâṛi* of paddy for two *śevidu* and a half of ghee, to prepare fried curry (*porikkaṟi-amudu*),—one and a quarter *śevidu* of ghee (*being used*) each time; (*one*) *nâṛi* of paddy for two plantains (*vâṛaippaṛa-amudu*),—one (*being used*) each time; three *nâṛi* of paddy for (*one*) *nâṛi* of curds (*tayir-amudu*),—(*one*) *uri* (*being used*) each time; (*one*) *uri* and (*one*) *âṛakku* of paddy for mustard (*kaḍugu*), pepper (*miḷagu*) and salt (*uppu*); four *nâṛi* of paddy for fire-wood (*viṟagu*); and (*one*) *nâṛi* of paddy for eight areca-nuts (*aḍaikkây-amudu*),—four nuts (*pâkku*) (*being used*) each time,—and for thirty-two betel-leaves (*veḷḷilai-amudu*);—altogether,—including the old paddy for the boiled rice (*pôṉagam*),—[3] (*one*) *tûṇi*, two *nâṛi*, (*one*) *uri* and (*one*) *âṛakku* of paddy every day,[4] one hundred and twenty-nine *kalam*, two *tûṇi*, (*one*) *padakku* and one *nâṛi* of paddy every year, or,—(*including*) the excess (*êṟṟam*) of (*one*) *kuṟuṇi* and seven *nâṛi* of paddy,—one hundred and thirty *kalam* of paddy.[5]

15. For realizing fifty-one *kâśu*,—[6] *viz*., twenty-six *kâśu* for the sacred cloth[7] to be worn by this (*god*),[8] two *kâśu* for four sacred curtains,[9] two *kâśu* for four sacred towels

---

[1] Accordingly, a *śevidu* was equal to ⅛ *âṛakku*, one of which is again equal to ⅛ *nâṛi*; see page 48, note 5.

[2] Accordingly, a *kaiśu* was equal to ¼ *palam*.

[3] This refers to the 1 *kuṟuṇi* and 2 *nâṛi* of paddy, which are mentioned first in the list.

[4] நிசதம் is probably a corruption of नित्यम्; see Vol. I, page 116, note 6.

[5] The calculation of the amount of paddy, which was to be supplied daily, is as follows:—

—	Paddy.				
	tûṇi.	*kuṟuṇi.*	*nâṛi.*	*uri.*	*âṛakku.*
For conversion into 4 *nâṛi* of husked rice ..	..	1	2	..	..
,, 1 *âṛakku* of ghee	..	..	4	..	..
,, 6 dishes of curry	..	..	6	..	..
,, 1 *uri* of pulse	..	..	1	1	..
,, ½ *palam* of sugar	..	..	1	1	..
,, 2½ *śevidu* of ghee	..	..	2	..	..
,, 2 plantains	..	..	1	..	..
,, 1 *nâṛi* of curds	..	..	3	..	..
,, mustard, pepper and salt	..	..	..	1	1
,, fire-wood	..	..	4	..	..
,, 8 areca-nuts and 32 betel-leaves	..	..	1	..	..
Total ..	1	..	2	1	1

If the amount of paddy required per year is divided by this total, we find that the year was reckoned as consisting of 360 days. The excess (*êṟṟam*) was evidently added in order to simplify accounts by fixing a round number, thus:—

—	*kalam.*	*tûṇi.*	*padakku.*	*kuṟuṇi.*	*nâṛi.*
Paddy required per year.	129	2	1	..	1
Excess	..	..	..	1	7
Total ..	130	..	..	..	..

[6] These 51 *kâśu* are made up of 24½ *kâśu* in paragraph 15, 14 in paragraph 16, and 12½ in paragraph 17.

[7] பரிசட்டம் is perhaps the same as பரிவட்டம்.

[8] This refers to the image of Poṉmâḷigaittuñjiṉa-dêvar, which was mentioned in the preceding paragraph.

[9] *Namaṉigai* is probably a further corruption of *yamaṉigai* (Sanskrit *yavanikâ*). Compare நமன் (or ஞமன்) for யமன் (Sanskrit *Yama*).

(*tiruvoṟṟâḍai*), two *kâśu* for four sacred canopies (*tiru-mêṟkaṭṭi*), four *kâśu* for sixteen sacred cloths on which rice is offered (*tiruppâvâḍai*), and fifteen *kâśu* for temple-garlands (*tirup-paḷḷittâmam*), at the rate of half an *akkam* per day or one hundred and eighty *akkam* per year,—[1] twelve *akkam* being reckoned as one *kâśu*,—(*she*) deposited money (*under the condition*) that, as long as the moon and the sun endure, one eighth *akkam* per month should be paid as interest for each *kâśu*.[2] Having agreed to pay every year from the twenty-ninth year (*of the king's reign*), as long as the moon and the sun endure, one eighth *akkam* per month as interest for each *kâśu* into the treasury of the lord Śrî-Râjarâjêśvara (*at*) Tañjâvûr,—the members of the assembly of Śrî-Vîranârâyaṇa-chaturvêdimaṅgalam, a free village (? *taṉiyûr*) in Râjêndrasiṁha-vaḷanâḍu, have to pay every year twenty-four and a half *kâśu* for the one hundred and ninety-six *kâśu*, which they have received out of (*that money*).

16. Having agreed to pay every year from the twenty-ninth year (*of the king's reign*), as long as the moon and the sun endure, one eighth *akkam* per month as interest for each *kâśu* into the treasury of the lord Śrî-Râjarâjêśvara (*at*) Tañjâvûr,—the members of the assembly of Śrî-Parântaka-chaturvêdimaṅgalam, a free village in Râjêndrasiṁha-vaḷanâḍu, have to pay every year fourteen *kâśu* for the one hundred and twelve *kâśu*, which they have received.

17. Having agreed to pay every year from the twenty-ninth year (*of the king's reign*), as long as the moon and the sun endure, one eighth *akkam* per month as interest for each *kâśu* into the treasury of the lord Śrî-Râjarâjêśvara (*at*) Tañjâvûr,—the members of the assembly of Śû[la]maṅgalam, a *brahmadêya* in Kiṟâr-kûṟṟam, (*a subdivision*) of Nittavinôda-vaḷanâḍu, have to pay every year twelve and a half *kâśu* for the one hundred *kâśu*, which they have received.

18. Pâṭṭattâḷaṉ Âchchaṉ Aḍigaḷ has to pour out daily (*one*) *uṟakku* of ghee for the thirty-two *kâśu*, which he has received out of the money, which (*she*) had deposited for (*purchasing*),—at the rate of three sheep for each *kâśu*,—ninety-six sheep, (*the milk of*) which is required (*for preparing ghee*), in order to keep ten twilight lamps (*saṁdhi-viḷakku*) burning for this (*god*),[3] as long as the moon and the sun endure, at the rate of (*one*) *uṟakku* of ghee per day.

19. Having agreed to measure from the twenty-ninth year (*of the king's reign*), as long as the moon and the sun endure, three *kuṟuṇi* of paddy per year as interest for each *kâśu* into the large treasury of the lord Śrî-Râjarâjêśvara (*at*) Tañjâvûr with the *marakkâl* called (*after*) Âḍavallâṉ,—the villagers of Kundavai-nallûr in Karambai-nâḍu, (*a subdivision*) of Nittavinôda-vaḷanâḍu, have to measure every year one hundred and thirty *kalam* of paddy for the five hundred and twenty *kâśu*, which they have received out of the money, which (*she*) had deposited (*under the condition*), that every year, as long as the moon and the sun endure, three *kuṟuṇi* of paddy should be measured as interest for each *kâśu* into the large treasury of the lord Śrî-Râjarâjêśvara (*at*) Tañjâvûr with the *marakkâl* called (*after*) Âḍavallâṉ for (*the requirements of*) the image, which Âṟvâr Parântakaṉ Kundavaiyâr,—(*who was*) the venerable elder sister of the lord Śrî-Râjarâjadêva (*and*) the great queen of Vallavaraiyar Vandyadêvar,—had set up to her mother. (*One*) *kuṟuṇi* and two *nâḻi* of paddy (*are required*) for (*conversion into*) four *nâḻi* of old rice (*to be used*)

---

[1] As in the preceding paragraph, the year is reckoned as consisting of 360 days.

[2] As an *akkam* (Sanskrit *aksha* ?) is $\frac{1}{12}$ *kâśu*, the rate of interest comes to $12\frac{1}{2}$ per cent per annum. In the present case, the result is $24\frac{1}{2}$ out of 196 *kâśu*, as stated at the end of the paragraph.

[3] See page 75, note 8.

for the sacred food (*tiru-amurdu*) at both times (*of the day*),—two *nâṛi* of old rice (*being used*) each time; four *nâṛi* of paddy for (*one*) *âṛakku* of ghee,—two *śeviḍu* and a half (*being used*) each time; six *nâṛi* of paddy for six dishes of curry,—three dishes of curry (*being used*) each time; (*one*) *nâṛi* and (*one*) *uri* of paddy for (*one*) *uri* of pulse,—(*one*) *uṛakku* (*being used*) each time; (*one*) *nâṛi* and (*one*) *uri* of paddy for half a *palam* of sugar,—(*one*) *kaiśu* (*being used*) each time; two *nâṛi* of paddy for two *śeviḍu* and a half of ghee, to prepare fried curry,—one and a quarter *śeviḍu* (*being used*) each time; (*one*) *nâṛi* of paddy for two plantains,—one (*being used*) each time; three *nâṛi* of paddy for (*one*) *nâṛi* of curds,—(*one*) *uri* (*being used*) each time; (*one*) *uri* and (*one*) *âṛakku* of paddy for mustard, pepper and salt; four *nâṛi* of paddy for fire-wood; and (*one*) *nâṛi* of paddy for eight areca-nuts,—four (*nuts being used*) each time,—and for thirty-two betel-leaves;—altogether,—including the old paddy for the boiled rice,—(*one*) *tûṇi*, two *nâṛi*, (*one*) *uri* and (*one*) *âṛakku* of paddy every day, one hundred and twenty-nine *kalam*, two *tûṇi*, (*one*) *padakku* and one *nâṛi* of paddy every year, or,—(*including*) the excess of (*one*) *kuṟuṇi* and seven *nâṛi* of paddy,—one hundred and thirty *kalam* of paddy.

20. For realizing sixty-one *kâśu* every year,—*viz.*, thirty-six *kâśu* every year for the sacred cloth to be worn by this (*goddess*),[1] two *kâśu* for four sacred curtains, two *kâśu* for four sacred towels, four *kâśu* for sixteen sacred cloths on which rice is offered, two *kâśu* for four sacred canopies, and fifteen *kâśu* for temple-garlands, at the rate of half an *akkam* per day or one hundred and eighty *akkam* per year,—twelve *akkam* being reckoned as one *kâśu*,—(*she*) deposited money (*under the condition*) that, as long as the moon and the sun endure, one eighth *akkam* per month should be paid as interest for each *kâśu*. Having agreed to pay every year from the twenty-ninth year (*of the king's reign*), as long as the moon and the sun endure, one eighth *akkam* per month as interest for each *kâśu* into the large treasury of the lord Śrî-Râjarâjêśvara (*at*) Tañjâvûr,—the members of the assembly of Śrî-Parântaka-chaturvêdimaṅgalam, a free village in Râjêndrasiṁha-vaḷanâḍu, have to pay every year sixty-one *kâśu* for the four hundred and eighty-eight *kâśu*, which they have received out of (*that money*).

21. Pâṭṭattâḷaṉ Kaliyaṉ [Pa]radaṉ (*i.e.*, Bharata) has to pour out daily (*one*) *uṛakku* of ghee for the thirty-two *kâśu*, which he has received out of the money, which (*she*) had deposited for (*purchasing*),—at the rate of three sheep for each *kâśu*,—ninety-six sheep, (*the milk of*) which is required (*for preparing ghee*), in order to keep ten twilight lamps burning for this (*goddess*), as long as the moon and the sun endure, at the rate of (*one*) *uṛakku* of ghee per day.

No. 7. On the south wall, second tier.

As remarked on page 68, the following inscription is engraved in continuation of the preceding No. 6. It describes thirteen ornaments of gold and jewels, which Âṟvâr Parântakaṉ Kundavaiyâr gave 'to (*the goddess*) Umâparamêśvarî, who is the consort of our lord Dakshiṇa-Mêru-Viṭaṅkar,' until the 3rd year of the reign of Kô-Parakêsarivarman, *alias* Râjêndra-Chôḷadêva.

Text.

[1.][2] ஸ்வஸ்தி ஸ்ரீ: [||*] கொப்பரகெஸரிவந்மரான உடையார் ஸ்ரீராஜெந்த்ரசொழதெவ-
ர்க்கு யாண்டு மூன்றாவது வரை உடையார் ஸ்ரீராஜராஜதெவர் திருத்தமக்கை-
யார் வல்லவரையர் வந்தியதெவர் மஹாதெவியார் ஆழ்வார் பராந்தகன் குந்தவை-

[1] This refers to the image of the mother of Kundavaiyâr, which was mentioned in the preceding paragraph.

[2] Continued from page 72.

யார் தாம் எழுந்தருளு[வி]த்த திருமேனிகளுக்குக்குடுத்த பொன் ஆடவல்லான் என்னுங்குடிஞைக்கல்லால் நிறை எடுத்தும் ரத்நங்கள் சரடுஞ்சட்டமுஞ்செப்பா-ணிகளும் அரக்கும் பிஞ்சும் நீக்கி நிறையுள்ளன நிறை எடுத்தும் அரக்கும் பிஞ்சுங்கூட ரத்நங்கட்டி வெறு நிறைய் அறிய உண்ணுதன அரக்கும் பிஞ்சும் உட்பட தக்ஷிணமேருவிடங்கன் என்னுங்காசுகல்லால் நிறை எடுத்து-ங்கல்லில் வெட்டின ||— [க*] தக்ஷிணமேருவிடங்கர் நம்பிராட்டியார் உமாப-ரமேஸ்வரியார்க்குக்குடுத்தன ||— [உ*] திருமகுடம் ஒன்று பொன் மூன்னூற்று நாற்ப்பத்து எண்கழஞ்சரையெ மூன்று மாவும் கட்டின வயிரம் மட்டதாரை அறுநூற்று மூப்பத்தாறும் மட்டதாரைச்சவக்கம் நூற்று அறுபத்தொன்பதும் மட்டதாரைச்சப்படி மூப்பத்திர . . . .

[2.] ஆக வயிரம் பொறிவும் முறிவும் ரக்தவிந்துவும் காகவிந்துவும் வெந்தனவும் உடையன உட்பட எண்ணூற்றைம்பத்தொன்ப்திநால் நிறை எழுகழஞ்செய் முக்காலெ நாலு மஞ்சாடியும் நாலு மாவும் மாணிக்கம் ஹறஉஹறஉஷ குருவி-யன் நூற்றிருபத்தைஞ்சும் ஹறஉஹறஉஷ நூற்றிருபத்திரண்டும் கொமளம் நாற்ப்-பத்தொன்றும் நீலகந்தி பதினொன்றும் தளம் பத்தும் ஆக மாணிக்கம் குழிவும் வ்ருஹாரமும் வெஜ்ஜமும் ஶங்கியும் த்ராஸபிஷ கற்பற்றும் உடையன உட்படப்-பரியனவும் நெரியன[வு]ம் ஆக மூன்னூற்றொன்பதிநால் நிறை பதிநாற்க்கழஞ்செ முக்காலெ இரண்டு மஞ்சாடியும் எட்டு மாவும் கட்டினவும் கொத்தனவும் ஆக முத்து வட்டமும் அனுவட்டமும் ஒப்புமுத்துங்குறுமுத்தும் நிம்பொளமும் பயிட்டமும் பழமுத்தும் இப்பிபற்று அராவினவும் சிவந்த நீரும் குளிர்ந்த நீரும் வரையுங்கறையுங்குருவும் சுப்பிரமும் உடையன உட்படப்பரியனவும் நெரி-யனவும் ஆக முத்து அறுநூற்று அறுபத்தொன்பதிநால் நிறை மூப்பத்தறுகழ-ஞ்செ மஞ்சாடியுங்குன்றியும் ஆக நிறை நானூற்றெழுகழஞ்செ ஒன்பது மஞ்-சாடிக்கு விலை காசு ஐய்யாயிரம் [||—] [ங*] [வ]ாளி ஒன்று பொ்ன் கழஞ்செ எட்டு மஞ்சாடியும் எட்டு மாவும் தைத்த முத்து வட்டமும் ஒப்புமுத்தும் நிம்பொளமும் குளிர்ந்த நீரும் வரையுங்க . . . .

[3.] லும் உடையன உட்பட முத்து ஒன்பதிநால் நிறை கழஞ்செய் ஒன்பது மாவும் ஆக நிறை இருகழஞ்செய் ஒன்பது மஞ்சாடியும் எழுமாவுக்கு விலை காசு பதினைஞ்சு ||— [ச*] வாளி ஒன்று பொன் கழஞ்செய் எட்டு மஞ்சாடியும் எட்டு மாவும் தைத்த முத்து வட்டமும் ஒப்புமுத்தும் நிம்பொளமும் குளிர்ந்த நீரும் வரையும் கறையும் குருவும் சுப்பிரமும் திரங்கலும் உடையன உட்பட முத்து ஒன்பதிநால் நிறை கழஞ்செ ஒன்பது மாவும் ஆக நிறை இருகழஞ்-செய் ஒன்பது மஞ்சாடியும் எழுமாவுக்கு விலை காசு பதினைஞ்சு ||— [ரு*] உழுத்து ஒன்று பொன் இருகழஞ்செய் குன்றியும் பளிக்குவயிரம் ஆறிநால் நிறை ஒன்பது மாவும் மாணிக்கம் கொமளம் இரண்டிநால் நிறை ஆறு மாவும் தைய்த்த முத்து அம்புமுதும் வரை[யும்] அம்புமுது பாடனும் ஆக இரண்டிநால் நிறை ஒன்பது மஞ்சாடியும் எழுமாவும் ஆக நிறை இருகழஞ்ச-ரையெ மஞ்சாடியும் எழுமாவுக்கு விலை காசு பதினைஞ்சு [||—] [சு*] உழுத்து ஒன்று பொன் இருகழஞ்செய் குன்றியும் கட்டின பளிக்குவயிரம் ஆறிநால் நிறை ஒன்பது மாவும் . மாணிக்கம் கொமளம் இரண்டிநால் நிறை குன்றியும் தைய்த்த முத்து அம்புமுது பாடனும் குருவும் உடையன இரண்டிநால் நிறை ஒன்பது மஞ்சாடியும் ஒன்பது மாவும் ஆக நிறை இருகழஞ்சரையெ மஞ்சாடியும் எட்டு மாவுக்கு [வி] . . . . [எ*]

[4.] திருமாலை ஒன்று பொன் எண்பத்தறுகழஞ்சரையெ நாலு மஞ்சாடியும் அரை மாவும் கட்டின வயிரந்தூயன எண்பதும் மட்டதாரை இருநூற்றுத்தொண்ணூ-றும் மட்டதாரைச்சப்படி ஐய்ம்பத்து மூன்றும் பந்தவாரஷ் நாலும் சப்படி ஐஞ்சும் சவக்கம் பதினைஞ்சும் உருளை ஐய்ம்பத்தெட்டும் ஆக வயிரம் பொறி-

வும் முறிவும் ரக்தபிந்துவும் காகபிந்துவும் வெந்தனவும் உடையன உட்பட
ஐஞ்ஞூற்றைஞ்சினால் நிறை இருகழஞ்செ மூன்று மஞ்சாடியும் ஒன்பது மாவ-
ரையும் மாணிக்கம் ஸௌகந்திகம் குணவியன் இருபதும் ஸௌகந்திகம் முப்பதும்
நீலகந்தி ஆறும் கொமளம் முப்பத்து மூன்றும் தளம் இருபதும் சட்டம்
ஒன்றும் ஆக மாணிக்கம் குழிவும் வ்ரணமும் வெஜ்ஜமும் ஸந்தியும்
த்ராஸம் கற்பற்றும் உடையனவும் உட்படப்பரியனவும் நெரியனவும் ஆக
நூற்றொருபதினால் நிறை ஐங்கழஞ்சரையெய் அரைக்காலும் கொத்த முத்து
ஒப்புமுத்துங்குறுமுத்தும் நிம்பொளமும் பயிட்டமும் அம்புமுதும் குளிர்ந்த நீரும்
சிவந்த நீரும் இப்பிபற்று அராவினவும் வரையும் கறையும் குருவும் சுப்பிரமும்
உட்பட முத்துத்தொண்ணூற்று நாலினால் நிறை ஒன்பதின் கழஞ்செய்
குன்றியும் ஆக நிறை நூற்று முக்கழஞ்சரையெ மஞ்சாடிக்கு விலை காசு
ஆயிரம் ||— [௮*] ஸ்ரீபாஹுவலயம் ஒன்று பொன் எ[ண்]பத்[தொன்பதின்*]
[5.] கழஞ்செய் மஞ்சாடியும் மா காணியும் கட்டின வயிரந்தூயன இருபதும் மட்ட-
தாரை நானூற்று ஆறும் மட்டதாரைச்சப்படி ஐஞ்சும் மட்டதாரைச்சவக்கம்
பத்தும் ஆக வயிரம் பொறிவும் முறிவும் ரக்தபிந்துவும் காகபிந்துவும் வெந்-
தனவும் உடையன உட்பட நானூற்று நாற்பத்தொன்றினால் நிறை முக்கழஞ்-
செய் இரண்டு மஞ்சாடியும் முக்காணியும் மாணிக்கம் ஸௌகந்திகம் குணவியன்
எட்டும் ஸௌகந்திகம் பதினெழும் கொமளம் பத்தொன்பதும் நீலகந்தி இரண்டும்
தளம் எட்டும் ஆக மாணிக்கம் குழிவும் வ்ரணமும் வெஜ்ஜமும் ஸந்தியும்
த்ராஸம் கற்பற்றும் உடையன உட்படப்பரியனவும் நெரியனவும் ஆக ஐம்-
பத்து நாலினால் நிறை அறுகழஞ்சரையெ இரண்டு மஞ்சாடியும் மூன்று
மாவும் கொத்த முத்து வட்டமும் அனுவட்டமும் ஒப்புமுத்துங்குறுமுத்தும்
பயிட்டமும் குளிர்ந்த நீரும் சிவந்த நீரும் இப்பிபற்றும் அராவினவும் வரையுங்க-
றையும் குருவும் சுப்பிரமும் உட்பட முத்து அறுபத்தெட்டினால் நிறை ஐங்கழ-
ஞ்செ முக்காலெ மூன்று மஞ்சாடியும் குன்றியும் ஆக நிறை நூற்று நாற்க்க-
ழஞ்சரையெ நாலு மஞ்சாடிக்கு விலை காசு ஆயிரத்திருநூற்றைம்பது ||—
[௯*] ஸ்ரீபாஹுவலயம் ஒன்று பொன் எண்பத்தொன்பதின் கழஞ்செய் எட்டு
மஞ்சாடியும் நான்மாவ[ரை][யும்*]
[6.] கட்டின வயிரந்தூயன இருபதும் மட்டதாரை நானூற்று ஒருபத்து மூன்றும்
மட்டதாரைச்சப்படி ஐஞ்சும் மட்டதாரைச்சவக்கம் பத்தும் ஆக வயிரம் பொறிவும்
முறிவும் ரக்தபிந்துவும் காகபிந்துவும் வெந்தனவும் உட்பட நானூற்று நாற்ப-
த்தெட்டினால் நிறை முக்கழஞ்செயிரண்டு மஞ்சாடியும் மும்மாவரையும் மாணிக்கம்
ஸௌகந்திகம் குணவியன் எட்டும் ஸௌகந்திகம் ப[தி]னைஞ்சும் கொமளம் இருப-
தும் நீலகந்தி இரண்டும் தளம் [எ]ட்டும் ஆக மாணிக்கம் குழிவும் வ்ரணமும்
வெஜ்ஜமும் ஸந்தியும் த்ராஸம் கற்பற்றும் உடையனவும் உட்படப்பரியனவும்
நெரியனவும் ஆக ஐம்பத்து மூன்றினால் நிறை அறுகழஞ்சரையெ இரண்டு
மஞ்சாடியும் [நா]ன்கு மாவும் கொத்த முத்து வட்டமும் அனுவட்டமும்
ஒப்புமுத்துங்குறுமுத்தும் பயிட்டமும் குளிர்ந்த நீரும் சிவந்த நீரும் இப்பிபற்று
அராவினவும் வரையும் கறையும் குருவும் சுப்பிரமும் உட்பட அறுபத்திரண்டி-
னால் நிறை ஐங்கழஞ்சரையெ குன்றியும் ஆக நிறை நூற்று நாற்க்கழஞ்சரை-
யெ மூன்று மஞ்சாடி[யு]ம் [எ]ழுமாவுக்கு விலை காசு ஆயிரத்து இருநூற்றை-
ம்பது || — [௰*] ஸ்ரீஹஸ்தம் ஒன்று பொன் அறுபத்தொன்பதின் கழஞ்செ
முக்காலெ இரண்டு மஞ்சாடியும் ஐஞ்சு மாக்காணியும் கட்டின வயிரம்
மட்டதாரை முன்னூற்றைம்பதும் மட்டதாரைச்ச[வ][க்கம்*]
[7.] நாற்பதும் ஆக வயிரம் பொறிவும் முறிவும் ரக்தபிந்துவும் காக[பிந்துவு]ம் வெ-
ந்தனவும் உடையன உட்பட முன்னூற்றுத்தொண்ணூறினால் நிறை கழஞ்ச-
ரையெ நாலு மஞ்சாடியும் ஆறு மாவும் மாணிக்கம் ஸௌகந்திகம் குணவியன்

ஐஞ்சும் ஸௌகந்திகம் இருபதும் கொமளம் முப்பதும் [நீ]லகந்தி நாலும் சட்டம் இரண்டும் தளம் பத்தொன்பதும் ஆக மாணிக்கம் குழிவும் ப்ரஹாரமும் வெஜ்ஜமும் ஸந்தியும் த்ராஸமும் கற்பற்றும் உடையனவும் பரியனவும் நெரியனவும் ஆக எண்பதினால் நிறை அறுகழஞ்செ எழுமஞ்சாடியும் எட்டு மா முக்காணியும் கொத்தனவும் தைய்த்தனவும் ஆக முத்து வட்டமும் அனுவட்டமும் ஒப்புமுத்துங்குறுமுத்தும் பயிட்டமும் நிம்பொளமும் குளிர்ந்த நீரும் சிவந்த நீரும் இப்பிபற்று அராவினவும் வரையும் கறையும் குருவும் சுப்பிரமும் உட்பட முத்து ஆயிரத்து நானூற்று அறுபத்திரண்டினால் நிறை தொண்ணூற்று [அ]றுகழஞ்செய் காலும் ஆக நிறை நூற்று எழுபத்து நாற்க்கழஞ்செய் காலுக்கு விலை காசு ஆயிரத்தைஞ்ஞூறு ||— [ய௧*] . திருக்கைப்பொட்டு ஒன்று பொன் பதிநெ[ண்க]ழஞ்செய் முக்காலெ மூன்று மஞ்சாடியும் எட்டு மாவும் மாணிக்கம் கொமளம் ஒன்று நிறை மஞ்சாடியுங்குன்றியும் கொத்த முத்து வட்டமும் அனுவட்டமும் ஒப்புமுத்துங்குறுமுத்தும் நிம்பொளமும் பயிட்டமும் குளிர்ந்த [நீ][ரும்*]

[8.] சிவந்த நீரும் வரையும் கறையும் குருவும் சுப்பிரமும் உட்பட முத்து நூற்று முப்பத்தெழினால் நிறை எழுகழஞ்செய் முக்காலெ நாலு மஞ்சாடியுங்குன்றியும் ஆக நிறை இருபத்தறுகழஞ்செ[ய்] முக்காலெ நாலு மஞ்சாடியும் எட்டு மாவுக்கு விலை காசு எண்பது ||— [ய௨*] திருக்கைப்பொட்டு ஒன்று பொன் பதிநெண்கழஞ்செய் ஆறு மஞ்சாடியும் மாணிக்கம் கொமளம் ஒன்று நிறை மஞ்சாடியும் மூன்று மாவும் கொத்த முத்து வட்டமும் அனுவட்டமும் ஒப்புமுத்துங்குறுமுத்தும் நிம்பொ்ளமும் பயிட்டமும் குளிர்ந்த [நீரு]ம் சிவந்த நீரும் வரையுங்கறையும் குருவும் சுப்பிரமும் உட்பட முத்து நூற்று நாற்ப்பத்து மூன்றினால் நிறை எண்கழஞ்செய் ஆறு மஞ்சாடியும் ஆக நிறை இருபத்தறு[கழஞ்]சரையெ மூன்று மஞ்சாடியும் மூன்று மாவுக்கு விலை காசு எண்பது ||— [ய௩*] சூடகம் ஒன்று பொன் எண்பதின் கழஞ்செய் நாலு மஞ்சாடியும் அறுமாவரையும் கட்டின வ்யிரங்[தூய]ன முப்பதும் மட்டதாரை நானூற்று மூன்றும் மட்டதாரைச்சவக்கம் எழுபதும் மட்டதாரைச்சப்படி முப்பத்தைஞ்சும் உருளை எண்பத்திரண்டும் ஆ[க] வயிரம் பொறிவும் முறிவும் ரக்தபிந்துவும் காகபிந்துவும் வெந்தனவும் உட்பட அறுநூற்று இருபதினால் நிறை நாற்க்கழஞ்செய் எழுமாவும் மாணிக்கம் ஸௌகந்திகம் குணவிய[ன்] பத்தும் ஸௌகந்திகம் இருபத்து நாலும் கொமளம் பதிநெழும் [நீ][லகந்தி*]

[9.] நாலும் ஆக மாணிக்கம் குழிவும் ப்ரஹாரமும் வெஜ்ஜமும் ஸந்தியும் த்ராஸமும் கற்பற்றும் உடையனவும் உட்படப்பரியனவும் நெரியனவும் ஆக ஐய்ம்பத்தைஞ்சினால் நிறை கழஞ்சரையெ ம[ஞ்ச]ாடியும் ஒருமாவரையும் ஆக நிறை எண்பத்தைங்கழஞ்செய் முக்காலெ மஞ்சாடியும் குன்றிக்கு விலை காசு எண்ணூறு ||— [ய௪*] சூடகம் ஒன்று பொன் எ[ண்]பத்து நாற்க்கழஞ்செய் முக்காலெ மூன்று மஞ்சாடியும் கட்டின வயிரந்தூயன முப்பதும் மட்டதாரை நானூற்றைம்பத்தாறும் மட்டதாரைச்சவக்கம் எழுபதும் மட்டதாரைச்சப்படி முப்பத்தாறும் உருளை எண்பத்து மூன்றும் ஆக வ்யிரம் பொறிவும் முறிவும் ரக்தபிந்துவும் காகபிந்துவும் வெந்தனவும் உட்பட அறுநூற்று எழுபத்தைஞ்[சினால் நி]றை நாற்க்கழஞ்செய் நாலு மஞ்சாடியுங்குன்றியும் மாணிக்கம் ஸௌகந்திகம் குணவியன் பத்தும் ஸௌகந்திகம் முப்ப[த்தொ]ன்றும் கொமளம் பதிநா[று]ம் [நீ]லகந்தி மூன்றும் ஆக மாணிக்கம் குழிவும் ப்ரஹாரமும் வெஜ்ஜமும் ஸந்தியும் த்ராஸமும் கற்பற்றும் உடையனவும் உட்படப்ப[ரி]யன[வு]ம் நெரியனவும் ஆக அறுபதினால் நிறை கழஞ்சரையெ மூன்று மஞ்சாடியுங்குன்றியும் ஆக நிறை தொண்ணூற்றுக்கழஞ்செய் [முக்காலெ] மஞ்சாடிக்கு விலை க[ா]சு எண்ணூறு ||— [ய௫*]

TRANSLATION.

1. Hail! Prosperity! Until the third year (*of the reign*) of Kô-Parakêsarivarman, *alias* the lord (*uḍaiyâr*) Śrî-Râjêndra-Śôradêva,—Âṛvâr Parântakaṉ Kundavaiyâr, (*who was*) the venerable elder sister of the lord Śrî-Râjarâjadêva (*and*) the great queen of Vallavaraiyar Vandyadêvar, gave to the images (*tiru-mêṉi*) which she had set up herself,—gold which was weighed by the stone (*used in*) the city (*kuḍiñai-kal*) and called (*after*) Âḍavallâṉ, and jewels (*ratna*) which were weighed by the jewel weight (*kâśu-kal*) called (*after*) Dakshiṇa-Mêru-Viṭaṅkaṉ. Those (*jewels*), which could be weighed (*separately*), were weighed without the threads (*śaraḍu*), the frames (*śaṭṭam*); the copper nails (*śeppâṇi*), the lac (*arakku*) and the *piñju*. Those jewels, the net weight of which could not[1] be ascertained, as they were united with the lac and the *piñju*, (*were weighed*) together with the lac and the *piñju*. (*The amount of this gold and these jewels*) was engraved on stone (*as follows*):—

2. To (*the goddess*) Umâparamêśvarî, who is the consort of our lord Dakshiṇa-Mêru-Viṭaṅkar, (*she*) gave:—

3. One sacred crown (*makuṭa*), (*containing*) three hundred and forty-eight *karañju* and a half and three tenths (*of a mañjâḍi*) of gold. Eight hundred and fifty-nine diamonds (*vayiram*), set (*into it*), *viz.*, six hundred and thirty-six diamonds with smooth edges (? *maṭṭa-dârai*), one hundred and sixty-nine square diamonds with smooth edges (*maṭṭadârai-śavakkam*), thirty-[two] flat diamonds with smooth edges (*maṭṭadârai-śappaḍi*),[2] . . . . including such as had spots,[3] cracks (*murivu*), red dots (*rakta-bindu*), black dots (*kâka-bindu*), and marks as of burning (*vendaṉa*),—weighed seven *karañju* and three quarters, four *mañjâḍi* and four tenths. Three hundred and nine large (*pariya*) and small (*nêriya*) rubies (*mâṇikkam*), *viz.*, one hundred and twenty-five *halahalam* of superior quality (*guṇaviyaṉ*),[4] one hundred and twenty-two *halahalam*, forty-one smooth rubies (*kômaḷam*),[5] eleven bluish rubies (*nîlagandhi*)[6] and ten unpolished rubies (*taḷam*),—including such as had cavities (*kurivu*), cuts,[7] holes,[8] white specks (*laśuni*),[9] flaws (*trâsa*), and such as still adhered to the ore (*kal*),—weighed fourteen *karañju* and three quarters, two *mañjâḍi* and eight tenths. Six hundred and sixty-nine large and small pearls, set (*into it*) or strung,—including round pearls (*vaṭṭam*), roundish pearls (*aṉu-vaṭṭam*), polished pearls (*oppu-muttu*), small pearls (*kuru-muttu*), *nimboḷam*, *payiṭṭam*, old pearls (*paṛa-muttu*), such as had been polished while still adhering to the shell (*ippi*), (*pearls*) of red water and of brilliant water, (*and pearls*) with lines (*varai*), stains (*karai*), red dots[10] and white specks (*śubhra*),—weighed thirty-six *karañju*, (*one*) *mañjâḍi* and (*one*) *kuṉṟi*. Altogether, (*the crown*) weighed four hundred and seven *karañju* and nine *mañjâḍi*, corresponding to a value of five thousand *kâśu*.

4. One ear-ring (*vâḷi*), (*containing*) (*one*) *karañju*, eight *mañjâḍi* and eight tenths of gold. Nine pearls sewn on,—including round pearls, polished pearls, *nimboḷam*, (*pearls*) of

---

[1] உண்ணுதன stands for ஒண்ணுதன. [2] Compare சப்பட்டை, 'anything flat' (Winslow).

[3] பொறிவு seems to be used in the sense of பொறி.

[4] This obscure term might be a compound of गुण, 'a good quality,' and வியன், 'excess, abundance.'

[5] The literal meaning of कोमल is 'tender, soft.'

[6] According to the *Râjanighaṇṭu*, p. 137 of the Benares edition, *nîlagandhika* is the name of a bluish kind of ruby.

[7] *Prahara* seems to be used in the sense of *prahâra*.

[8] *Vejjam* is evidently the Kanarese and Telugu *bejja*, which may be a *tadbhava* of *bhêdya*.

[9] Compare இலசுனம், 'a white speck or flaw in a gem' (Winslow).

[10] The original meaning of குரு is 'small-pox, prickly heat.'

brilliant water, (*and pearls*) with lines . . . . weighed (*one*) *karañju* and nine tenths (*of a mañjâḍi*). Altogether, (*the ear-ring*) weighed two *karañju*, nine *mañjâḍi* and seven tenths, corresponding to a value of fifteen *kâśu*.

5. One ear-ring, (*containing*) (*one*) *karañju*, eight *mañjâḍi* and eight tenths of gold. Nine pearls sewn on,—including round pearls, polished pearls, *nimbolam*, (*pearls*) of brilliant water, (*and pearls*) with lines, stains, red dots, white specks and wrinkles (*tiraṅgal*),—weighed (*one*) *karañju* and nine tenths (*of a mañjâḍi*). Altogether, (*the ear-ring*) weighed two *karañju*, nine *mañjâḍi* and seven tenths, corresponding to a value of fifteen *kâśu*.

6. One *uruttu*, (*containing*) two *karañju* and (*one*) *kunri* of gold. Six diamond crystals (*palikku-vayiram*) weighed nine tenths (*of a mañjâḍi*). Two smooth rubies weighed six tenths (*of a mañjâḍi*). Two pearls sewn on, *viz.*, (*one*) *ambumudu* (*with*) lines and (*one*) *ambumudu* (*with*) *pâḍan*,[1] weighed nine *mañjâḍi* and seven tenths. Altogether, (*the uruttu*) weighed two *karañju* and a half, (*one*) *mañjâḍi* and seven tenths, corresponding to a value of fifteen *kâśu*.

7. One *uruttu*, (*containing*) two *karañju* and (*one*) *kunri* of gold. Six diamond crystals, set (*into it*), weighed nine tenths (*of a mañjâḍi*). Two smooth rubies weighed (*one*) *kunri*. Two pearls sewn on (*of the kind called*) *ambumudu*, which had *pâḍan* and red dots, weighed nine *mañjâḍi* and nine tenths. Altogether, (*the uruttu*) weighed two *karañju* and a half, (*one*) *mañjâḍi* and eight tenths, corresponding to . . . .

8. One sacred garland (*tiru-mâlai*), (*containing*) eighty-six *karañju* and a half, four *mañjâḍi* and one twentieth of gold. Five hundred and five diamonds, set (*into it*), *viz.*, eighty pure diamonds (*tûyana*), two hundred and ninety diamonds with smooth edges, fifty-three flat diamonds with smooth edges, four *pandasâram*, five flat diamonds (*śappaḍi*), fifteen square diamonds (*śavakkam*) and fifty-eight round diamonds (*uruḷai*),—including such as had spots, cracks, red dots, black dots, and marks as of burning,—weighed two *karañju* and three *mañjâḍi*, nine tenths and one twentieth. One hundred and ten large and small rubies, *viz.*, twenty *haluhalam* of superior quality, thirty *halahalam*, six bluish rubies, thirty-three smooth rubies, twenty unpolished rubies and one *śaṭṭam*,—including such as had cavities, cuts, holes, white specks, flaws, and such as still adhered to the ore,— weighed five *karañju*, one half and one eighth. Ninety-four strung pearls,—including polished pearls, small pearls, *nimbolam*, *payiṭṭam*, *ambumudu*, (*pearls*) of brilliant water and of red water, such as had been polished while still adhering to the shell, (*and pearls with*) lines, stains, red dots and white specks,—weighed nine *karañju* and (*one*) *kunri*. Altogether, (*the garland*) weighed one hundred and three *karañju* and a half and (*one*) *mañjâḍi*, corresponding to a value of one thousand *kâśu*.

9. One sacred armlet (*śrî-bâhu-valaya*), (*containing*) eighty-[nine] *karañju* and (*one*) *mañjâḍi*, one tenth and one fortieth of gold. Four hundred and forty-one diamonds, set (*into it*), *viz.*, twenty pure diamonds, four hundred and six diamonds with smooth edges, five flat diamonds with smooth edges, and ten square diamonds with smooth edges,—including such as had spots, cracks, red dots, black dots, and marks as of burning,—weighed three *karañju*, two *mañjâḍi* and three fortieths. Fifty-four large and small rubies, *viz.*, eight *halahalam* of superior quality, seventeen *halahalam*, nineteen smooth rubies, two bluish rubies and eight unpolished rubies,—including such as had cavities, cuts, holes, white specks, flaws, and such as still adhered to the ore,—weighed six *karañju* and a half, two *mañjâḍi* and three tenths. Sixty-eight strung pearls,—including round pearls, roundish pearls, polished pearls, small

[1] பாடன் is perhaps connected with பாடம், 'the artificial joining of precious stones, or chasing of gold, so as to reflect the desired colours' (Winslow). Compare ஒப்பன் for ஒப்பம், p. 13, note 1.

pearls, *payiṭṭam*, (*pearls*) of brilliant water and of red water, such as had been polished while still adhering to the shell, (*and pearls with*) lines, stains, red dots and white specks,—weighed five *kârañju* and three quarters, three *mañjâḍi* and (*one*) *kuṉṟi*. Altogether, (*the armlet*) weighed one hundred and four *karañju* and a half and four *mañjâḍi*, corresponding to a value of one thousand two hundred and fifty *kâśu*.

10. One sacred armlet, (*containing*) eighty-nine *karañju*, eight *mañjâḍi*, four tenths and [one twentieth] of gold. Four hundred and forty-eight diamonds, set (*into it*), *viz.*, twenty pure diamonds, four hundred and thirteen diamonds with smooth edges, five flat diamonds with smooth edges, and ten square diamonds with smooth edges,—including (*such as had*) spots, cracks, red dots, black dots, and marks as of burning,—weighed three *karañju* and two *mañjâḍi*, three tenths and one twentieth. Fifty-three large and small rubies, *viz.*, eight *halahalam* of superior quality, fifteen *halahalam*, twenty smooth rubies, two bluish rubies and eight unpolished rubies,—including such as had cavities, cuts, holes, white specks, flaws, and such as still adhered to the ore,—weighed six *karañju* and a half, two *mañjâḍi* and four tenths. Sixty-two strung pearls,—including round pearls, roundish pearls, polished pearls, small pearls, *payiṭṭam*, (*pearls*) of brilliant water and of red water, such as had been polished while still adhering to the shell, (*and pearls with*) lines, stains, red dots and white specks,—weighed five *karañju* and a half and (*one*) *kuṉṟi*. Altogether, (*the armlet*) weighed one hundred and four *karañju* and a half, three *mañjâḍi* and seven tenths, corresponding to a value of one thousand two hundred and fifty *kâśu*.

11. One sacred pearl ornament (*śrî-chhanda*), (*containing*) sixty-nine *karañju* and three quarters, two *mañjâḍi*, five tenths and one fortieth of gold. Three hundred and ninety diamonds, set (*into it*), *viz.*, three hundred and fifty diamonds with smooth edges, and forty [square] diamonds with smooth edges,—including such as had spots, cracks, red dots, black dots, and marks as of burning,—weighed (*one*) *karañju* and a half, four *mañjâḍi* and six tenths. Eighty large and small rubies, *viz.*, five *halahalam* of superior quality, twenty *halahalam*, thirty smooth rubies, four bluish rubies, two *śaṭṭam* and nineteen unpolished rubies,—(*including*) such as had cavities, cuts, holes, white specks, flaws, and such as still adhered to the ore,—weighed six *karañju* and seven *mañjâḍi*, eight tenths and three fortieths. One thousand four hundred and sixty-two pearls, strung or sewn on,—including round pearls, roundish pearls, polished pearls, small pearls, *payiṭṭam*, *nimbolam*, (*pearls*) of brilliant water and of red water, such as had been polished while still adhering to the shell, (*and pearls with*) lines, stains, red dots and white specks,—weighed ninety-six *karañju* and a quarter. Altogether, (*the pearl ornament*) weighed one hundred and seventy-four *karañju* and a quarter, corresponding to a value of one thousand and five hundred *kâśu*.

12. One *poṭṭu* for the arm of the goddess, (*containing*) eighteen *karañju* and three quarters, three *mañjâḍi* and eight tenths of gold. One smooth ruby weighed (*one*) *mañjâḍi* and (*one*) *kuṉṟi*. One hundred and thirty-seven strung pearls,—including round pearls, roundish pearls, polished pearls, small pearls, *nimbolam*, *payiṭṭam*, (*pearls*) of brilliant [water] and of red water, (*and pearls with*) lines, stains, red dots and white specks,—weighed seven *karañju* and three quarters, four *mañjâḍi* and (*one*) *kuṉṟi*. Altogether, (*the poṭṭu*) weighed twenty-six *karañju* and three quarters, four *mañjâḍi* and eight tenths, corresponding to a value of eighty *kâśu*.

13. One *poṭṭu* for the arm of the goddess, (*containing*) eighteen *karañju* and six *mañjâḍi* of gold. One smooth ruby weighed (*one*) *mañjâḍi* and three tenths. One hundred and forty-three strung pearls,—including round pearls, roundish pearls, polished pearls, small pearls, *nimbolam*, *payiṭṭam*, (*pearls*) of brilliant water and of red water, (*and pearls with*) lines,

stains, red dots and white specks,—weighed eight *karañju* and six *mañjâḍi*. Altogether, (*the pottu*) weighed twenty-six *karañju* and a half, three *mañjâḍi* and three tenths, corresponding to a value of eighty *kâśu*.

14. One bracelet (*śûḍagam*),[1] (*containing*) eighty *karañju* and four *mañjâḍi*, six tenths and one twentieth of gold. Six hundred and twenty diamonds, set (*into it*), *viz.*; thirty pure diamonds, four hundred and three diamonds with smooth edges, seventy square diamonds with smooth edges, thirty-five flat diamonds with smooth edges, and eighty-two round diamonds,—including (*such as had*) spots, cracks, red dots, black dots, and marks as of burning,—weighed four *karañju* and seven tenths (*of a mañjâḍi*). Fifty-five large and small rubies, *viz.*, ten *halahalam* of superior quality, twenty-four *halahalam*, seventeen smooth rubies and four [bluish rubies],—including such as had cavities, cuts, holes, white specks, flaws, and such as still adhered to the ore,—weighed (*one*) *karañju* and a half, (*one*) *mañjâḍi*, one tenth and one twentieth. Altogether, (*the bracelet*) weighed eighty-five *karañju* and three quarters, (*one*) *mañjâḍi* and (*one*) *kunri*, corresponding to a value of eight hundred *kâśu*.

15. One bracelet, (*containing*) eighty-four *karañju* and three quarters and three *mañjâḍi* of gold. Six hundred and seventy-five diamonds, set (*into it*), *viz.*, thirty pure diamonds, four hundred and fifty-six diamonds with smooth edges, seventy square diamonds with smooth edges, thirty-six flat diamonds with smooth edges, and eighty-three round diamonds,—including (*such as had*) spots, cracks, red dots, black dots, and marks as of burning,—weighed four *karañju*, four *mañjâḍi* and (*one*) *kunri*. Sixty large and small rubies, *viz.*, ten *halahalam* of superior quality, thirty-one *halahalam*, sixteen smooth rubies and three bluish rubies,—including such as had cavities, cuts, holes, white specks, flaws, and such as still adhered to the ore,—weighed (*one*) *karañju* and a half, three *mañjâḍi* and (*one*) *kunri*. Altogether, (*the bracelet*) weighed ninety *karañju* and [three quarters] and (*one*) *mañjâḍi*, corresponding to a value of eight hundred *kâśu*.

No. 8. On the walls of the portico, second tier.

This inscription is engraved on the south, east and north walls of a portico, which forms the main entrance on the east of the central shrine. The published text, which consists of three sections of nine lines each, ends in the middle of paragraph 26 with the statement, that the inscription is continued at the bottom of the south wall of the portico. Of this portion no copy could be taken, as the present pavement of the temple court rises to its level.

Like the preceding inscription, this one describes a number of ornaments of gold and jewels, which were presented by Âṛvâr Parântakan Kundavaiyâr until the 3rd year of the reign of Kô-Parakêsarivarman, *alias* Râjêndra-Chôladêva. The donees were the images which she had set up herself. Among these, the published part of the inscription mentions the consort of Dakshiṇa-Mêru-Viṭaṅkar (paragraph 2) and the consort of Tañjai-Viṭaṅkar (paragraphs 8 and 24).

Text.

A. South wall.

[1.] ஸ்வஸ்தி ஸ்ரீ: [||*] கொப்பர்கெஸரிவர்மரான உடையார் [ஸ்ரீ]ராஜெந்த்ரசொழதெ-
வர்க்கு யாண்டு மூன்றாவது வரை உடையார் [ஸ்ரீ]ராஜராஜதெவர் [தி]ருத்த-
மக்கையார் வல்லவரையர் வந்த்யதெவர் மஹாதெ[வி]யார் ஆழ்வார் பராந்தகன்
குந்தவையார் தாம் எழுந்த-

---

[1] Compare the Sanskrit *chûḍâ*, to which the same meaning is assigned by native lexicographers, and the Kanarese *chûḍeya*.

[2.] ருளுவித்த திருமேனிகளுக்குக்குடுத்த பொன் ஆடவல்லான் என்னுங்குடிஞைக்கல்லால் நிறை எடுத்தும் ரத்நங்கள் சரடுஞ்சட்டமுஞ்செப்பாணிகளும் அரக்கும் பிஞ்சும் நீக்கி நிறையுள்ளன நிறை எடுத்தும் அரக்கும் பிஞ்சுக்கூட ரத்நங்கட்டி வெ-

[3.] று நிறையறிய உண்ணாதன அரக்கும் பிஞ்சும் உட்பட தக்ஷிணமேருவிடங்கர் என்னுங்காசுகல்லால் நிறை எடுத்துங்கல்லில் வெட்டின ||— [க*] தக்ஷிணமேருவிடங்கர் நம்பிராட்டியார் உமாபரமேஸ்வரியார்க்குக்குடுத்தன |— [உ*] திருப்பட்டிகை [ஒ]ன்-

[4.] று பொன் தொண்ணூற்றெழுகழஞ்சரையெ நாலு மஞ்சாடியும் ஒன்பது மாவுங்கட்டின வயிரம் மட்டதாரை பொறிவும் முறிவும் ரக்தபிந்துவும் காகபிந்துவும் வெந்தனவும் உடையன உட்படப்பரியனவும் செரியனவும் ஆக அ-

[5.] றுநூற்று அறுபத்தெழினால் நிறை இருகழஞ்செ காலெ ஆறு மாவும் மாணிக்கம் ஹஜஹஜங்குணவியன் இருபத்திரண்டும் ஹஜஹஜழ இருபதுங்கொமளம் இருபதும் நீலகந்தி ஒன்பதுஞ்சட்டம் இரண்டுந்தளம் பத்தும் ஆ-

[6.] க மாணிக்கங்குழிவும் வ்ரஹாமும் வெஜ்ஜமும் ஸந்தியுந்த்ராஸமுங்கற்பற்றும் உடையன உட்படப்பரியனவும் செரியனவும் ஆக எண்பத்து மூன்றினால் நிறை பதின் கழஞ்செ முக்காலெ மூன்று மஞ்சாடியும் இரண்டு மாவும்

[7.] கொத்தனவுந்தைய்த்தனவும் ஆக முத்து வட்டமும் அனுவட்டமும் ஒப்புமுத்துங்குறுமுத்தும் நிம்பொளமும் அம்புமுதுங்குளிர்ந்த நீருஞ்சிவந்த நீரும் இப்பிப்பற்று அராவினவும் வரையுங்கறையுங்குருவுஞ்சுப்பிரமுந்திரங்கலும்

[8.] உட்பட இருநூற்றொருபத்திரண்டினால் நிறை பதின் எண்கழஞ்செ இரண்டு மஞ்சாடியும் ஆக நிறை நூற்று இருபத்தொன்பதின் கழஞ்செ எழுமாவுக்கு விலை காசு நாலாயிரத்து ஐஞ்ஞூறு ||— [ங*] திருவடிக்காறை ஒன்று பொன் எழு-

[9.] பத்து முக்கழஞ்செ மூன்று மஞ்சாடியும் அறுமாவரையுங்கட்டின வயிரம் மட்டதாரை நானூற்று நாற்பத்தொ[த]ான்பதும் மட்டதாரைச்சப்படி ஆறும் ஆக வயிரம் பொறிவும் முறிவும் ரக்தபிந்து[வு]ங்காகபிந்துவும் வெந்தனவும்

B. East wall.

[1.] உடையன உட்பட ஆக நானூற்று ஐம்பத்தைஞ்சினால் நிறை கழஞ்சரையெ இரண்டு மஞ்சாடியும் ஐம்மாவரையும் மாணிக்கம் ஹஜஹஜங்குணவியன் பத்தும் ஹஜஹஜழ பத்துங்கொமளம் எட்டும் நீலகந்தி மூன்றுந்தளம் எட்டும் ஆக மாணிக்கங்குழிவும் வ்ரஹாமும் வெஜ்ஜமும் ஸந்தியுந்த்ராஸமுங்கற்பற்றும் உடையன உட்படப்பரியனவும் செரியனவும் ஆக முப்பத்தொன்பதினால் நிறை நாற்கழஞ்செ ஆறு மாவும் ஆக நிறை

[2.] எழுபத்தெண்கழஞ்செ முக்காலெ மஞ்சாடியும் எட்டு மாவுக்கு விலை காசு ஐஞ்ஞூறு ||— [ச*] திருவடிக்காறை ஒன்று பொன் எழுபத்தொருகழஞ்சரையெ இரண்டு மஞ்சாடியும் கட்டின வயிரம் மட்டதாரை நானூற்று ஐம்பதும் மட்டதாரைச்சவக்கம் செரியன ஒன்பதும் ஆக வயிரம் பொறிவும் முறிவும் ரக்தபிந்துவுங்காகபிந்துவும் வெந்தனவும் உடையன உட்பட ஆக நானூற்று ஐம்பத்தொன்பதினால் நிறை கழஞ்சரையெ மூன்று மஞ்சாடியும்

[3.] ஒன்பது மாவும் மாணிக்கம் ஹஜஹஜங்குணவியன் பத்தும் ஹஜஹஜழ எட்டுங்கொமளம் ஒன்பதும் நீலகந்தி மூன்றுந்தளம் ஒன்பதும் ஆக மாணிக்கங்குழிவும் வ்ரஹாமும் வெஜ்ஜமும் ஸந்தியுந்த்ராஸமுங்கற்பற்றும் உடையன உட்படப்பரியனவும் செரியனவும் ஆக முப்பத்தொன்பதினால் நிறை முக்கழஞ்செ முக்காலெ [மூ]ன்று மஞ்சாடியும் அறுமாவும் ஆக நிறை எழுபத்தெழுகழஞ்செ நாலு மஞ்சாடியுங்குன்றி-

[4.] க்கு விலை காசு ஐஞ்ஞூறு ||— [௫*] ஸ்ரீவாதஸ[ராய]ம் ஒன்று பொன் முப்ப-
த்தெழுகழஞ்செ முக்காலெ மூன்று மஞ்சாடியும் நான்கு மாவுங்கட்டின வயிரம்
பொறிவும் முறிவும் ரக்தபிந்துவுங்காகபிந்துவும் வெந்தனவும் உடையன உட்பட
முன்னூற்று அறுபதினால் நிறை முக்காலெ நாலு மஞ்சாடியும் மாணிக்கம்
ஹஉஹஉங்குணவியன் பதினைஞ்சும் ஹஉஹஉம் இருபதுங்கொமளம் இருபத்தி-
ரண்டும் நிலகந்தி [மூ]ன்றுந்தளம் பன்னிரண்டும் ஆக மாணிக்கங்குழி-
[5.] வும் வராஹமும் வெஜ்ஜமும் ஸஹஜபிந்துவுங்கருகலுங்கற்பற்றும் உடையன உட்படப்-
பரியனவும் நெரியனவும் ஆக எழுபத்திரண்டினால் நிறை இருகழஞ்சரையெ
இரண்டு மஞ்சாடியும் ஆறு மாவுங்கொத்தனவுந்தைய்த்தனவும் ஆக முத்து
வட்டமும் அனுவட்டமும் ஒப்புமுத்துங்குறுமுத்தும் நிம்பொளமும் பயிட்டமுங்-
குளிர்ந்த நீருஞ்சிவந்த நீரும் வரையுங்கறையுங்[கு]ருவும் உடையன உட்பட
முத்து நாற்பத்திரண்டினால்
[6.] நிறை இருகழஞ்செ எட்டு மஞ்சாடியுங்குன்றியும் ஆக நிறை நாற்பத்து முக்கழ-
ஞ்செ முக்காலெ [மூ]ன்று மஞ்சாடியுங்குன்றிக்கு விலை காசு முன்[னூ]ற்றைம்-
பது ||— [௬*] ஸ்ரீவாதஸராயம் ஒன்று பொன் முப்ப[த்]தெழுகழஞ்செ இர-
ண்டு மஞ்சாடியும் நான்கு மாவுங்கட்டின வயிரம் மட்டதாரை பொறிவும்
முறிவுங்காகபிந்துவும் ரக்தபிந்துவும் வெந்தன[வு]ம் உடையன உட்பட முன்-
னூற்று [அ]றுபதினால் நிறை முக்காலெ நாலு மஞ்சாடியும் மாணிக்கம்
[7.] ஹஉஹஉங்குணவி[ய]ன் பதினைஞ்சும் ஹஉஹஉம் இருபதுங்கொ[க]மளம் பதினைஞ்சும்
நிலகந்தி பத்துந்தளம் பன்னிரண்டும் ஆக மாணிக்கங்[கு]ழிவும் வராஹமும்
வெஜ்ஜமும் ஸஹஜபிந்துவுங்கருகலுங்கற்பற்றும் உடையன உட்படப்பரியனவும் நெரிய-
னவும் ஆக எழுபத்திரண்டினால் நிறை இருகழஞ்சரையெ நாலு மஞ்சாடியும்
ஒருமாவுங்கொத்தனவுந்தைய்த்தனவும் ஆக முத்து வட்டமும் அனுவட்டமும்
ஒப்புமுத்துங்குறு-
[8.] முத்தும் நிம்பொளமும் பயிட்டமுங்குளிர்ந்த நீருஞ்சிவந்த நீரும் வரை[யு]ங்கறை-
[யுங்]குருவும் உடையனவும் உட்பட முத்து நாற்பத்து இரண்டினால் நிறை
இருகழஞ்செ காலெ குன்றியும் ஆக நிறை நாற்பத்து முக்கழஞ்செ மஞ்-
சாடிக்கு விலை காசு முன்னூற்று ஐம்பது ||— [௭*] இவை தஞ்சைவிடங்கர்
நம்பிராட்டியார் உமாபரமேஸ்வரியார்க்கு ஆடவல்லான் என்னுங்குடிஞைக்[க]ல்லால்
நிறை எடுத்துக்குடுத்த பொன்னின் திருவாபரணங்கள் ||— [௮*] திரு[ம]குடம்
ஒன்று [பொன் நூ]ற்றுத்தொண்ணூற்று எ-
[9.] ழுகழஞ்சரை [||—] [௯*] தூக்கம் ஒன்று பொன் இ[ரு]பத்தெழுகழஞ்செ முக்கால்
[||—] [௰*] [வ]ாளி ஓரிணையாற்பொ[ப]ான் இருகழஞ்சரையெ மூன்று மஞ்சாடி
||— [௰௧*] இரட்டைஉழுத்து ஓரிணையாற்பொன் முக்கழஞ்சரை ||— [௰௨*]
திருக்கம்பி ஓரிணையாற்பொன் ஐங்கழஞ்சரையெ குன்றி ||— [௰௩*] தாலிமணி-
வடம் ஒன்று தாலி உட்படப்பொன் இருகழஞ்செ முக்காலெ குன்றி ||—
[௰௪*] வயிரஸராயம் ஒன்று பொன் இ[ரு]ப[த்]தெழுகழஞ்சரை ||— [௰௫*]
மூன்றெ[ருன்று]க விளக்கின கண்டத்துடர் ஒன்று பொன் இருபத்தொருகழஞ்சு
||— [௰௬*] [பு]றத்துடர்

C. North wall.

[1.] ஒன்று பொன் பதின் கழஞ்செ முக்காலெ நாலு மஞ்சாடி ||— [௰௭*]
திருக்கைப்பொட்டு ஓரிணையாற்கொத்த நாண் நாலு உட்படப்பொன் ஐம்பத்-
தொன்பதின் கழஞ்செ எழுமஞ்சா[டி]யுக்குன்றி ||— [௰௮*] திருக்கைக்கடகம்
ஓரிணை[ய]ாற்பெ[ப]ான் [மு]ப்பத்தொன்பதி[ன்]
[2.] கழஞ்செ எழுமஞ்சாடி ||— [௰௯*] திருக்கைக்காறை ஓரிணையாற்பொன் அறுப-
த்து நாற்கழஞ்செ முக்கால் ||— [௨௰*] திருவடிக்காறை ஓரிணையாற்பொன்

எழுபத்து நாற்க[ழ]ஞ்செ முக்காலெ[ல] குன்றி ||— [௨௧*] ஸ்ரீவாதஸாயஜ் ஓரணையாற்பொன் அறுபத்தெழுகழஞ்செ ஒன்பது

[3.] மஞ்சாடி ||— [௨௨*] திருவடிக்கால்மோதிரம் பத்தினால் பொன் பதினொருகழ-ஞ்செ கால் ||— [௨௩*] தஞ்சைவிடங்கர் நம்பிராட்டியார் உமாபரமேஸ்வரி-யார்க்கு இவரொ குடுத்த ரத்நத்தின் திருவ[ா]பரணங்கள் சரடுஞ்சட்டமும் அரக்-கும் பிஞ்சும் நீக்கி தக்ஷிணமேருவிடங்கன் என்[னு]ங்க[ா]சு[க]ல்லால் நிறை

[4.] எடுத்துக்கல்லில் வெட்டின ||— [௨௪*] திருமகுடம் ஒன்று பொன் இருநூற்று எழுகழஞ்செ எட்டு மஞ்சாடியும் இரண்டு மாவும் கட்டின பளிக்குவயிரம் ஐஞ்ஞூற்று இருபத்தஞ்சினால் நிறை இருகழஞ்செ மூன்று மஞ்சாடியும் ஐம்மாவரையும்

[5.] பளிங்கு இரு[நூ]ற்று இருபத்தெழினால் நிறை ஐங்கழஞ்செ நாலு மஞ்சாடியும் அரை மாவும் கட்டின முத்து வட்டமும் அனுவட்டமும் ஒப்புமுத்துங்குறு-முத்தும் நிம்பொளமும் பயிட்டமுங்குளிர்ந்த நீருஞ்சிவந்த நீருஞ்சப்[பி]ரமும் வரை-

[6.] யும் உடையன பதினாறினால் நிறை கழஞ்சரையெ நாலு மஞ்சாடியும் ஒன்பது மாவரையும் வீரபட்டத்து இரண்டருகிலுங்கொத்த வடம் இர[ண்]டும் இதன் மெல் வாய்வடம் ஒன்றுந்தனிவடம் சவி நாலுந்தனித்தூக்கம் இரண்டு-

[7.] ங்கொடங்களிலுங்கறண்டிகையிற்கொத்த [வ]டம் மூன்றிலும[ா]கக்கொத்த முத்து வட்டமும் அனுவட்டமும் ஒப்புமுத்துங்குறுமுத்தும் நிம்பொளமும் இப்பிப்பற்று அராவினவுங்குளிர்ந்த நிருஞ்சிவந்த நீரும் வரை-

[8.] யுங்கறையுஞ்சப்பிரமுந்திரங்கலும் உடையன உட்பட முன்னூற்றெ[ண்]பத்தைஞ்சி-னால் நிறை பதின் முக்கழஞ்செ எழுமஞ்சாடியும் ஆக நிறை [இ]ருநூற்று இருபத்து ஒன்பதின் கழஞ்செ முக்காலெ இரண்டு மஞ்ச[ா]டியும் எழுமாவரை-

[9.] க்கு விலை காசு எழுநூறு ||— [௨௫*] மாலை ஒன்று பொன் நாற்பத்து [அ]றுகழஞ்செ [எ]ட்டு மஞ்சாடியும் [முக்கா]ணியும் கட்டின பளிக்கு[வயி]ரம் இருநூற்றெண்பத்தெட்டினால் நிறை அரைக்கழஞ்செ [மூ]ன்று மஞ்சாடியு[ம்] எழுமாவும் பளிங்கு

[10.] இதிற்குறை வ[க்ஷ்ஷ]கெ[யில்] தென்[ச]துரத்து [உ]த்திரத்[தி]ன் கீழ்க்கண்டப்ப-டையில் வெட்டிச்சு ||— [௨௬*]

Translation.

1. Hail! Prosperity! Until the third year (*of the reign*) of Kô-Parakêsarivarman, *alias* the lord Śrî-Râjêndra-Śôṛadêva,— Âṛvâr Parântakaṉ Kundavaiyâr, (*who was*) the venerable elder sister of the lord Śrî-Râjarâjadêva (*and*) the great queen of Vallavaraiyar Vandyadêvar, gave to the images which she had set up herself,—gold which was weighed by the stone (*used in*) the city and called (*after*) Âḍavallâṉ, and jewels which were weighed by the jewel weight called (*after*) Dakshiṇa-Mêru-Viṭaṅkaṉ. Those (*jewels*), which could be weighed (*separately*), were weighed without the threads, the frames, the copper nails, the lac and the *piñju*. Those jewels, the net weight of which could not be ascertained, as they were united with the lac and the *piñju*, (*were weighed*) together with the lac and the *piñju*. (*The amount of this gold and these jewels*) was engraved on stone (*as follows*):—

2. To (*the goddess*) Umâparamêśvarî, who is the consort of our lord Dakshiṇa-Mêru-Viṭaṅkar, (*she*) gave:—

3. One sacred girdle (*tiruppaṭṭigai*), (*containing*) ninety-seven *karañju* and a half, four *mañjâḍi* and nine tenths of gold. Six hundred and sixty-seven large and small diamonds with smooth edges, set (*into it*),—including such as had spots, cracks, red dots, black dots, and

marks as of burning,—weighed two *karañju* and a quarter and six tenths (*of a mañjâḍi*). Eighty-three large and small rubies, *viz.*, twenty-two *halahalam* of superior quality, twenty *halahalam*, twenty smooth rubies, nine bluish rubies, two *śattam* and ten unpolished rubies,—including such as had cavities, cuts, holes, white specks, flaws, and such as still adhered to the ore,—weighed ten *karañju* and three quarters, three *mañjâḍi* and two tenths. Two hundred and twelve pearls, strung or sewn on,—including round pearls, roundish pearls, polished pearls, small pearls, *nimbolam*, *ambumudu*, (*pearls*) of brilliant water and of red water, such as had been polished while still adhering to the shell, (*and pearls with*) lines, stains, red dots, white specks and wrinkles,—weighed eighteen *karañju* and two *mañjâḍi*. Altogether, (*the girdle*) weighed one hundred and twenty-nine *karañju* and seven tenths (*of a mañjâḍi*), corresponding to a value of four thousand and five hundred *kâśu*.

4. One ring for the foot of the goddess (*tiruvaḍikkârai*), (*containing*) seventy-three *karañju* and three *mañjâḍi*, six tenths and one twentieth of gold. Four hundred and fifty-five diamonds, set (*into it*), *viz.*, four hundred and forty-nine diamonds with smooth edges, and six flat diamonds with smooth edges,—including such as had spots, cracks, red dots, black dots, and marks as of burning,—weighed (*one*) *karañju* and a half, two *mañjâḍi*, five tenths and one twentieth. Thirty-nine large and small rubies, *viz.*, ten *halahalam* of superior quality, ten *halahalam*, eight smooth rubies, three bluish rubies and eight unpolished rubies,—including such as had cavities, cuts, holes, white specks, flaws, and such as still adhered to the ore,—weighed four *karañju* and six tenths (*of a mañjâḍi*). Altogether, (*the ring*) weighed seventy-eight *karañju* and three quarters, (*one*) *mañjâḍi* and eight tenths, corresponding to a value of five hundred *kâśu*.

5. One ring for the foot of the goddess, (*containing*) seventy-one *karañju* and a half and two *mañjâḍi* of gold. Four hundred and fifty-nine diamonds, set (*into it*), *viz.*, four hundred and fifty diamonds with smooth edges, and nine small square diamonds with smooth edges,—including such as had spots, cracks, red dots, black dots, and marks as of burning,—weighed (*one*) *karañju* and a half, three *mañjâḍi* and nine tenths. Thirty-nine large and small rubies, *viz.*, ten *halahalam* of superior quality, eight *halahalam*, nine smooth rubies, three bluish rubies and nine unpolished rubies,—including such as had cavities, cuts, holes, white specks, flaws, and such as still adhered to the ore,—weighed three *karañju* and three quarters, three *mañjâḍi* and six tenths. Altogether, (*the ring*) weighed seventy-seven *karañju*, four *mañjâḍi* and (*one*) *kuṇri*, corresponding to a value of five hundred *kâśu*.

6. One *śâyalam* for the foot of the goddess (*śrî-pâda-śâyalam*), (*containing*) thirty-seven *karañju* and three quarters, three *mañjâḍi* and four tenths of gold. Three hundred and sixty diamonds, set (*into it*),—including such as had spots, cracks, red dots, black dots, and marks as of burning,—weighed three quarters (*of a karañju*) and four *mañjâḍi*. Seventy-two large and small rubies, *viz.*, fifteen *halahalam* of superior quality, twenty *halahalam*, twenty-two smooth rubies, three bluish rubies and twelve unpolished rubies,—including such as had cavities, cuts, holes, white specks, flaws, and such as still adhered to the ore,—weighed two *karañju* and a half, two *mañjâḍi* and six tenths. Forty-two pearls, strung or sewn on,—including round pearls, roundish pearls, polished pearls, small pearls, *nimbolam*, *payiṭṭam*, (*pearls*) of brilliant water and of red water, (*and pearls*) with lines, stains and red dots,—weighed two *karañju*, eight *mañjâḍi* and (*one*) *kuṇri*. Altogether, (*the śâyalam*) weighed forty-three *karañju* and three quarters, three *mañjâḍi* and (*one*) *kuṇri*, corresponding to a value of three hundred and fifty *kâśu*.

7. One *śâyalam* for the foot of the goddess, (*containing*) thirty-seven *karañju*, two *mañjâḍi* and four tenths of gold. Three hundred and sixty diamonds with smooth edges, set

(*into it*),—including such as had spots, cracks, black dots, red dots, and marks as of burning,—weighed three quarters (*of a karañju*) and four *mañjâḍi*. Seventy-two large and small rubies, *viz.*, fifteen *haḷahaḷam* of superior quality, twenty *haḷahaḷam*, fifteen smooth rubies, ten bluish rubies and twelve unpolished rubies,—including such as had cavities, cuts, holes, white specks, flaws, and such as still adhered to the ore,—weighed two *karañju* and a half, four *mañjâḍi* and one tenth. Forty-two pearls, strung or sewn on,—including round pearls, roundish pearls, polished pearls, small pearls, *nimboḷam*, *payiṭṭam*, (*pearls*) of brilliant water and of red water, (*and pearls*) with lines, stains and red dots,—weighed two *karañju* and a quarter and (*one*) *kuṉṟi*. Altogether, (*the śâyalam*) weighed forty-three *karañju* and (*one*) *mañjâḍi*, corresponding to a value of three hundred and fifty *kâśu*.

8. The same (*princess*) gave to (*the goddess*) Umâparamêśvarî, who is the consort of our lord Tañjai-Viṭaṅkar, (*the following*) sacred ornaments (*âbharaṇa*) of gold, which were weighed by the stone (*used in*) the city and called (*after*) Âḍavallâṉ :—

9. One sacred crown (*makuṭa*), (*consisting of*) one hundred and ninety-seven *karañju* and a half of gold.

10. One pendant (*tûkkam*), (*consisting of*) twenty-seven *karañju* and three quarters of gold.

11. One pair of ear-rings (*vâḷi*), consisting of two *karañju* and a half and three *mañjâḍi* of gold.

12. One pair of double *uruttu*, consisting of three *karañju* and a half of gold.

13. One pair of sacred ear-rings (*tirukkambi*), consisting of five *karañju* and a half and (*one*) *kuṉṟi* of gold.

14. One string of beads for the marriage-badge (*tâli-maṇi-vaḍam*), (*consisting of*) two *karañju* and three quarters and (*one*) *kuṉṟi* of gold,—including the marriage-badge (*itself*).

15. One *śâyalam* of diamonds (*vayira-śâyalam*), (*containing*) twenty-seven *karañju* and a half of gold.

16. One necklace (*kaṇṭha-tuḍar*) of three (*chains*) soldered into one, (*consisting of*) twenty-one *karañju* of gold.

17. One outer chain (? *puṟattuḍar*), (*consisting of*) ten *karañju* and three quarters and four *mañjâḍi* of gold.

18. One pair of *poṭṭu* for the arms of the goddess, consisting of fifty-nine *karañju*, seven *mañjâḍi* and (*one*) *kuṉṟi* of gold,—including four strings (*nâṇ*) on which (*it*) was strung.

19. One pair of bracelets (*kaṭaka*) for the arms of the goddess, consisting of thirty-nine *karañju* and seven *mañjâḍi* of gold.

20. One pair of rings for the arms of the goddess (*tirukkaikkâṟai*), consisting of sixty-four *karañju* and three quarters of gold.

21. One pair of rings for the feet of the goddess (*tiruvaḍikkâṟai*), consisting of seventy-four *karañju* and three quarters and (*one*) *kuṉṟi* of gold.

22. One pair of *śâyalam* for the feet of the goddess (*śrî-pâda-śâyalam*), consisting of sixty-seven *karañju* and nine *mañjâḍi* of gold.

23. Ten rings for the toes of the goddess (*tiruvaḍikkâl-môdiram*), consisting of eleven *karañju* and a quarter of gold.

24. To (*the goddess*) Umâparamêśvarî, who is the consort of our lord Tañjai-Viṭaṅkar, the same (*princess*) gave (*the following*) sacred ornaments of jewels, which were weighed by the jewel weight called (*after*) Dakshiṇa-Mêru-Viṭaṅkaṉ without the threads, the frames, the lac and the *piñju*, and engraved on stone :—

25. One sacred crown (*makuṭa*), (*containing*) two hundred and seven *kaḻañju*, eight *mañjâḍi* and two tenths of gold. Five hundred and twenty-five diamond crystals, set (*into it*), weighed two *kaḻañju* and three *mañjâḍi*, five tenths and one twentieth. Two hundred and twenty-seven crystals (*paḷiṅgu*) weighed five *kaḻañju*, four *mañjâḍi* and one twentieth. Sixteen pearls, set (*into it*), (*viz.*) round pearls, roundish pearls, polished pearls, small pearls, *nimbolam*, *payittam*, (*pearls*) of brilliant water and of red water, (*and pearls*) with white specks and lines, weighed (*one*) *kaḻañju* and a half, four *mañjâḍi*, nine tenths and one twentieth. Three hundred and eighty-five strung pearls,—including round pearls, roundish pearls, polished pearls, small pearls, *nimbolam*, such as had been polished while still adhering to the shell, (*pearls*) of brilliant water and of red water, (*and pearls*) with lines, stains, white specks and wrinkles,—weighed thirteen *kaḻañju* and seven *mañjâḍi*; (*these pearls*) were strung on two strings (*vaḍam*) on both sides of the front-plate (*vîra-paṭṭa*),[1] one *vây-vaḍam* over it, four bundles (*śavi*) of single strings, two single pendants (*tûkkam*), and three strings on the ornamental curves (*kôḍam*)[2] (*and*) on the *karaṇḍigai*. Altogether, (*the crown*) weighed two hundred and twenty-nine *kaḻañju* and three quarters, two *mañjâḍi*, seven tenths and one twentieth, corresponding to a value of seven hundred *kâśu*.

26. One garland (*mâlai*), (*containing*) forty-six *kaḻañju*, eight *mañjâḍi* and three fortieths of gold. Two hundred and eighty-eight diamond crystals, set (*into it*), weighed half a *kaḻañju*, three *mañjâḍi* and seven tenths. Crystals,—The continuation of this (*inscription*) is engraved on the panel (*kaṇḍappaḍai*)[3] underneath the projecting stone (? *uttiram*)[4] on the southern side (? *śaduram*) of the portico (*chatushkikâ*).

No. 9. On the south wall, first tier.

The following eleven inscriptions (Nos. 9 to 19) are engraved continuously in two large sections, the first of which consists of seven, and the second of ten lines.

No. 9 is dated in the 6th year of the reign of Kô-Parakêsarivarman, *alias* Râjêndra-Chôḷadêva, and fixes the interest to be paid to the temple by certain villagers for a sum of money, which had been contributed by several donors and by the temple treasury. The interest was to be used for the chief idol of the temple (paragraph 2) and for the images of Krâtârju[nî]yadêvar[5] and of Pichchadêvar[6] (paragraphs 3 and 4). The first of the two latter had been set up by a minister, who is also mentioned in the large Leyden grant, and the second by Lôkamahâdêvi, a queen of Râjarâjadêva.

TEXT.

First section.

[1.] ஸ்வஸ்தி ஸ்ரீ [||*] திரு மந்நி வளரவிருநிலமடந்தையும் பொர்ச்சயப்பாவையுஞ்சீர்த்த-
நிச்செல்[வி*]யுந்தந் பெருந்[தெவிய]ராகியின்புற நெடிதியலூழியுளிடைது[றை]நாடுந்-
தொடர்வனவெலிப்படர் வன[வா]சியுஞ்சுள்ளிச்சூழ்மதிட்கொள்ளிப்பாக்கை[யும் ந]-

[1] Literally, 'the diadem of heroes.' The technical meanings of *vây-vaḍam* and *karaṇḍigai* as parts of a crown are not found in the dictionaries.

[2] See Winslow, *s. v.* கோடகம்.

[3] Compare உபபீடத்துக்கண்டப்படை in No. 3, second section, ll. 10 f.

[4] According to Winslow, உத்திரம் means 'a beam, a cross beam in a building.'

[5] This image is called Krâtârjunadêvar in No. 10. The two names are no doubt corruptions of Kirâtârjuna- and Kirâtârjunîya-dêva.

[6] The Sanskrit original of this word may be पिच्छदेव or भिक्षादेव.

ண்ணற்கருமுரண் மண்ணைக்கடகமு[ம் பொ]ருதட[ரீ]ழத்தரைசர் தமுடியு[மா]ங்-
[க]வ[ர்] தேவியரோங்கெழில் முடியுமுங்கவர் பக்கல் தெங்கவர்[1] வைத்த சுந்-
தரமுடியும் இந்திரனாரமும் தெண்டிரை ஈழமண்டலமுழுவதும் எறிபடைக்கேர-
ளர்[2] முறைமையிற்சூடுங்குலதநமாகிய பலர் புகழ் [முடியு]ஞ்செங்கதிர் மாலை-
யுஞ்சங்கதிர்வேலைத்தொ[ல்பெருங்கா]வல் பலபழந்தீவுமாப்பொருதண்டாற்கொ[ண்]ட
கொப்பரகேஸரிவர்மரான உடையார் ஸ்ரீரா[ஜேந்த்]ரசோழதேவர்க்கு யாண்டு
ஆறாவ[து] குருக்கள் ஈசாந[சி]வபண்டிதர் பொலிசையூட்டுக்கு யாண்டு ஆறா-
வது வரை வைத்த காசும் அதிகாரிகள் காஞ்சிவாயிலுடையார் உதையதிவா-
க[ர]ன் தில்லை[யாளி]யாரான [ரா]ஜராஜமூவேந்தவேளார் பொலிசையூட்டுக்கு
யாண்டு ஆ[றாவ]து [வரை வைத்]த காசும் வ[லங்]கை[ப்பழம்ப]-
[2.] டைகளிலார் பொலிசையூட்டுக்கு யாண்டு ஆறாவது வரை வைத்[த] காசும் பண்-
டாரத்துப்பொலி[சையூட்டுக்கு ய]ாண்டு ஆறாவது வரை குடுத்த காசும் இக்-
காசு பொலிசையூட்டுக்கு கொண்ட ஊருங்[க]ல்லில் வெட்டின ||— [௧*]
குரு[க்க]ள் ஈசாநசிவபண்டித[ர் உ]டையார்க்கு மூன்று ஸந்தியும் அமுது செய்-
[யு]ம் பொது அமுது செய்விக்க ஒருஸந்திக்கு கற்பூரமஞ்சாடியாக ஒருநாளைக்கு
கற்பூர[மூ]ன்று மஞ்சாடியாக ஓராட்டைக்கு கற்பூரம் ஐம்பத்து நாற்கழஞ்சும்
பெரியதிருஉத்ஸவத்திருநாள் ஒன்பதினுக்குப்படி மேல் எற்றம் நிசதம் கற்பூரம்
காலாக கற்பூரம் இ[ருகழஞ்சே]ச[ய் கா]லும் ஆக கற்பூரம் ஐம்பத்தறுகழ[ஞ்சே]ச
[காலுக்குக்]காசு ஒன்றுக்கு கற்பூரம் இருகழஞ்சரையாக [கா]சு [இருப]த்திரண்-
டரைக்குக்காசு ஒன்றுக்கு ஆட்டை வட்[டன் அ]ரைக்காற்காசு பொலிசையாக
வை[த்த] காசு நூற்றெண்ப[து]ம் : [௨*] அதிகாரிகள் காஞ்சிவாயிலுடையார்
உதையதிவாகரன் தில்லையாளியாரான ராஜராஜமூவேந்தவேளார் தாம் எழுந்-
தருளுவித்[த க்ஷே]த்ரபாலதே . [ய][3]தே[வ]ர்க்குத்திருஅமுது உள்ளிட்டு வேண்டுவ-
னவற்று[க்]கு வைத்த காசு ப[திந்] மூன்று [||—] [௩*] [உடை]யார் ஸ்ரீரா-
ஜரா[ஜ]தேவர் ந[ம்பிராட்டி]-
[3.] யார் ஒலோகமஹாதேவிய[ா]ர் எழுந்தருளுவித்த பிச்சதேவர்க்கு உடையார்
ஸ்ரீராஜராஜதேவர் திருவாய் மொ[ழிந்தருளி] அடைத்த வலங்கைப்பழம்படைக-
ளில[ார்] இவர்க்குத்தி[ரு]அமுது உள்ளிட்டு வேண்டுவ[ன]வற்றுக்கு வைத்த
காசில் காசு இருநூற்றைம்பத்து [இரண்]டும் உடையார் ஸ்ரீபண்டாரத்துக்காசு
எண்ணூ[ற்றை]ஞ்சும் ஆகக்காசு ஆயிரத்திருநூற்[றை]ம்பது [௪*] இக்காசில்
ஸ்ரீராஜராஜீஸ்வரத்திநிதெழுந்தருளி இருந்த வாரஹோதிக்கு [illegible]ாகிய
[illegible]தேவர் பக்கல் அருமொழிதேவவளநாட்டு நென்மலிநாட்டு நெடுமண-
லாகிய மதநமஞ்சரி[illegible][illegible]ய[ா]ர் யாண்டு ஆறாவது
பசாந் முதல் கொண்[ட] கா[சு ஆயிரத்தெ]ழுபதிநால் காசு ஒன்றுக்கு ஆட்-
டை வட்ட[ன்] முக்[கு]றுணி நெற்பொலிசையாக [வ]ருஷாதிகவல் ஆட்டா-
[ண்டு தொ]றுந்தஞ்சாவூர் உடையார் பெரு[ம் ப]ண்டாரத்தெ[ய்] ராஜகேஸ-
ரியொடொக்கும் ஆடவல்லானென்னும் மரக்காலால் அளக்கக்கடவ நெல்லு
இருநூற்றறுப(ப)த்தெழுகலனே தூணிப்பதக்கு ||— [௫*] இவர்களே காசு
ஒன்றுக்கு ஆட்டை வட்டன் அரைக்காற்காசு பலிசையாக யாண்டு ஆறாவது
பசான் முதல் கொ[ண்]ட
[4.] காசு நூற்றெண்பதினால் வருஷாதிகவல் ஆட்டாண்டு தொறுந்த[ஞ்ச]ாவூர் உடை-
யார் பண்டாரத்து வைக்கக்[கடவ] காசு இருபத்து இரண்டரை ||— [௬*]

---

[1] Nos. 15 and 16 read தென்னவன்.

[2] No. 20 reads கேரளன்.

[3] Read க்ஷேத்ரபாலதேவ.

TRANSLATION.

1. Hail! Prosperity! In the sixth year (*of the reign*) of Kô-Parakêsarivarman, *alias* the lord Śrî-Râjêndra-Chôladêva, who,—in (*his*) life of high prosperity,[1] (*during which he*) rejoiced that, while Fortune, having become constant, was increasing, the goddess of the great earth, the goddess of victory in battle, and the matchless goddess of fame had become his great queens,—[2] conquered with (*his*) great and warlike army Idaiturai-nâḍu; Vanavâśi, whose warriors (*were protected by*) walls of continuous forests; Kollippâkkai, whose walls were surrounded by *śulli* (*trees*); Mannaikkadagam[3] of unapproachable strength; the crown of the king of Îram, who came to close quarters in fighting;[4] the exceedingly beautiful crown of the queen of the king of that (*country*); the crown of Sundara and the pearl-necklace of Indra, which the king of the South (*i.e.*, the Pâṇḍya) had previously given up to that (*king of* Îram); the whole Îra-maṇḍalam on the transparent sea; the crown praised by many and the garland of the sun, family-treasures, which the arrow-shooting[5] (*king of*) Kêraḷa rightfully wore; and many ancient islands, whose old and great guard was the sea, which resounds with conches;—there was engraved on stone the money (*kâśu*), which the *guru* Îśânaśiva-paṇḍita had deposited until the sixth year (*of the king's reign*), to be put out to interest; the money, which the minister (*adhikârin*) Udaya-divâkaran Tillaiyâḷiyâr, *alias* Râjarâja-Mûvênda-Vêḷâr, a native of Kâñchi-vâyil,[6] had deposited until the sixth year, to be put out to interest; the money, which the Valaṅgai-parambadaigaḷilâr[7] had deposited until the sixth year, to be put out to interest; the money, which had been given out of the (*temple*) treasury until the sixth year, to be put out to interest; and the village, which had received this money on interest.

2. The *guru* Îśânaśiva-paṇḍita deposited one hundred and eighty *kâśu*, (*to be put out*) at an interest of one eighth *kâśu* per year for each *kâśu*, so as to realize twenty-two and a half *kâśu* for (*purchasing*),—at the rate of two *karañju* and a half of camphor (*karpûra*) for each *kâśu*,—fifty-six *karañju* and [a quarter] of camphor, *viz.*, (1) (*one*) *mañjâḍi* of camphor for feeding the god, when he takes his food (*amudu*), at each of the three times (*of the day*), altogether three *mañjâḍi* of camphor per day, or fifty-four *karañju* of camphor per year, and (2) a quarter (*karañju*) of camphor in excess (*êṟṟam*) of the daily rate (*paḍi*) on each of the nine sacred days of the great sacred festival (*utsava*), altogether two *karañju* and a quarter of camphor.

3. The minister Udayadivâkaran Tillaiyâḷiyâr, *alias* Râjarâja-Mûvênda-Vêḷâr, a native of Kâñchivâyil, deposited thirteen *kâśu* for the sacred food and other requirements (*of the image*) of Krâtârju[nî]yadêvar, which he had set up himself.

---

[1] நெடுதியல் stands perhaps for நெடு + உதியல்.

[2] The same four goddesses, who are here represented by the poet as the wives of the king, are enumerated in inverse order at the commencement of the inscriptions of Kô-Râjakêsarivarman, *alias* Kulôttuṅga-Chôḷadêva, under the names of Pugaṛ-mâdu (the goddess of fame), Jaya-mâdu (the goddess of victory), Nila-magaḷ (the goddess of the earth) and Malar-magaḷ (the goddess with the (*lotus*) flower, *i.e.*, Lakshmi).

[3] Nos. 10 to 20 read Maṇṇaikkaḍakkam.

[4] பொருதடர் stands for பொருத + அடர்.

[5] The Chêra king had the device of a bow (*vil*) on his banner and was therefore called Villavan, 'the bearer of the bow.'

[6] The same person is mentioned in lines 96 ff. of the large Leyden grant.

[7] This term, the real application of which is not apparent, means literally: 'those belonging to the old troops of the right hand.' Similar terms occur in the following inscriptions.

4. (*Adding to these amounts* [1]) eight hundred and five *kâśu* out of the sacred treasury (*śrî-bhaṇḍâra*) of the lord, and two hundred and fifty-two *kâśu* out of the money, which the Valaṅgai-paṟambaḍaigaḷilâr,—who had been attached by order of the lord Śrî-Râjarâjadêva to (*the image of*) Pichchaḍêvar, which had been set up by Lôkamahâdêvî, the consort of our lord Śrî-Râjarâjadêva,—had deposited for the sacred food and other requirements of this (*image*),—the total is one thousand two hundred and fifty *kâśu*.

5. Out of this money, the members of the assembly of Neḍumaṇal, *alias* Madanamañjari-chaturvêdimaṅgalam, in Neṉmali-nâḍu, (*a subdivision*) of Arumoṟidêva-vaḷanâḍu, have received after (*the harvest of*) the *paśâṉ* [2] in the sixth year (*of the king's reign*) from Chaṇḍêśvaradêva,—who is the first servant of the supreme lord, who has been pleased to take up gladly his abode in (*the temple called*) Śrî-Râjarâjêśvara,—one thousand and seventy *kâśu*. For (*these*) they have to measure every year, as long as the moon and the sun endure, two hundred and sixty-seven *kalam*, (*one*) *tûṇi* and (*one*) *padakku* of paddy into the large treasury of the lord (*at*) Tañjâvûr with the *marakkâl* called (*after*) Âḍavallâṉ, which is equal to a *râjakêsari*,—the rate of interest being three *kuṟuṇi* of paddy per year for each *kâśu*.

6. The same (*villagers*) have to pay every year, as long as the moon and the sun endure, into the treasury of the lord (*at*) Tañjâvûr twenty-two and a half *kâśu* for (*the remaining*) one hundred and eighty *kâśu*, which they have received after (*the harvest of*) the *paśâṉ* in the sixth year (*of the king's reign*),—the rate of interest being one eighth *kâśu* per year for each *kâśu*.

No. 10. On the south wall, first tier.

This inscription is dated in the 10th year of the reign of Kô-Parakêsarivarman, *alias* Râjêndra-Chôḷadêva, and fixes the interest, which the inhabitants of a certain village had to pay for the benefit of the image of Krâtârjunadêvar [3] and of the images of Mahâ-Mêru-Viṭaṅkar and his consort. The first of these three images had been set up by the minister, who is mentioned in the preceding inscription, and the second by king Râjarâjadêva.

Text.

[4.] [4] ஸ்வஸ்தி ஸ்ரீ [||*] திரு மன்னி வளர இருநி[லமடந்]தையும் பொற்சயப்பா[வை]வ-
யுஞ்சீர்த்தனிச்செல்வியுந்தன் பெருந்தேவியராகியின்பு[ற நெ]டுதியலூழியுள் இடை-
துறைநாடுந்தொடர்வனவேலிப்படர் வனவாசியுஞ்சுள்ளிச்சூழ்மதிள் கொள்ளிப்பாக்-
கையும் நண்ணற்கருமுரண் மண்ணைக்கடக்கமும் பொருகடலீழத்தரைசர் தமுடி-
யும் ஆங்கவர் தேவியரோங்கெழில் முடியும் முன்னவர் பக்கல் தென்னவர்
வைத்த சுந்தரமுடியும் இந்திரனாரமுந்தெண்டிரை ஈழமண்டலமுழுவதும் எறிப-
டைக்கேரளர் முறை[றமையி]ற்சூடுங்குலதனமாகிய பலர் புகழ் முடியுஞ்செங்கதிர்
மாலை[யு]ஞ்[சங்க]தி[ர்]வேலைத்தொல்பெருங்காவல் பலபழந்தீவுஞ்செருவிற்[சி]னவி-
[யி]ருபத்தொருகாலரைசுகளை கட்ட பரசுராமன் மேவருஞ்சாந்திம[த்தீவர]ண்
கருதியிருத்திய செம்பொற்றிருத்தகு [முடி]யும் [பயங்கொ]டு பழி [மி]க முய-
ங்கியி[ல்] முதுகிட்டொளித்த சயசிங்[க]ன் அளப்பெரும் [5] புகழொடு பீடியல்
இரட்டபாடி எழரை இலக்கமும் நவநிதிக்குலப்பெருமலைகளும் மாப்பொருதண்-
டாற்கொண்ட கோப்பரகேசரிவர்மரான ஸ்ரீராஜேந்த்ரசோழதேவர்க்கு யாண்டு
பத்தாவது அதிகாரிகள் காஞ்சிவாயிலுடையார் உதை[ய]திவாகரன் தில்லை-

---

[1] *Viz.*, 180 *kâśu* (paragraph 2) and 13 *kâśu* (paragraph 3).

[2] See page 74, note 1.

[3] See page 90, note 5.

[4] Continued from page 91.

[5] Nos. 12 to 20 read அளப்பரும், which comes to the same.

[5.] யாளியாரான ராஜராஜமூவேந்தவேளார் எழுந்தருளுவித்த க்ஷேத்ரபாலதேவர்[க்]குத்-
திருவமுது உள்ளிட்டு வேண்டுநிவந்தங்களு[க்]குஞ்சிறுதனத்துப்பணிமக்கள் உடை-
யார் ஸ்ரீராஜராஜதேவர் எழுந்த[ருளுவி]த்த மஹாதேவர் விடங்கர்[க்]கும் நம்பிரா-
ட்டியார்க்குந்திருவமு[து] உள்ளிட்டு வேண்டுநி[வ]ந்தங்களுக்கும் உடையார்
ஸ்ரீராஜேந்த்ரசோழதேவர்க்கு யாண்டு பத்தாவது வரை இவர்கள் வைய்த்த
காசில் ஸ்ரீராஜராஜீஸ்வரத்திலெழுந்தருளி இருந்த பரமஸ்வாமிக்கு மூலபரிஷத்தாகிய
சண்டேஸ்வரதேவர் பக்கல் பொலிசையூட்டுக்குக்கொண்ட ஊருங்கல்லில் வெட்-
டின [க*] நித்தவிநோதவளநாட்டு ஆவூர்க்கூற்றத்து ப்ரஹ்மதேயம் இரும்புதலா-
கிய மநுகுலசூளாமணிச்சதுர்வேதிமங்கலத்து ஸ[பை]யார் அதிகாரிகள் காஞ்சி-
வாயிலுடையார் உதை[ய]திவாகரன் தில்லையாளியா[ரான] ராஜராஜ[மூ]வேந்த-
வேளார் எழுந்தருளுவித்த க்ஷேத்ரபாலதேவர்க்குத்திருவமுது உள்ளிட்டு வேண்-
டுநிவந்தங்களுக்கு வைய்த்த க[ாசில் கொ]ண்ட காசு தொண்ணூற்று நாலும்
உடையா[ர்] ஸ்ரீ[ரா]ஜரா[ஜதேவர் எழு]ந்தருளுவித்த மஹாதேவர் விடங்கர்க்கும்
நம்பிராட்டியார்க்குந்திருவமுது உள்ளிட்டு வேண்டுநிவந்தங்களுக்குச்சிறுதனத்துப்-
பணிமக்கள் வைய்த்த காசில் கொண்ட காசு ஐஞ்ஞூற்றும் ஆக யாண்டு
பத்தாவது பசான் முதல் கொண்ட காசு அறுநூறினால் காசு ஒன்றுக்கு
ஆட்டை வட்டன் பலிசை நெல்லு முக்குறுணியாக சந்த்ராதித்தவ-

[6.] ல் ஆட்டாண்டு தோறும் ராஜகேஸரியோடொக்கும் ஆடவல்லானென்னும் மரக்-
காலால் தஞ்சாவூர் உடையார் பெரும் பண்டாரத்தெய் அளக்கக்கடவ நெல்லு
நூற்றைம்பதின் கலம் ||— [உ*]

TRANSLATION.

1. Hail! Prosperity! In the tenth year (*of the reign*) of Kô-Parakêsarivarman, *alias* Śrî-Râjêndra-Chôḷadêva, who,—in (*his*) life of high prosperity, (*during which he*) rejoiced that, while Fortune, having become constant, was increasing, the goddess of the great earth, the goddess of victory in battle, and the matchless goddess of fame had become his great queens,—conquered with (*his*) great and warlike army Iḍaituṟai-nâḍu;[1] Vaṉavâśi, whose warriors (*were protected by*) walls of continuous forests; Koḷḷippâkkai, whose walls were surrounded by *śuḷḷi* (*trees*); Maṇṇaikkaḍakkam of unapproachable strength;[2] the crown of the king of Îṟam, who came to close quarters in fighting; the exceedingly beautiful crown of the queen of the king of that (*country*); the crown of Sundara and the pearl-necklace of Indra, which the king of the South had previously given up to that (*king of* Îṟam); the whole Îṟa-maṇḍalam on the transparent sea; the crown praised by many and the garland of the sun, family-treasures, which the arrow-shooting (*king of*) Kêraḷa rightfully wore; many ancient islands, whose old and great guard was the sea, which resounds with conches; the crown of pure gold, worthy of Lakshmî, which Paraśurâma, having considered the fortifications of Śândimattîvu[3] impregnable, had deposited (*there*), when, raging with anger, (*he*) bound the kings twenty-one times; the seven and a half *lakshas* of Iraṭṭa-pâḍi, (*which was*) strong by nature, (*the conquest of which was accompanied*) with immeasurable fame, (*and which he took from*) Jayasiṁha, who, out of fear (*and*) full of vengeance, turned his back at Muyaṅgi[4] and

[1] Nos. 17 to 19 read Iḍaturai-nâḍu.

[2] Instead of நண்ணற்கருமுரண், Nos. 12 to 19 read நண்ணற்கருமரண், 'the fortifications of which were unapproachable.'

[3] *I.e.*, the island of Śântimat (?).

[4] Instead of முயங்கி, No. 17 and two inscriptions at Tirumalai near Pôlûr (Vol. I, pp. 98 and 100) read முசங்கி. As the Drâviḍians generally pronounce initial *u* as *vu*, and as the change of *v* into *m*, which is

hid himself; and the principal great mountains, (*which contained*) the nine treasures;—[1] there was engraved on stone (*the name of*) the village, which had received on interest from Chaṇḍêśvaradêva,—who is the first servant of the supreme lord, who has been pleased to take up gladly his abode in (*the temple called*) Śrî-Râjarâjêśvara,—(*part*) of the money, (*which had been deposited*) until the tenth year (*of the reign*) of the lord Śrî-Râjêndra-Chôḷadêva for the sacred food and other expenses required by (*the image of*) Krâtârjuna-dêvar,—which had been set up by the minister Udayadivâkaraṉ Tillaiyâḷiyâr, *alias* Râjarâja-Mûvênda-Vêḷâr, a native of Kâñchivâyil,—and (*of the money*), which the Śiṟudaṉattu Paṇimakkaḷ[2] had deposited for the sacred food and other expenses required by (*the image of*) Mahâ-Mêru-Viṭaṅkar,— which had been set up by the lord Śrî-Râjarâjadêva,—and by (*the image of*) his consort.

2. The members of the assembly of Irumbudal, *alias* Manukulachûḷâmaṇi-chaturvêdimaṅgalam, a *brahmadêya* in Âvûr-kûṟṟam, (*a subdivision*) of Nittaviṉôda-vaḷanâḍu, have received after (*the harvest of*) the *paśâṉ* in the tenth year (*of the king's reign*) six hundred *kâśu*, *viz.*, (1) ninety-four *kâśu* taken out of the money, which had been deposited for the sacred food and other expenses required by (*the image of*) Krâtârjuna-dêvar, which had been set up by the minister Udayadivâkaraṉ Tillaiyâḷiyâr, *alias* Râjarâja-Mûvênda-Vêḷâr, a native of Kâñchivâyil, and (2) five hundred and six *kâśu* taken out of the money, which the Śiṟudaṉattu Paṇimakkaḷ had deposited for the sacred food and other expenses required by (*the image of*) Mahâ-Mêru-Viṭaṅkar,—which had been set up by the lord Śrî-Râjarâjadêva,—and by (*the image of*) his consort. For (*these six hundred kâśu*), they have to measure every year, as long as the moon and the sun endure, one hundred and fifty *kalam* of paddy into the large treasury of the lord (*at*) Tañjâvûr with the *marakkâl* called (*after*) Âḍavallâṉ, which is equal to a *râjakêsari*,—the rate of interest being three *kuṟuṇi* of paddy per year for each *kâśu*.

No. 11. ON THE SOUTH WALL, FIRST TIER.

The date of this inscription is the same as that of No. 10. It records endowments to the two last of the images, which were mentioned in No. 10, and to the images of Kalyâṇa-sundarar and his consort, the first of which had been set up by Trailôkyamahâdêvî, a queen of Râjarâjadêva.

TEXT.

[6.] [3] திரு மந்நி வளர இருநிலமடந்தையும் பொற்சயப்பாவை[யுஞ்]சீர்த்தனிச்செல்வியுந்-
தன் பெருந்தெவியராகியின்புற நெடிதியலூழியுள் இ[டை]துறைநாடுந்துடர்வன-
வெலிப்படர் வனவாசியுஞ்சுள்ளிச்சூழ்மதிள் கொள்ளிப்பாக்கையும் நண்ணற்கருமு-
ரண் மண்ணைக்கடக்கமும் பொருகடலீழத்தரைசர் தமுடியும் ஆங்கவர் தெவிய-
ரொங்கெழில் முடியும் முன்னவர் பக்கல் தென்னவர் வைத்த சுந்தரமுடியும்
இந்திரனாரமுந்தெண்டிரை ஈழமண்டலமுழுவதும் எறிபடைக்கெரளர் முறைமையி-
ற்சூடுங்குலதனமாகிய பலர் புகழ் முடி[யு]ஞ்செங்கதிர் மாலையுஞ்சங்கதிர்வெலைத்-
தொல்பெருங்காவல் பலபழந்தீவுஞ்செருவிற்சினவியிருபத்தொருகாலரைசுகளை கட்ட

---

frequent in Malayâḷam (see Dr. Caldwell's *Comparative Grammar*, 2nd edition, p. 58), occurs in Tamil too (*e.g.*, in மானம் for வானம், 'the sky'), Muśaṅgi might be identical with Uchchaṅgi-durga, an ancient hill-fort in the Harpanahaḷḷi tâlluqa of the Bellary district.

[1] நவநெதி seems to be a corruption of the Sanskrit *nava-nidhi*, 'the nine treasures (of Kuvêra).'

[2] The literal meaning of this term would be: 'the servants of the minor treasure.'

[3] Continued from page 94.

பரசுராமன் மெவரு[ஞ்]சாந்திமத்தீவரண் கருதியிருத்திய செம்பொற்றிருத்தகு முடி-
யும் பயங்கொடு பழி மிக முயங்கியில் முதுகிட்டொளித்த சயசிங்க[ன் அள]ப்-
பெரும் புகழொடு பீடியலிரட்டபாடி எழரை இலக்கமும் நவநிதிக்குலப்பெரு-
மலைக[ளும் மாப்பொ]ருதண்டாற்கொண்ட கொப்பரகெஸரிவந்மரான உடையார்
ஸ்ரீராஜெந்த்ரசொழதெ[வர்க்கு யாண்டு ப]த்தா[வ]து அருமொழிதெவவளநாட்டுப்-
புறங்கரம்பைநாட்டு அருமொழிதெவசதுர்வெதிமங்கலத்து ஸபையார் தஞ்சாவூர்
ஸ்ரீராஜராஜீஸ்வரத்தினிதெழுந்தருளியிருந்த பரமஸ்வாமிக்கு முதற்கந்மியாகிய சண்டெ-
ஸ்வரதெவர் பக்கல் உடையார் ஸ்ரீராஜராஜதெவர் எழுந்தருளுவித்த மஹாமெரு-
விடங்கர்க்கு[ம்] நம்பிராட்டியார்க்கும் அடைத்த நியாயம் சிறுதனத்துப்பணிமக்கள்
[இ]வர்களுக்கு வெண்டும் நிவந்தங்களுக்கு வைத்த காசில் காசு இருநூற்றுத்தொ-
[7.] ண்ணூற்று நாலும் உடையார் ஸ்ரீராஜராஜதெவர் [ந]ம்பிராட்டியார் த்ரைலொ-
க்ய[1] மஹாதெவியார் எழுந்தருளு[வி]த்த கல்யாணஸுந்தரர்க்கும் நம்பிராட்டியார்க்கும்
அடைத்த நியாய[ங்களி]லார் இவர்களுக்கு வெண்டு[ம்] நிவந்தங்களுக்கு வைத்த
காசில் கெரளாந்தகவாசற்றிருமெய்காப்பர் காசு நூற்றொருபத்தெட்டும் அணுக்க-
வாசற்றிரு[மெ]ய்காப்பர் காசு எட்டும் கெரளாந்தகத்தெரிந்தபரிவாரத்தார் காசு
முப்பத்தைஞ்சு[ம்] ஜநநாதத்தெரிந்தபரிவாரத்தார் காசு ஐஞ்சும் சிங்களாந்தகத்தெ-
ரிந்தப[ரி]வாரத்தார் காசு ஒன்றும் தென்கரைநாட்டுப்பரிவாரமெய்காப்பர்கள் காசு
முந்நூற்று முப்பத்தொன்பதும் ஆக யாண்டு பத்[தா]வது பசான் முதல் கொ-
ண்ட காசு எண்ணூறு [க*] இக்காசு எண்ணூற்றிலும் காசு ஒன்றுக்கு
ஆட்டை வீட்டன் பொலிசை காசு அரைக்[க]ாலாக யாண்டு பத்தாவது பசான்
முதல் சந்த்ராதித்யவற் ஆட்டாண்டு தொறும் உடையார் ஸ்ரீராஜராஜீஸ்வரமு
உடையார் பண்டாரத்து இடக்கட[வ] பொலிசை காசு நூறு ||— [உ*]

TRANSLATION.

1. [In the tenth year (*of the reign*) of] Kô-Parakêsarivarman, *alias* the lord Śrî-Râjêndra-Chôḷa[dêva], who, *etc.*,[2] the members of the assembly of Arumoridêva-chaturvêdimangalam in Puṟangarambai-nâḍu, (*a subdivision*) of Arumoridêva-vaḷanâḍu, (*have received*) from Chaṇḍêśvaradêva,—who is the first servant of the supreme lord, who has been pleased to take up gladly his abode in (*the temple called*) Śrî-Râjarâjêśvara (*at*) Tañjâvûr,—two hundred and ninety-four *kâśu* out of the money, which the Niyâyam[3] Śiṟudanattu Paṇimakkaḷ,—[4] who were attached to (*the image of*) Mahâ-Mêru-Viṭaṅkar, which had been set up by the lord Śrî-Râjarâjadêva, and to (*the image of*) his consort,—had deposited for the expenses required by these (*images*). And, out of the money, which the Niyâya[ṅgaḷi]lâr,—who were attached to (*the image of*) Kalyâṇasundarar, which had been set up by Trailôkyamahâdêvî, the consort of our lord Śrî-Râjarâjadêva, and to (*the image of*) his consort,—had deposited for the expenses required by these (*images*), the Kêraḷântaka-vâśal-tirumeykâppar[5] (*have received*) one hundred and eighteen *kâśu*; the Aṇukka-vâśal-tirumeykâppar eight *kâśu*; the Kêraḷântaka-terinda-parivârattâr[6] thirty-five *kâśu*; the Jananâtha-terinda-parivârattâr five *kâśu*; the Śiṅgaḷântaka-terinda-parivârattâr one *kâśu;* and the Parivâra-mey-

---

[1] Read த்ரைலொக்ய.

[2] The historical part of this inscription is identical with that of No. 10.

[3] The technical meaning of *niyâyam* (Sanskrit *nyâya*) is not apparent. Perhaps it stands for *niyâśam* (Sanskrit *nyâsa*), 'a deposit, pledge, mortgage,' and has to be translated by 'dedicated (*to the god*).'

[4] See page 95, note 2.

[5] Literally, 'the body-guard of the gate of Kêraḷântaka.'

[6] *I.e.*, 'the chosen retinue of Kêraḷântaka.'

kâppargaḷ of Teṉkarai-nâḍu three hundred and thirty-nine *kâśu*. Altogether, eight hundred *kâśu* were received after (*the harvest of*) the *paśâṉ* in the tenth year (*of the king's reign*).

2. For these eight hundred *kâśu*, (*they*) have to pay every year from (*the harvest of*) the *paśâṉ* in the tenth year (*of the king's reign*), as long as the moon and the sun endure, an interest of one hundred *kâśu* into the treasury of the lord of the Śrî-Râjarâjêśvara (*temple*),—the rate of interest being one eighth *kâśu* per year for each *kâśu*.

No. 12. On the south wall, first tier.

This inscription, which is dated in the same year as No. 10, records endowments to an image, the name of which is lost, but can be supplied with certainty from No. 13, and to the image of Chaṇḍêśvaradêva, which had been set up by a person, that is also mentioned in the large Leyden grant.

Text.

[7.] [1] திரு மன்னி வளர இருநிலமடந்தையும் பொற்சயப்பாவையுஞ்சீர்த்தனிச்செல்வியுந்-
தன் பெருந்தெவியராகியின்புற நெடுதியலூழியுளிடைதுறைநாடுந்துடர்வனவெலிப்ப-
டர் வனவாசியுஞ்சுள்ளிச்சூழ்[ம]திள் ெ[கா]ள்ளிப்பாக்கையுநண்ணற்கருமரண் மண்-
ணைக்கடக்கமும் பொருகடலீழ[த்தரைசர் த]முடியுமாங்கவர் தெவியரொங்கெழில்
முடியுமுன்னவர் பக்கல் தென்னவர் [ை]வத்த சுந்தரமுடி[யு]ம் இந்திரனாரமுந்-
தெண்டிரை ஈழமண்டலமுழுவதும் எறிபடைக்ெ[க]ரளர் முறைமையிற்சூடுங்குல-
தனமாகிய பலர் புகழ் முடியுஞ்செங்கதிர் மாலையுஞ்சங்கதிர்வெலைத்தொல்பெருங்-
காவல் பலபழந்தீவுஞ்செருவிற்சினவியிருபத்தொருகால் அரைசுகளை கட்[ட ப]ரசு-
ராமன் ெ[ம]வருஞ்சாந்திமத்தீவரண் கருதியிருத்திய செம்பொற்றிருத்தகு முடியும்
பயங்கொடு பழி மிக முயங்கியில் முதுகிட்டொளி-

Second section.

[1.] [த்த சயசிங்கன் அ]ள[ப்பரும் பு]கழொடு பீடியலிரட்டபாடியெழரை இலக்கமும்
ந[வநெதிக்]குலப்பெருமலைகளுமாப்பொருதண்டாற்[கெ]ா[ண்]ட கெ[ா]ப்[பரகெ]ஸரிவ-
ர்மரான உடையார் ஸ்ரீராஜெந்த்ரசொழதெ[வ]ர்க்கு யாண்டு பத்தாவது அருள்-
மொழிதெவவள[ந]ாட்டு ெ[ந]ன்மலிநாட்டுப்பள்ளியிற்லஹெயார் தஞ்சாவூர் ஸ்ரீரா-
ஜராஜீ[ஸ்வரத்தினி]தெழு[ந்]தருளியிருந்த வாஸலொதிக்கு [illegible] சண்டெஸ்வ-
ரதெவர் பக்கல் உடை[யார் ஸ்ரீராஜராஜீஸ்வரமுடைய]ார்க்[கு அ]டைத[்த
நியாயம்] ெ[பருந்தனத்]து [வல]ங்[கைவெ]ளைக்காறப்படைகளில் பண்டிதசொழத்-
தெரிந்தவில்லிகள் இவர்க்கு ெ[வண்டும் நிவந்தங்க]ளுக்கு வைத்த காசில் காசு
முப்பத்தொன்று[ம்] இவர்க்கெ நித்தவிநொதத்தெரிந்தவலங்கைவெளைக்காறர் மெற்-
படிக்கு வைத்த காசு பதின் மூன்றும் பெருந்தனம் ஈராயிரவன் ப[ல்லவய-
ன]ன மும்மடிசொழபொசனை உத்தமசொழப்பல்லவரையன் எழுந்தருளுவித்த
சண்டெஸ்வரதெவர்க்கு அடைத்த நியாயம் உத்தமசொழத்தெரிந்தஅந்தளகத்தாளார்
இவர்க்கு வெ[ண்டும் நிவ]ந்தங்களுக்கு [வை]த்த காசு அறுபதும் ஆக யாண்டு
பத்தாவது பசான் முதல் கொண்ட காசு நூற்று நாலு [க*] இக்காசு
நூற்று நாலினாலுங்காசு ஒன்றுக்கு ஆட்டை வீட்டன் பொலிசை காசு அரை-
க்காலாக [யாண்]டு பத்தாவது பசான் முதல் சந்த்ராதித்யவத் ஆட்டாண்டு
தொறும் உடையார் ஸ்ரீராஜராஜீஸ்வரமுடையார் பண்டாரத்து இடக்கடவ
பொலிசை காசு பதின் மூன்று ||— [உ*]

---

[1] Continued from page 96.

TRANSLATION.

1. After (*the harvest of*) the *paśâṉ* in the tenth year (*of the reign*) of Kô-Parakêsarivarman, *alias* the lord Śrî-Râjêndra-Chôḷadêva, who, *etc.*,[1] the members of the assembly of Paḷḷiyil in Neṉmali-nâḍu, (*a subdivision*) of Aruḷmoridêva-vaḷanâḍu, have received from Chaṇḍêśvaradêva,—who is the first servant of the supreme lord, who has been pleased to take up gladly his abode in (*the temple called*) Śrî-Râjarâjêśvara (*at*) Tañjâvûr,—one hundred and four *kâśu*, *viz.*, thirty-one *kâśu* out of the money, which the Paṇḍita-Śôṟa-terinda-villigaḷ,[2] (*a subdivision*) of the [Niyâyam P]e[rundaṉat]tu [Vala]ṅ[gai-vê]ḷaikkâṟa-paḍaigaḷ,[3] who were attached to the lord [of the Śrî-Râjarâjêśvara (*temple*)], had deposited for the expenses required by this (*image*); thirteen *kâśu*, which the Nittaviṉôda-terinda-valaṅgai-vêḷaikkâṟar had deposited for the above (*requirements*) of this (*image*); and sixty *kâśu*, which the Niyâyam Uttama-Śôṟa-terinda-andaḷagattâḷâr,—[4] who were attached to (*the image of*) Chaṇḍêśvaradêva, which had been set up by Perundaṉam Îrâyiravaṉ Pa[llavayaṉ], *alias* Mummaḍi-Śôṟa-Pôśaṉ, *alias* Uttama-Śôṟa-Pallavaraiyaṉ,—[5] had deposited for the expenses required by this (*image*).

2. For these one hundred and four *kâśu*, (*they*) have to pay every year from (*the harvest of*) the *paśâṉ* in the tenth year (*of the king's reign*), as long as the moon and the sun endure, an interest of thirteen *kâśu* into the treasury of the lord of the Śrî-Râjarâjêśvara (*temple*),—the rate of interest being one eighth *kâśu* per year for each *kâśu*.

No. 13. ON THE SOUTH WALL, FIRST TIER.

This inscription, which is dated in the same year as No. 10, records endowments to the chief idol of the temple of Râjarâjêśvara.

TEXT.

[1.] [6] திரு மன்னி வளர இருநிலமடந்தையும் பொற்சயப்பாவையுஞ்சீர்[த்த]னிச்செ[சல்-வியுந்தன் பெரு*]-

[2.] ந்[தேவியாகி இன்பு]ற நெ[டிதியலூ]ழியுள் இடைதுறைநாடுந்துடர்வனவேலிப்ப-டர் வனவ[ாசி]யுஞ்சுள்ளிச்சூழ்மதிள் கொள்ளிப்பாக்கையுநண்ணற்[கரு]மரண் ம[ண்-ணைக்கடக்]கமும் பொருதடரிழத்தரைசர் தமுடியுமாங்கவர் தேவியோராங்கெழில் முடியுமுன்ன[வர்]. பக்கல் தெ[தன்]ன[வர்] வை[த்த] சுந்தரமுடியும் இந்திரனா-ரமுந்தெண்டிரை ஈழமண்[ண்]டல[மு]ழுவது[ம் எறிபடைக்]கேரளர் முறைமையிற்-சூடுங்குலதனமாகிய பலர் புகழ் முடியுஞ்செங்கதிர் மாலையுஞ்சங்கதி[ர்வேலைத்-தொல்பெ]ருங்கா[வல் ப]ல[பழந்தீவுஞ்செருவிற்சினவியி]ருபத்தொருகால் அரைசு-களை கட்ட பரசுராமன் மேவருஞ்சாந்திமத்தீவரண் கருதியிருத்தி[ய செம்பொற்-றிருத்தகு] முடியும் பயங்கொடு பழி [மி]க முயங்கியில் முதுகிட்டொளித்த சய-சிங்கன் அளப்பரும் புகழொடு பீடியலிரட்டபாடி ஏழரை இலக்கமு[ம்] நவ[நி]த-

[1] The historical part of this inscription is identical with that of No. 10.

[2] *I.e.*, 'the chosen archers of Paṇḍita-Chôḷa.'

[3] *I.e.*, 'the troops of servants of the right hand of the large treasure.' வேளைக்காறன் seems to be a corruption of வேலைக்காரன்.

[4] *I.e.*, 'the chosen knights of Uttama-Chôḷa.' அந்தளகத்தாளார் may be dissolved into அந்தளகத்து, the genitive case of அந்தளகம்,—which seems to be another form of அந்தளம், 'a coat of mail,'—and ஆளு, 'to possess.'

[5] The same person is mentioned in lines 132 f., 163 f. and 439 f. of the large Leyden grant.

[6] Continued from page 97.

திக்குவப்[பெ]ருமலைகளுமாப்பொருதண்டாற்[கொண்ட கோ]ப்பரகேஸரிவந்[ம*]ரான
உடையார் ஸ்ரீராஜேந்த்ரசோழதேவர்க்கு யாண்டு பத்தாவது அருமொழிதேவவ-
ளநாட்டுப்புறங்கரம்பைநாட்டு ப்ரஹ்மதேயம் பெரும்பலமருதூர் ஸபையோம் தஞ்-
சாவூர் ஸ்ரீராஜராஜீஶ்வரத்[தினி]தெழுந்தருளி [இ]ருந்த பரமஸ்வாமிக்கு ஆத்யப்ருத்ய-
ராகிய சண்டேஶ்வரதேவர் பக்கல் உடையார் ஸ்ரீராஜராஜீஶ்வரமு[டை]யார்க்கு
அடைத்த நியாயம் பெருந்தனத்து வலங்கைவேளைக்காறப்படைகளில் ராஜவினோ-
தத்தெரிந்தவல[ங்கைவே]ளைக்காறர் இவர்க்கு வேண்டுநிவந்தங்களுக்கு வைத்த காசு
முன்னூற்று ஒருபதும் இவர்க்கே சண்டபராக்கிரமத்தெரிந்த[வ]லங்கைவேளைக்காறர்
மேற்படிக்கு வைத்த காசு இருநூற்று இருபத்து மூன்றும் இவர்க்கே பண்-
டிதசோழத்தெ[ரி]ந்த[வி][ல்லிகள் மேற்படிக்கு*]

[3.] வை[த்த காசு இருநூ]ற்றறு[பத்தே]ழும் ஆக [யா]ண்டு பத்தாவது பசான் முதல்
கொண்ட கா[சு எ]ண்ணூ[று] [க*] இக்காசு எண்ணூறினாலும் காசு ஒன்று[க்கு]
ஆட்[டை] வீட்ட[ன். பொ]லிசை கா[சு] அரைக்காலாக யாண்டு பத்தாவது
பசான் முதல் சந்த்ராதித்யவத் ஆட்டாண்டு தோறும் உ[ண்]ட[யார்] ஸ்ரீராஜரா-
ஜீஶ்வரமுடையார் பண்டாரத்து இட[க்கட]வ [பொ]லிசை கா[சு நூறு ||—] [உ*]

TRANSLATION.

1. After (*the harvest of*) the *paśân̲* in the tenth year (*of the reign*) of Kô-Parakêsarivarman, *alias* the lord Śrî-Râjêndra-Chôḷadêva, who, *etc.*,[1] the members of the assembly of Perumbalamarudûr, a *brahmadêya* in Puṟaṅgarambai-nâḍu, (*a subdivision*) of Arumoṟidêva-vaḷanâḍu, have received from Chaṇḍêśvaradêva,—who is the first servant of the supreme lord, who has been pleased to take up gladly his abode in (*the temple called*) Śrî-Râjarâjêśvara (*at*) Tañjâvûr,—eight hundred *kâśu*, *viz.*, three hundred and ten *kâśu*, which the Râjavin̲ôda-terinda-vala[ṅgai-vê]ḷaikkâṟar, (*a subdivision*) of the Niyâyam Perundan̲attu Valaṅgai-vêḷaikkâṟa-paḍaigaḷ, who were attached to the lord of the Śrî-Râjarâjêśvara (*temple*), had deposited for the expenses required by this (*image*); two hundred and twenty-three *kâśu*, which the Chaṇḍaparâkrama-terinda-valaṅgai-vêḷaikkâṟar had deposited for the above (*requirements*) of this (*image*); and two hundred and sixty-seven *kâśu*, which the Paṇḍita-Śôṟa-terinda-[villigaḷ] had deposited [for the above (*requirements*)] of this (*image*).

2. For these eight hundred *kâśu*, (*they*) have to pay every year from (*the harvest of*) the *paśân̲* in the tenth year (*of the king's reign*), as long as the moon and the sun endure, an interest of one hundred *kâśu* into the treasury of the lord of the Śrî-Râjarâjêśvara (*temple*),—the rate of interest being one eighth *kâśu* per year for each *kâśu*.

No. 14. ON THE SOUTH WALL, FIRST TIER.

This inscription is dated in the same year as No. 10 and records an endowment to the image of Dakshiṇa-Mêru-Viṭaṅkar, which had been set up by king Râjarâjadêva.

TEXT.

[3.] [2] திரு [ம]ன்னி வளர இருநிலமடந்தையும் பொற்சயப்பாவையுஞ்சீர்த்தனிச்செல்வியுந்-
[த]ன் [பெ]ருந்[தேவியராகியி]ன்[புற நெடிதியலூழியுள் இடைது][றை]நாடுந்துடர்-
வனவேலிப்படர் வனவாசியுஞ்சுள்ளிச்சூழ்மதிள் கொள்ளிப்பாக்கையும் நண்ண[ற்கரு-
முரண் மண்ணைக்கடக்க]மும் பொருகடலீழத்த[ர]சர் தமுடியுமாங்கவர் தேவிய-
ரோங்கெழில் முடியுமுன்னவர் பக்கல் தெந்நவர் வைத்த சுந்தரமுடியும் இந்திர-

---

[1] The historical part of this inscription is identical with that of No. 10.

[2] Continued from the end of the text of No. 13.

ணாமுந்தெண்டிரை ஈழமண்டலமுழுவதும் எறிப[டை]ட[க்கெ]ரளர் முறைமையிற்சூ-
டுங்குலதனமாகிய பலர் புகழ் முடியுஞ்செங்கதிர் மாலையுஞ்சங்கதிர்வேலைத்தொல்-
பெருங்காவற்பலபழந்தீவுஞ்செருவிற்சினவியிருபத்தொருகால் அரைசுகளை . கட்ட-
பரசுராமன் மேவருஞ்சாந்திமத்தீவரண் கருதியிருத்திய செம்பொற்றிருத்தகு முடி-
யும் பயங்கொடு பழி மிக முயங்கி[யில்] முதுகிட்டொளித்த சயசிங்கன் அளப்பரும்
புகழொடு பீ[டி]யல் இரட்டபாடியேழரை இலக்கமும் நவநிதிக்[குலப்பெரும]லைக-
ளுமாப்பொருதண்டாற்கொண்ட கோப்பரகேஸரிவந்மரான உடையார் ஸ்ரீராஜேந்த்ர-
சோழதேவர்க்கு யாண்டு பத்தாவது , அருமொழிதேவவளநாட்டுப்புறங்கரம்பைநா-
ட்டு ப்ரஹ்மதேயம் களப்பாழ் ஸபையார் உடையார் ஸ்ரீராஜராஜ[தேவர்
எழுந்தருளுவித்த*]

[4.] தக்ஷி[ணமே]ரு[விட]ங்கர்[க்குத்]தி[ருவா]ய் மொழிந்[த]ருளி அடைத்த நியாயம் சிறுத-
னத்து வல[ங்கைவேளைக்]காறப்படைகளிலார் இவர்க்கு வேண்டுவ[னவ]ற்றுக்கு
[வை]வத்த காசில் தஞ்சாவூர் ஸ்ரீராஜராஜீஸ்வரத்தினிதெழுந்த[ரு]ளியிரு[ந்]த பரமஸ்வா-
மிக்கு உ-முஷ்ப்ருத்யனாகிய சண்டேஸ்வரதே[வ]ர் பக்கல் கொண்[ட காசு] ஆயிரம் [க*]
இக்காசு ஆயிரத்தினு[ம்] காசொன்றுக்கு ஆட்டை[ட வீ]ட்ட[ன் · பொ]ா[லி*]-
சை கா[சு] அ[ரை]க்காலாக யாண்டு பத்தாவது பசான் முதல் சந்த்ராதித்யவல்
ஆட்டாண்டு தோறும் உடை[யார் ஸ்ரீராஜராஜீஸ்வரமுடை]ட[யார் பண்டாரத்து
இடக்கடவ பொலி]சை காசு நூற்றிருபத்தைஞ்சு ||— [உ*].

TRANSLATION.

1. In the tenth year (*of the reign*) of Kô-Parakêsarivarman, *alias* the lord Śrî-Râjêndra-Chôladêva, who, *etc.*,[1] the members of the assembly of Kalappâr, a *brahmadêya* in Purangarambai-nâdu, (*a subdivision*) of Arumoridêva-valanâdu, have received from Chandêśvaradêva,—who is the first servant of the supreme lord, who has been pleased to take up gladly his abode in (*the temple called*) Śrî-Râjarâjêśvara (*at*) Tañjâvûr,—one thousand *kâśu* out of the money, which the Niyâyam Śirudanattu Vala[ngai-vêlaik]kâra-padaigalilâr,—who had been attached by order of the king to (*the image of*) Dakshina-Mêru-Viṭankar, [which had been set up by] the lord Śrî-Râjarâja[dêva],—had deposited for the requirements of this (*image*).

2. For these one thousand *kâśu*, [(*they*) have to pay] every year from (*the harvest of*) the *paśâṉ* in the tenth year (*of the king's reign*), as long as the moon and the sun endure, an interest of one hundred and twenty-five *kâśu* [into the treasury of] the lord [of the Śrî-Râjarâjêśvara (*temple*)],—the rate of interest being one eighth *kâśu* per year for each *kâśu*.

No. 15. ON THE SOUTH WALL, FIRST TIER.

Like No. 14, this inscription is dated in the same year as No. 10 and records an endowment to the image of Dakshina-Mêru-Viṭankar.

TEXT.

[4.] [2] திருமன்னி வளர இருநிலமடந்தையும் பொற்சயப்ப[ாவையுஞ்சீர்த்தனிச்செல்வியுந்-
த]ன் பெருந்தேவியராகியின்புற நெடுதியலூழியுள் இடைதுறைநாடுந்துடர்வனவே-
லிப்படர் வனவாசியுஞ்சுள்ளிச்சூழ்மதிள் கொள்[ளி]ப்பாக்கையும் நண்ணற்கருமரண்
மண்[ணைக்கடக்]கமும் பொருகடலீழத்தரைசர் தமுடியுமாங்கவர் தேவியரோங்-
கெழில் முடியுமுன்னவர் பக்கல் தென்னவன் வைத்த சுந்தரமுடியும் இந்தி-

---

[1] The historical part of this inscription is identical with that of No. 10.

[2] Continued from the end of the text of No. 14.

னாரமுந்தெண்டிரை ஈழமண்டலமுழுவதும் எறிபடைக்கெரளர் முறைமையிற்சூ-
டுங்குலதனமாகிய பலர் புகழ் முடியுஞ்செங்கதிர் மாலையுஞ்சங்கதிர்வெலைத்தொ-
ல்பெருங்க[ா]வற்பலபழந்தீவுஞ்செருவிற்சினவியிருபத்தொருகால் அரைசுகளை கட்ட
பரசுராமன் மெவருஞ்சா[ந்]திமத்தீவர[ண் கருதியிருத்]திய செம்பொற்றிருத்தகு
முடியும் பயங்கொடு பழி மிக முயங்கியில் முதுகிட்டொளித்த சயசிங்கன் அள-
ப்பரும் புகழொடு பீடியல் இரட்டபாடியெழரை இலக்கமும் நவநிதிக்குலப்பெரு-
மலைகளுமாப்பொருதண்டாற்கொண்ட கொப்[பரகெஸரிவன்மரான உடை*]-
[5.] யார் [ஸ்ரீ]ரா[ஜெ]ந்த்ர[சொ]ழதெ[வர்க்கு] யாண்டு பத்தாவது அருமொழிதெவவளநா-
[ட்டு]ப்பு[றங்க]ரம்[பை]நா[ட்]டு ப்ரஹ்மதெயம் வங்கநகர் ஸபைய[ா]ர் உடையார்
ஸ்ரீராஜராஜதெவர் எழுந்தருளுவித்த தக்ஷிணமெருவிடங்கர்க்குத்திருவாய் மொழிந்-
தரு[ளி அடை][த்]த நி[யா]யம் சிறுத[னத்]து வலங்கைவெளைக்காறப்படைகளிலார்
இவர்க்கு [வெ]ண்டு[வன]வற்றுக்கு வைத்த காசில் தஞ்சாவூர் ஸ்ரீராஜராஜீஸ்வர-
த்தினிதெழுந்தருளியிருந்த வாமஸ்வாமி[க்கு ப்ரதமபரிசாரகனாகிய சண்டெஸ்வரதெவர் பக்கல்
கொண்ட காசு] ஐஞ்ஞூறு [க*] இக்காசு ஐஞ்ஞூற்றிலுங்காசு ஒன்றுக்கு
ஆட்டை வீட்டன் பொலிசை காசு அ[ரைக்காலாக யாண்டு பத்தாவது பசா]ன்
முதல் உடையார் ஸ்ரீராஜராஜீஸ்வரத்து உடையார் பண்டார[த்]திடக்கடவ பொலிசை
காசு அறுபத்திரண்டரை ||— [உ*]

TRANSLATION.

1. In the tenth year (*of the reign*) of Kô-[Parakêsarivarman, *alias*] the lord Śrî-Râjêndra-Chôḷadêva, who, *etc.*,[1] the members of the assembly of Vaṅganagar, a *brahmadêya* in Puṟaṅgarambai-nâḍu, (*a subdivision*) of Arumoṟidêva-vaḷanâḍu, [have received from Chaṇḍêśvaradêva,—who is the first servant of] the supreme lord, who has been pleased to take up gladly his abode in (*the temple called*) Śrî-Râjarâjêśvara (*at*) Tañjâvûr,—five hundred [*kâśu*] out of the money, which the Niyâyam Śiṟudaṉattu Valaṅgai-vêḷaikkâṟa-paḍaigaḷilâr,—who had been attached by order of the king to (*the image of*) Dakshiṇa-Mêru-Viṭaṅkar, which had been set up by the lord Śrî-Râjarâjadêva,—had deposited for the requirements of this (*image*).

2. For these five hundred *kâśu*, (*they*) have to pay from (*the harvest of*) the *paśâṉ* [in the tenth year (*of the king's reign*)] an interest of sixty-two and a half *kâśu* into the treasury of the lord of the Śrî-Râjarâjêśvara (*temple*),—the rate of interest being one eighth *kâśu* per year for each *kâśu*.

No. 16. ON THE SOUTH WALL, FIRST TIER.

This inscription is dated in the same year as No. 10 and records an endowment in favour of an image, the name of which is lost, but can be supplied with certainty from Nos. 14 and 15.

TEXT.

[5.] [2] திரு மன்னி வளர இருநிலமடந்தையும் பொற்சய[ப்பாவை]யுஞ்சீர்த்தனிச்செல்வி-
யுந்தன் பெருந்தெவியராகியின்புற [நெ]டுதியலூழியுள் இடைதுறைநாடுந்துடர்வன-
வெலிப்படர் வனவாசியுஞ்சுள்ளிச்சூழ்மதிள் கொள்ளிப்பாக்கை[யு]நண்ணற்கருமரண்
மண்ணைக்கடக்கமு[ம்] பொருகடலீழத்தரைசர் தமுடியுமாங்கவர் தெவியரொங்கெழில்
முடியுமுன்னவர் பக்கல் தென்னவன் வைத்த சுந்தரமுடியும் இந்திரனாரமுந்தெ-
ண்டிரை ஈழமண்டலமுழுவதும் எ[றிபடை]க்கெரளர் முறைமையிற்சூடுங்குலதன-

[1] The historical part of this inscription is identical with that of No. 10.

[2] Continued from the end of the text of No. 15.

மாகி[ய] பலர் புகழ் முடியுஞ்செங்கதிர் மாலையுஞ்ச[ங்*]கதிர்வேலைத்தொல்பெருங்-
காவற்பலபழந்தீவுஞ்செருவிற்சினவியிருபத்தொருகால் அரைசுகளை கட்ட பரசு-
ராமன் மேவருஞ்சாந்தி[மத்தீவரண் கருதியிருத்திய*]

[6.] செம்பொற்றிருத்த[கு] முடியும் பய[ங்]கொடு பழி மிக முயங்கியில் முதுகிட்-
டொளித்த [சய]சி[ங்க]ன் அளப்பரும் புகழொடு [பீ]டியல் இரட்டபாடியேழரை
இ[ல]க்கமுநவநெதிக்குலப்பெருமலைகளும்மாப்பொருதண்டாற்கொண்ட கோப்பர[கே]ச-
ரிப[ன்]ம[ரான] உடையார் [ஸ்ரீரா]ஜேந்த்ரசோழதேவர்க்கு யாண்டு பத்தாவ[து]
அருமொ[ழி]தே[வவ]ள[நாட்]டுப்புறங்கரம்பைநாட்[டு ப்ர]ஹ்மதேயம் [க]ோரி ஸ-
பையார் உடையார் ஸ்ரீராஜராஜ[தேவர் எழுந்தருளுவித்த தக்ஷிணமேருவிட-
ங்கர்க்குத்திருவ]ாய் மொழிந்தருளி அடைத்த நியாயம் சிறுதனத்து வலங்கை-
வேளைக்காறப்படைகளி[லார் இவர்க்கு வேண்டுவனவற்றுக்கு] வைத்த காசில்
தஞ்சாவூர் ஸ்ரீராஜராஜீஸ்வரத்தினிதெழுந்தருளி இருந்த பரமஸ்வாமிக்கு ப்ரதம-
ஸேவகருமாகிய சண்டேஸ்வரதேவர் பக்கல் கொண்ட காசு முன்னூறு [க*] இக்-
காசு [முன்]னூற்றுக்கும் காசு ஒன்றுக்கு ஆட்டை வட்டம் பொலிசை காசு
அரைக்காலாக யாண்டு பத்தாவது பசான் முதல் சந்த்ராதித்யவத் ஆட்டாண்டு
தோறும் உடையார் ஸ்ரீராஜராஜீஸ்வரமுடையார் பண்டாரத்து இடக்கடவ பொலி-
சை காசு முப்பத்தேழரை ||— [உ*]

TRANSLATION.

1. In the tenth year (*of the reign*) of Kô-Parakêsarivarman, *alias* the lord Śrî-Râjêndra-Chôladêva, who, *etc.*, [1] the members of the assembly of [K]ôri, a *brahmadêya* in Puraṅgarambai-nâḍu, (*a subdivision*) of Arumoridêva-vaḷanâḍu, have received from Chaṇḍêśvaradêva,—who is the first servant of the supreme lord, who has been pleased to take up gladly his abode in (*the temple called*) Śrî-Râjarâjêśvara (*at*) Tañjâvûr,—three hundred *kâśu* out of the money, which the Niyâyam Śiṟudaṇattu Valaṅgai-vêḷaikkâṟa-paḍaigaḷi[lâr],—who had been attached by order [of the king to (*the image of*) Dakshiṇa-Mêru-Viṭaṅkar, which had been set up by] the lord Śrî-Râjarâja-[dêva],—had deposited [for the requirements of this (*image*)].

2. For these three hundred *kâśu*, (*they*) have to pay every year from (*the harvest of*) the *paśiṉ* in the tenth year (*of the king's reign*), as long as the moon and the sun endure, an interest of thirty-seven and a half *kâśu* into the treasury of the lord of the Śrî-Râjarâjêśvara (*temple*),—the rate of interest being one eighth *kâśu* per year for each *kâśu*.

No. 17. ON THE SOUTH WALL, FIRST TIER.

This inscription is dated in the same year as No. 10 and records an endowment to the same image as Nos. 14 to 16.

TEXT.

[6.] [2] திரு மன்னி வளர இருநிலமடந்தையும் பொற்சயப்பாவையுஞ்சீர்த்தனிச்செல்வியுந்-
தன் பெருந்தேவியராகியின்புற நெடுதியலூழியுளிடதுறைநாடுந்துடர்வனவேலிப்படர்
வனவாசியுஞ்சுள்ளிச்சூழ்மதிள் கொள்ளிப்பாக்கையும் நண்ணற்கருமரண் மண்ணைக்-
கடக்கமும் பொருகடலீழத்தரைசர் தம் முடியும் ஆங்கவர் [தேவியரோங்கெ-
ழில் மு*]-

[7.] டியும் முன்னவ[ர்] பக்கல் [தெ]ன்னவ[ர்] வைத்த சுந்தரமுடியும் இந்திரனாரமுந்-
தெண்டிரை ஈழமண்டலமுழுவதும் எறிபடைக்கேரளர் முறைமையிற்சூடுங்குலதன-

[1] The historical part of this inscription is identical with that of No. 10.
[2] Continued from the end of the text of No. 16.

மாகிய . பலர் புகழ் முடியுஞ்[செ]ங்கதிர் மாலையுஞ்சங்க[திர்]வெலைத்தொல்பெருங்-
காவல் பலபழந்[தீவு]ஞ்செருவில் [சினவியிருபத்]தொ[ரு]கால் அரைசுகளை கட்ட
பரசுராமன் மெவருஞ்சாந்திமத்தீய்வர[ண் கருதியிருத்திய செம்பொற்றிருத்தகு
முடியும் பய]ங்கொடு பழி மிக் முசங்கியில் முதுகிட்டொளித்த சயசிங்கன்
அளப்பரும் பு[கழொடு பீடியல் இரட்டபாடியெழ]ரை இலக்கமும் நவநெதிக்-
குலப்பெருமலைகளும் மாப்பொருதண்டால் கொண்ட கொப்பரகெஸரிவன்மரான
உடையார் ஸ்ரீராஜெந்த்ரசொழதெ[வர்]க்கு யாண்டு பத்தாவது அருமொழி-
தெவவளநாட்டு . இடையளநாட்டு ப்ரஹ்மதெயம் அறிஞ்சிகைச்சதுர்வ்வெதிமங்கல-
ஸ்ஸபையொங்கையெழுத்து [க*] உடையார் ஸ்ரீராஜராஜதெவர் எழுந்தருளுவித்த
தக்ஷிணமெருவிடங்கர்க்குத்திருவாய் மொழிந்தருளியடைத்த நியாயஞ்சிறுதனத்து
வலங்கைவெளைக்காறப்படைகளிலார் இவர்க்கு வெண்டுவனவற்றுக்கு வைத்த காசில்
ஸ்ரீராஜராஜ[1]ஸ்வரத்தினிதெழுந்தருளி இருந்த பரமஸ்வாமிக்கு ப்ரதமபரிசாரகனாகிய
சண்டெஸ்வரதெவர் பக்கல் யாண்டு பத்தாவது பசான் முதல் கொண்ட [காசு]
எண்ணூற்றினால் காசு ஒன்றுக்கு ஆட்டை வீட்டன் பொலிசெ[ச காசு அரைக்-
காலாக சந்த்ராதி*]-

[8.] த்யவத் ஆட்டாண்டு தொறும் உடையார் பண்டாரத்து [இடக்க]டவ பொலிசை
காசு நூறு ||— [உ*]

TRANSLATION.

1. In the tenth year (*of the reign*) of Kô-Parakêsarivarman, *alias* the lord Śrî-Râjêndra-Chôḷadêva, who, *etc.*,[2] (*the following*) written agreement (*kaiyeṛuttu*) (*was entered into*) by us, the members of the assembly of Ariñjigai-chaturvêdimaṅgaḷam, a *brahmadêya* in Iḍaiyaḷa-nâḍu, (*a subdivision*) of Arumoṛidêva-vaḷanâḍu.

2. (*We*) have received after (*the harvest of*) the *pasâṉ* in the tenth year (*of the king's reign*) from Chaṇḍêśvaradêva,—who is the first servant of the supreme lord, who has been pleased to take up gladly his abode in (*the temple called*) Śrî-Râjarâjêśvara,—eight hundred [*kâśu*] out of the money, which the Niyâyam Śiṟudaṉattu Valaṅgai-vêḷaikkâṟa-paḍaigaḷilâr,—who had been attached by order of the king to (*the image of*) Dakshiṇa-Mêru-Viṭaṅkar, which had been set up by the lord Śrî-Râjarâjadêva,—had deposited for the requirements of this (*image*). For (*these eight hundred kâśu*), (*we*) have [to pay] every year, as long as [the moon and] the sun endure, an interest of one hundred *kâśu* into the treasury of the lord,—[the rate of] interest [being one eighth *kâśu*] per year for each *kâśu*.

No. 18. ON THE SOUTH WALL, FIRST TIER..

This inscription is dated in the same year as No. 10 and records an endowment to the same image as Nos. 14 to 17.

TEXT.

[8.] [3] திரு மன்னி வளர இருநிலமடந்தையும் பொற்சயப்பாவையுஞ்சீர்த்தனிச்செல்வியுந்-
தன் பெருந்தெவியாகியின்புற நெடுதியலூழியுளிடதுறைநாடுந்துடர்வனவெலிப்ப-
டர் வனவா[சி]யுஞ்[சுள்]ளிச்[சூழ்ம]தி[ள் கொ]ா[ள்ளி]ப்பாக்கையும் நண்ணற்கருமு-
ரண் மண்ணைக்கடக்கமும் பொருகடலீழத்தரைச[ர் தம் முடி]யு[ம் ஆ]ங்[க]வ[ர்
தெ]த[வி]யரொங்கெழில் முடியும் முன்னவர் பக்கல் தென்னவர் வைத்த சுந்தர-
முடியும் இந்[திர]ரமுந்தெண்டிரை ஈழமண்டலமுழு]வதும் எறிபடைக்கெரளர்
முறைமையில் சூடுங்குலதனமாகிய பலர் புகழ் முடியுஞ்செங்கதிர் மாலையுஞ்சங்-

[1] Read ஜீ.

[2] The historical part of this inscription is identical with that of No. 10.

[3] Continued from the end of the text of No. 17.

கதிர்வெலைத்தொல்பெருங்காவல் பலபழந்தீவுஞ்செருவில் சினவியிருபத்தொருகால்
அரைசுகளை கட்ட பர்சுராமன் மேவருஞ்சாந்திமத்[தீ]வரண் கருதியிருத்திய செம்-
பொற்றிருத்தகு முடியும் பயங்கொடு பழி.'மிக முயங்கியில் முதுகிட்டொளித்த
சயசிங்கன் அளப்பரும் புகழொடு [பீ]டியல் இரட்டபாடியெ[ழ]ரை இலக்கமும்
நவநெதிக்குலப்பெருமலைகளும் மாப்பொருதண்டால் கொண்ட கொப்பரகெஸரிவந்ம-
ரான உடையார் ஸ்ரீராஜெந்த்ரசொழதெவர்க்கு யாண்டு பத்தாவது அருமொழி-
தெவவளநாட்டு இ[டை]யளநாட்டு ப்ரஹ்மதெயங்குந்தவைச்சதுர்வ்வெதிமங்க[ல]த்து
ஸபையொங்கையெழுத்*]-
[9.] து [க*] உடையார் ஸ்ரீர[ா]ஜராஜதெவர் எழுந்தருளுவித்த தக்ஷிணமெருவிடங்கர்-
க்குத்திருவாய் மொழிந்தருளி அடைத்த நியாயஞ்சிறுதனத்து வலங்கைவெளைக்கா-
றப்படைகளிலார் இவர்க்கு வெண்டுவனவற்றுக்கு வைத்த காசில் ஸ்ரீரா[ஜ]ராஜீ-
ஸ்வரத்தினிதெழுந்தருளி இருந்த பரமஸ்வாமிக்கு ப்ர[தம]க்ருஹிய சண்டெஸ்வரதெ-
வர் பக்கல் யாண்டு பத்தாவது பசான் முதல் கொண்ட காசு ஐஞ்ஞூற்றால்
[காசு ஒ]ன்றுக்கு ஆட்டை வட்டன் பொலிசை காசு அரைக்காலாக சந்த்ராதி-
த்யவத் ஆட்டாண்டு தொறும் உடையார் பண்டா[ரத்து இடக்கடவ பொலிசை
காசு அறுபத்தி]ரண்டரை ||— [உ*]

TRANSLATION.

1. In the tenth year (*of the reign*) of Kô-Parakêsarivarman, *alias* the lord Śrî-Râjêndra-Chôḷadêva, who, *etc.*,[1] (*the following*) [written agreement (*was entered into*) by us, the members of the assembly of] Kundavai-chaturvêdimaṅgalam, a *brahmadêya* in Iḍaiyaḷa-nâḍu, (*a subdivision*) of Arumoridêva-vaḷanâḍu.

2. (*We*) have received after (*the harvest of*) the *paśâṉ* in the tenth year (*of the king's reign*) from Chaṇḍêśvaradêva,—who is the first servant of the supreme lord, who has been pleased to take up gladly his abode in (*the temple called*) Śrî-Râjarâjêśvara,—five hundred *kâśu* out of the money, which the Niyâyam Śiṟudanattu Valaṅgai-vêḷaikkâṟa-paḍaigaḷilâr,—who had been attached by order of the king to (*the image of*) Dakshiṇa-Mêru-Viṭaṅkar, which had been set up by the lord Śrî-Râjarâjadêva,—had deposited for the requirements of this (*image*). For (*these five hundred kâśu*), [(*we*) have to pay] every year, as long as the moon and the sun endure, [an interest of sixty-]two and a half [*kâśu* into] the treasury of the lord,—the rate of interest being one eighth *kâśu* per year for each *kâśu*.

No. 19. ON THE SOUTH WALL, FIRST TIER.

This inscription is dated in the same year as No. 10 and records an endowment to the same image as Nos. 14 to 18.

TEXT.

[9.] [2]திரு மன்னி வளர இருநிலமடந்தையும் பொற்சயப்பாவையுஞ்சீர்த்தனிச்செல்வியுந்-
தன் பெருந்தேவியராகியின்புற நெடுதியலூழியுளிடதுறைநாடுந்துடர்வனவெலிப்படர்
வனவாசியுஞ்சுள்ளிச்சூழ்மதிள் கொள்ளிப்பாக்கையும் நண்ணற்கருமரண் மண்ணைக்-
கடக்கமும் பொருகடலீழத்தரைசர் தமுடியும் ஆங்கவர் தேவியரொங்கெழில்
முடியும் முன்னவர் பக்கல் தென்னவர் வைத்த சுந்தரமுடியும் இந்திரனாரமுந்தெ-
ண்டிரை ஈழமண்டலமுழுவதும் [எ]றிபடைக்கேரளர் முறைமையிற்சூடுங்குலதன-
மாகிய பலர் புகழ் முடியுஞ்செங்கதிர் மாலையுஞ்சங்கதிர்வேலைத்தொல்பெருங்காவல்

[1] The historical part of this inscription is identical with that of No. 10.

[2] Continued from the end of the text of No. 18.

பலபழந்தீவுஞ்செருவில் சினவியிருபத்தொருகால் அரைசுகளை கட்ட பரசுராம[ன்
மெ]மவருஞ்சாந்திமத்தீவரண் கருதியிருத்திய செம்பொற்[றிருத்தகு முடியும் பயங்-
கொடு ப*]-
[10.] ழி [மி]க முயங்கியில் முதுகிட்டொளித்த சயசிங்கன் அளப்பரும் புகழொடு [பீ]டி-
யலிரட்டபாடியெழரை இலக்கமும் நவநெதிக்குலப்பெருமலைகளும் [ம]ாப்பொருத-
ண்டால் கொண்ட கொப்பரகெஸரிவந்மரான உடையார் ஸ்ரீராஜெந்த்ரசொழதெ-
வர்க்கு யாண்டு பத்தாவது அருமொழிதெவவளநாட்டுப்புறங்கரம்பைநாட்டு ப்ரஹ்ம-
தெயம் பனையூர் ஸபையொங்கையெழுத்து [க*] உடையார் ஸ்ரீராஜராஜ-
தெவர் எழுந்தருளுவித்த தக்ஷிணமெருவிடங்கர்க்குத்திருவாய் மொழிந்தருளி
அடைத்த நியாயஞ்சிறுதனத்து வலங்கைவெளைக்காறப்பபை[டகளிலார் இவர்க்கு
வெண்டுவனவற்றுக்கு] வைத்த காசில் தஞ்சாவூர் ஸ்ரீராஜராஜீஸ்வரத்தினிதெழுந்த-
ருளி இருந்த பரமஸ்வாமிக்கு ப்ரதமப்ருத்யனாகிய சண்டெஸ்வரதெவர் பக்கல் கொண்ட
காசு ஐஞ்ஞூறுக்கும் காசு ஒன்றுக்கு ஆட்டை வீட்டன் பொலிசை காசு
அரைக்காலாக யாண்டு பத்தாவது பசான் முதல் [ச]ந்த்ராதித்யவத் ஆட்டாண்டு
தொறும் உடையார் ஸ்ரீராஜராஜீஸ்வரமுடையார் பண்டாரத்திடக்கடவ பொலிசை
காசு அறுபத்திரண்டரை ||— [உ*]

TRANSLATION.

1. In the tenth year (*of the reign*) of Kô-Parakêsarivarman, *alias* the lord Śrî-Râjêndra-Śôṛadêva, who *etc.*,[1] (*the following*) written agreement (*was entered into*) by us, the members of the assembly of Paṉaiyûr, a *brahmadêya* in Puṟaṅgarambai-nâḍu, (*a subdivision*) of Arumoṛidêva-vaḷanâḍu.

2. (*We*) have received from Chaṇḍêśvaradêva,—who is the first servant of the supreme lord, who has been pleased to take up gladly his abode in (*the temple called*) Śrî-Râjarâjêśvara (*at*) Tañjâvûr,—five hundred *kâśu* out of the money, which the Niyâyam Siṟudaṉattu Valaṅgai-vêḷaikkâṟa-pa[ḍ]ai[gaḷilâr],—who had been attached by order of the king to (*the image of*) Dakshiṇa-Mêru-Viṭaṅkar, which had been set up by the lord Śrî-Râjarâjadêva,—had deposited [for the requirements of this (*image*)]. For (*these five hundred kâśu*), (*we*) have to pay every year from (*the harvest of*) the *paśâṉ* in the tenth year (*of the king's reign*), as long as the moon and the sun endure, an interest of sixty-two and a half *kâśu* into the treasury of the lord of the Śrî-Râjarâjêśvara (*temple*),—the rate of interest being one eighth *kâśu* per year for each *kâśu*.

No. 20. On the south wall, first and second tiers.

This inscription records that, on the 242nd day of the 19th year of his reign, Râjêndra-Chôḷadêva granted a yearly allowance of paddy to a Śaiva priest of the Râjarâjêśvara temple. He issued this order from his palace at Gaṅgaikoṇḍa-Śôṛapuram.[2]

The most important part of the inscription is the end of its historical introduction, which adds a number of names of places, which the king had conquered between his 12th and 19th year, to those mentioned in two Tirumalai inscriptions of the 12th year.[3] Among these additional names of localities I can identify none but the last, *viz.*, Kaḍâram

[1] The historical part of this inscription is identical with that of No. 10.

[2] This place is situated in the Uḍaiyârpâḷaiyam tâlluqa of the Trichinopoly district; see Mr. Sewell's *Lists of Antiquities*, Vol. I, p. 264.

[3] Vol. I, Nos. 67 and 68.

(line 11), whose king, called Saṁgrâmavijayôttuṅgavarman, was attacked by sea and caught (ll. 8 f.). This king must have been a successor of Mâravijayôttuṅgavarman, the son of Chûḍâmaṇivarman and king of Kaṭâha or Kiḍâram, who is mentioned in the large Leyden grant[1] as a vassal of Râjarâja. Kiḍâram is now the head-quarters of a tâlluqa of the Râmnâd Zamîndârî in the Madura district.[2] The remaining names of localities, which I am unable to identify, must probably be looked for in the same neighbourhood, as the inscription seems to imply that they were all taken from the king of Kaḍâram, together with Kaḍâram itself, which is the last item in the list.

At the beginning of each line of the second tier of this inscription, a few letters are lost. Most of these can be supplied with certainty from other inscriptions of Râjêndra-Chôḷa. Those letters which are lost at the beginning of lines 9 to 11, are taken from an undated inscription of the Kailâsanâtha temple at Uttaramallûr.[3] The Bilvanâthêśvara temple at Tiruvallam contains inscriptions of the 21st, 26th and [3]1st years of Râjêndra-Chôḷa.[4] Owing to their imperfect preservation, these were of very little use for the restoration of the text. As the historical passage at their beginning adds nothing new to that of the subjoined inscription, they serve at least to prove, that Râjêndra-Chôḷa did not make any further conquests after the 19th year of his reign.

Text.

First tier.

[1.] ஃ|| ஸ்வஸ்தி ஸ்ரீ [||*] தீரு[5] மன்னி வளர இருநிலமடந்தை[யு]ம் பொற்சயப்பா-
வையும் சீர்த்தநி[ச்செ]ல்வியும் [த]ன் பெருந்தேவியராகி இன்புற நெடுதியள்[6]
ஊழியுள் இடைதுறைநாடும் துடர்வனவெலிப்படர் வனவாசியும் சுள்ளிச்சூழ்மதிள்

[2.] கொள்ளிப்பாக்கையும் நண்ணக்கரு[மு]ரண்[7] மண்ணைக்கடக்கமும் பொருகடலீழத்த-
ரைசர் தமுடியும் ஆ[ங்]கவர் தேவியர் ஓங்கெழில் முடியும் முன்னவர் பக்கல்
தென்னவர் வைத்த சுந்தரமுடியும் இந்திர[னா]ரமும் தெண்டிரை ஈழமண்ட-

[3.] லமுழுவதும் எறிபடைக்கொளன் முறை[மை]யிற்சூடுங்குலதனமாகிய பலர் பூகழ்[8]
முடியும் [செ]ங்கதிர் மாலையும் சங்கதிர்வேலைத்தொல்பெருங்காவற்பலபழந்தீவும்
செருவிச்சினவி[9] இருபத்தொருகாலரசுகளை கட்ட பரசுராமன்

[4.] மேவருஞ்சாந்திமத்தீவர[ண்] கருதி இருத்[திய செ]ம்பொற்றிருத்தகு முடியும்
ப[ய]க்கொடு பழி மிக மு[யங்]கியில்[10] முதுகிட்டொளித்த சயசிங்கன் அளப்-
பரும் புகழொடும் பி[டி*]யல் இரட்டபாடி எழரை இலக்கமும் நவநிதிக்குலப்-
பெருமலைக-

[5.] ளும் விக்கிரமவீரர் சக்கரகோட்டமு . . . . ல்லை[11] மதுரமண்டலமும்
காமிடை வளநாமணை[க்]கோணையும் வெஞ்சினவீரர் பஞ்சப்பள்ளியும் பாசடைப்-
பழ[ன]மாசுணிதேசமும் அயர்வில்வண்கீர்த்தி ஆதிநகரவையில்

---

[1] Lines 81 f. and 117. An unnamed king of Kiḍâram is referred to as a vassal of Kulôttuṅga-Chôḷadêva in the small Leyden grant; see Dr. Burgess's *Archæological Survey of Southern India*, Vol. IV, p. 224, text line 5 f., and p. 225, text line 10.

[2] Mr. Sewell's *Lists of Antiquities*, Vol. I, p. 299.

[3] See Vol. I, p. 97.

[4] Nos. 7, 13 and 17 of my *Progress Report for October* 1889 *to January* 1890, Madras G.O., 11th March 1890, No. 189, Public.

[5] Read திரு.

[6] Read நெடுதியல்.

[7] Read நண்ணற்கருமுரண்.

[8] Read புகழ்.

[9] Read செருவிற்சினவி.

[10] முயங் seems to be corrected by the engraver from முங்கி.

[11] This break has to be filled up by முதிரபடவல்லை.

[6.] சந்திரன்றொல் குலத்திந்திரதனை . . . . து[1]க்கிளையொடும் பிடி-
த்துப்பல [தன*]த்தொடு நிறை கு[ல]தனக்குவையும் கிட்டருஞ்செறிமி[ளை]
ஒட்டவிஷெயமும் பூசுரர் செர் நற்கொசலைநாடும் தநபால[னை] வெம்மு[னை]-
யழித்து வண்டுறைசொலைத்த[ண்]ட-
[7.] புத்தியும் இரணசூரனை முரணுகத்தாக்கி[த்] . . . . த்தி[2]த்தக்கண-
[லா]டமும் கொவிந்தசந்தன் மாவிழிந்தொட[த்]தங்காதசாரல் வங்காளதெசமும்[3]
தொடுகழற்சங்குவொட்டல் மயிபாலனை வெஞ்சமர்விளாகத்தஞ்சுவித்தரு[ளி]யொண்-
டிறல் யானையும் ெ[ப]ண்டி-

Second tier.

[8.] . . . . [4][நி]த்திலநெடுங்கடலுத்திரலாடமும் வெறிமலர்த்[தீ]ர்த்தத்தெ-
[றிபு]னல்க்கங்கையும் அலைகடல் நடுவுட்பல கலஞ்செலுத்திச்சங்கிராமவிசையொத்-
துங்கவநூனாகிய கடாரத்தரைசனை வாகயம்[5] பொரு-
[9.] . . . . க்கரி[6]யொடுமகப்படுத்துரிமையில் பிறக்கிய பெருநெதிப்பிறக்கமும்[7]
ஆர்த்தவனகனகர் [ெ]பார்த்தொழில்வாசலில் விச்சாதிரத்தொரணமும் மொய்த்-
தொளிர்புனை மணிப்புதவமும் கனமணிக்கதவமும் நிறைசீர் விசையமும் துறை-
[10.] . . . . [ன்]னையும்[8] வன்மலையூரெயிற்றொன்மலையூரும் ஆழ்கடலகழ்சூழ் மாயி-
ருடிங்கமும் கலங்கா வல்[வி]னை இலங்காசொகமும் காப்புறுநிறைபுனல் மாப்பப்-
பாளமும் காவலம்புரிசை மெவிலிம்பங்கமும் விளைப்பந்தூறுடை வளைப்ப-
[11.] . . [று]ம்[9] கலைத்தக்கொர் புகழ் தலைத்தக்கொலமும் திதமாவல்வினை மாதமாலி-
ங்கமும் கலாமுதிர்க்கடுந்திறல் இலாமுரிதெசமும்[10] தெனக்கவார்பொழில் மானக்க-
வாரமும் தொடுகடல்க்காவல்க்கடுமுரட்கடாரமும் [ம]ா-
[12.] [ப்பொ*]ருதண்டாற்கொண்ட[11] கொப்பரகெஸரிவநூரான உடையார் ஸ்ரீராஜெந்த்ர-
சொழதெவர்க்கு யாண்டு ௰௬ ஆவது நாள் இருநூற்று நாற்பத்திரண்டினுல்
உடையார் ஸ்ரீராஜெந்த்ரசொழதெவர் கங்கைகொண்டசொழபுர-
[13.] [த்து*][க்]கொயிலினுள்ளால் முடிகொண்டசொழன் திருமாளிகையில் வடபக்கத்து
தெவாரத்துச்சுற்றுக்கல்லூரியில் தாநஞ்செய்தருளாஇருந்து உடையார் ஸ்ரீராஜராஜ-
ஈஶ்வரமுடையார் கொயிலில் ஆசார்[ய]போகம் நம் உடையார் ஸர்வஶிவ-
பண்டித-
[14.] [சைய்*]வ்வாசார்யர்க்கும் இவ்வுடையார் ஶிஷ்யரும் ப்ரஶிஷ்யரும் ஆய் ஆர்[ய]-
தெஶத்தும் மத்யதெஶத்துத்தான் கௌடதெஶத்துத்தான் உள்ளாராய் யொ-
க்யராயிருப்பார்க்கெ ஆட்டான்டு[12] தொறும் இதெவர் கொயிலில் ஆடவல்லா-
[னெ]-
[15.] [ன்னு*]ம் மரக்காலால் உள்ளூர்ப்பண்டாரத்தெ நிறைச்சளவாக இரண்டாயிரக்-
கலநெல்லு ஆட்டான்டு[13] தொறும் வஜ்ராதித்தவல் பெறத்திருவாய் மொழிந்தரு-
ளத்திருமந்த்ர ஓலை செம்பியன் விழுப்பரையன் எழுத்தினு-
[16.] [ல்*] . . த்திருவாய்க்கெழ்விப்படி கல்லில் வெட்டித்து [|*] இது இவ்வம்ஶத்-
துள்ள ஸைய்வஆசார்[ய]ர்களெ இத்தன்மம் [ர]க்ஷிக்க ||உ

---

1 Read வினை அமர்க்களத்து in the break.

2 Read தாக்கித்திக்கணைகீர்த்தி.

3 Read தெசமும்.

4 Read பெண்டிர் பண்டாரமும்.

5 Read வாகியம் (?).

6 An Uttaramallûr inscription reads பொருகடல் கும்பக்கரி.

7 A Tiruvallam inscription of the 26th year reads நெதிபெருக்கமும்.

8 The Uttaramallûr inscription reads துறைநீர்ப்பன்னையும்.

9 The same inscription reads வளைப்பந்தூறும்.

10 The syllables ரிதெச are engraved on an erasure. In the Uttaramallûr inscription, the word இலாமுரிதெசமும் is perfectly distinct.

11 After கொண்ட a few letters have been erased by the engraver.

12 Read ஆட்டாண்டு.

13 Read ஆட்டாண்டு.

Translation.

Hail! Prosperity! On the two-hundred-and-forty-second day of the 19th year (*of the reign*) of Kô-Parakêsarivarman, *alias* the lord Śrî-Râjêndra-Śôradêva, who,—in (*his*) life of high prosperity, (*during which he*) rejoiced that, while Fortune, having become constant, was increasing, the goddess of the great earth, the goddess of victory in battle, and the matchless goddess of fame had become his great queens,—conquered with (*his*) great and warlike army Iḍaiturai-nâḍu; Vaṉavâśi, whose warriors (*were protected by*) walls of continuous forests; Koḷḷippâkkai, whose walls were surrounded by *śulli* (*trees*); Maṇṇaik-kaḍakkam of unapproachable strength; the crown of the king of Îram, (*who was as impetuous as*) the sea in fighting; [1] the exceedingly beautiful crown of the queen of the king of that (*country*); the crown of Sundara and the pearl-necklace of Indra, which the king of the South had previously given up to that (*king of* Îram); the whole Îra-maṇḍalam on the transparent sea; the crown praised by many and the garland of the sun, family-treasures, which the arrow-shooting (*king of*) Kêraḷa rightfully wore; many ancient islands, whose old and great guard was the sea, which resounds with conches; the crown of pure gold, worthy of Lakshmî, which Paraśurâma, having considered the fortifications of Śândimattîvu impregnable, had deposited (*there*), when, raging with anger, (*he*) bound the kings twenty-one times; the seven and a half *lakshas* of Iraṭṭa-pâḍi, (*which was*) strong by nature, (*through the conquest of which*) immeasurable fame arose, [2] (*and which he took from*) Jayasiṁha, who, out of fear (*and*) full of vengeance, turned his back at Muyaṅgi and hid himself; the principal great mountains, (*which contained*) the nine treasures; Śakkara-kôṭṭam, whose warriors were brave; [3] Madura-maṇḍalam, whose forts (*bore*) banners (*which touched*) the clouds; the fertile Nâmaṇaikkôṇai, which was full of groves; [4] Pañchappaḷḷi, whose warriors were hot with rage; [5] Mâśuṇi-dêśam, whose paddy-fields were green; [6] a large heap of family-treasures, together with many (*other*) treasures, (*which he carried away*) after having seized Indiradaṉ [7] of the old race of the moon, together with (*his*) family, in a fight which took place in the hall (*at*) Âdinagar, (*a city*) which was famous for its unceasing abundance; Oḍḍa-vishayam, which was difficult to approach, (*and which he subdued in*) close fights; the good Kôśalai-nâḍu, where Brâhmaṇas assembled; Taṇḍabutti (*i. e.*, Daṇḍa-bhukti), in whose gardens bees abounded, (*and which he acquired*) after having destroyed Dharmapâla (*in*) a hot battle; Takkaṇalâḍam (*i. e.*, Dakshiṇa-Lâṭa), whose fame reached (*all*) directions, (*and which he occupied*) after having attacked Raṇaśûra, (*whose*) strength departed; [8] Vaṅgâḷa-dêśam, where the

---

[1] Like the Tirumalai inscriptions, this inscription reads பொருகடல், while Nos. 9 to 19 have பொருகடர்.

[2] Instead of புகழொடு, the reading of Nos. 10 to 19, this inscription has புகழொடும், like the Tirumalai inscriptions.

[3] In Vol. I, p. 99, விக்கிரமவீரர் was taken as a proper name. From the analogy of other items in the list of conquests, I now consider it more probable that a general descriptive epithet is intended.

[4] The Tirumalai inscriptions read "Nâmaṇaikkôṇam, which was surrounded by dense groves."

[5] The Tirumalai inscriptions read வெஞ்சிலைவீரர், which I took to be a proper name, but now prefer to translate by "whose warriors possessed cruel bows;" compare note 3, above.

[6] டாசடை comes to the same as பாசடை, the reading of the Tirumalai inscriptions.

[7] This doubtful name might be a corruption of Indraratha. If the reading of the Tirumalai inscriptions, குலத்திரதரனை instead of குலத்திந்திரதனை, should turn out to be the correct one, the king's name would be either Dhiratara or Iradaraṉ (?).

[8] Instead of ரணசூர, a Chidambaram inscription reads ரணசூற, which comes to the same.

PLATE IV.

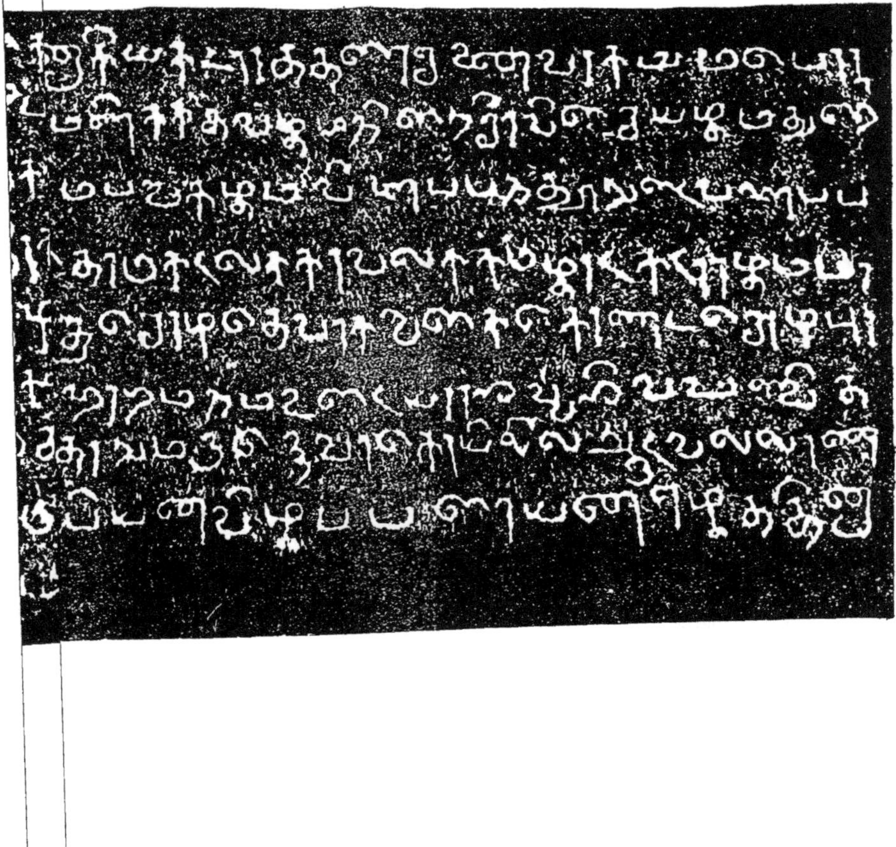

PHOTOZINCOGRAPHED AT THE SURVEY OF INDIA OFFICES, CALCUTTA, JULY 19

rain did not cease, (*and from which*) Gôvindachandra, (*whose*) fortune diminished, fled; elephants of rare strength and treasures of women, (*which he seized*) after having been pleased to frighten on a hot battle-field Mahîpâḷa, who was deprived (*even*) of his slippers, bracelets and ear-rings;[1] Uttiralâḍam (*i. e.*, Uttara-Lâṭa) on the vast sea of pearls; the Gaṅgâ, whose waters sprinkled *tîrthas*, which were full of flowers;[2] and (*who*),—having despatched many ships in the midst of the rolling sea and having caught Saṁgrâmavijayôttuṅgavaṛman, the king of Kaḍâram, along with (*his*) vehicles, (*viz.*) rutting elephants, (*which were as impetuous as*) the sea in fighting,—(*took*) the large heap of treasures,[3] which (*that king*) had rightfully accumulated; the (*arch called*) *Vidyâdhara-tôraṇa* at the "war-gate" of the extensive city of the enemy; the "jewel-gate," adorned with great splendour; the "gate of large jewels;" Vijayam, of great fame; Paṉṉai, watered by the river; the ancient Malaiyûr (*with*) a fort situated on a high hill; Mâyiruḍiṅgam, surrounded by the deep sea (*as*) a moat; Ilaṅgâśôgam (*i.e.*, Laṅkâśôka), undaunted (*in*) fierce battles; Mâppappâḷam, having abundant high waters as defence; Mêvilimbaṅgam, having fine walls as defence; Vaḷaippandûṟu, possessing (*both*) cultivated land (?) and jungle; Talaittakkôlam, praised by great men (*versed in*) the sciences; Mâdamâliṅgam, firm in great and fierce battles; Ilâmuri-dêśam, whose fierce strength was subdued by a vehement (*attack*); Mâṉakkavâram, whose flower-gardens (*resembled*) the girdle (*of the nymph*) of the southern region; and Kaḍâṟam, of fierce strength, which was protected by the neighbouring sea;—having been pleased to make gifts in the college (*kallûri*), which surrounds the king's flower-garden (*âram*) on the northern side of the royal hall (*tiru-mâḷigai*) of Muḍikoṇḍa-Śôṟaṉ within the palace (*kôyil*) at Gaṅgaikoṇḍa-Śôṟapuram, the lord Śrî-Râjêndra-Śôṟadêva vouchsafed to order, that two thousand *kalam* of paddy, fully measured by the *marakkâl* (*preserved*) in the temple of this god (*and*) called (*after*) Âḍavallâṉ, should be supplied every year, as long as the moon and the sun endure, to the treasury in the city, to be enjoyed (*bhôga*) by the priests (*âchârya*) of the temple of the lord Śrî-Râjarâja-Îśvaṟa, (*viz.*) by our lord, the [*Śai*]*vâchârya* Sarvaśiva-paṇḍita,[4] and by those who shall deserve it among the pupils (*śishya*) of this lord and the pupils of his pupils (*praśishya*), who are natives of Âryadêśa, Madhyadêśa or Gauḍadêśa. (*The above order*) was written by the royal minister (*who writes the king's*) orders,[5] Sembiyaṉ Viṟupparaiyaṉ, (*and*) engraved on stone, as heard from the mouth of the king. Let the *Śaiva-âchâryas* of this (*spiritual*) line (*vaṁśa*) protect this charity (*dharma*)!

No. 21. On the north wall, lower tier.

This inscription is dated 'on the seventh day of the year which was opposite to the fifth year' of Tribhuvanachakravartin Kôṉêriṉmai-koṇḍâṉ. As I have shown in a paper on the Tirunelli deed of Bhâskara Ravivarman, which will shortly appear in the

[1] The readings of the Tirumalai inscriptions, தொடுகடற்சங்குகொட்டன் and சங்குவொட்டன், seem to be mere corruptions of the reading in the text.

[2] Instead of மலர், 'a flower,' the Tirumalai inscriptions read மணல், 'sand.'

[3] நெதி seems to be used for நிதி; compare page 95, note 1.

[4] As Śarva and Îśâna are synonymous, this person is perhaps identical with the *guru* Îśânaśiva-paṇḍita, who is mentioned in No. 9, paragraphs 1 and 2.

[5] *Tiru-mantri ôlai* is an abbreviation for *tiru-mantri ôlai eṛudum*, which occurs in the inscription No. 27, paragraph 1. In the large Leyden grant, the words நம் ஓலை எழுதும், 'who writes our orders,' and மந்திரவோலை are prefixed to the name of one and the same person at two different places (lines 128 and 161 f.).

Indian Antiquary, the word 'opposite' (*edir*) is used in Tamil dates in the sense of 'after.' Accordingly, this inscription is dated in the year which followed after the fifth year, *i.e.*, in the sixth year of the king's reign. The name of the king has remained a puzzle and has been misread in various ways, until my assistant discovered an archaic inscription at Kuttâlam near Mâyavaram, in which it is spelt கொநொஇனமைகொணடான. This spelling,—if compared with the usual forms, கொநெரினமைகொணடான and கொனெரினமைகொணடான,—shows that the first part of the name must be divided into கொநெர் + இன்மை. From the assimilated form கொநெரிம்மை, which occurs in an inscription at Pallâvaram,[1] we may further conclude that இனமை is meant for இன்மை. கொநெர் must be dissolved into கோ, 'a king,' and நேர், 'equality,' and இன்மை is an abstract of the root இல், which signifies negation. *Kô-nêr-il-mai-koṇḍâṉ* may thus be translated by 'he who has assumed the title "the unequalled among kings"' and is synonymous with *Kôgôṉmai-koṇḍâṉ*, 'he who has assumed the title "king of kings,"' a surname of the Chêra king Bhâskara Ravivarman, to whose reign the Cochin deed of the Jews[2] belongs. Kônêril or Kôṉêril appears to have been corrupted subsequently into Kôṉêri. For, we find the surname Kôṉêri-mêl-koṇḍâṉ or Kôṉêri-mêṉ-koṇḍa applied to Vîra-Chôḷa and to Kulôttuṅga-Chôḷadêva;[3] and on a coin,[4] copies of which are not rarely met with at Tanjore and Madura, the legend is கொனெரிராயன், Kôṉêri-râyaṉ.

The title Kônêriṉmai-koṇḍâṉ is applied to the Chôḷa king Râjarâjadêva in the large Leyden grant (line 112); to Kulôttuṅga-Chôḷadêva in an inscription at Karuvûr;[5] and to Sundara-Pâṇḍya in an inscription of the Madura temple,[6] in the cave-inscription at Tirupparaṅkuṉṟam,[7] in the smaller Tiruppûvaṇam grant,[8] and in inscriptions at Pêrûr.[9] The same surname was borne by Vîra-Pâṇḍya and by Kulaśêkharadêva.[10] The king to whose reign the present inscription belongs, must be different from, and considerably later than, Râjarâjadêva, whose inscriptions are written in archaic characters, while those of the subjoined inscription are not very far removed from the modern Tamil ones. There is no such objection to identifying the Kôṉêriṉmai-koṇḍâṉ of the subjoined inscription with one of the three Pâṇḍya kings, who had that surname. But it is impossible to make any final identification, as the inscription does not contain any historical particulars about the king to whose reign it belongs.

The inscription records an order of the king, by which certain lands, that had been wrongfully sold during the third and fourth years of his reign, were restored to the temple of Râjarâja-Îśvara at Tañjâvûr.

---

[1] See page 111, note 3. A copper-plate inscription (Dr. Burgess' *Archæological Survey of Southern India*, Vol. IV, p. 184) contains the form *Kôṉêrimai-koṇḍâṉ*, in which the first *m* is elided.

[2] *Madras Journal of Literature and Science*, Vol. XIII, Part I, p. 136f.

[3] See No. 62 of my *Progress Report for October* 1890 *to March* 1891, Madras G.O., 10th June 1891, No. 452, Public, and Vol. I, No. 132, respectively.

[4] Sir Walter Elliot's *Coins of Southern India*, Plate iv, No. 173.

[5] No. 61 of the *Progress Report* quoted in note 3.

[6] No. 46 of my *Progress Report for February to April* 1890, Madras G.O., 14th May 1890, No. 355, Public.

[7] Dr. Burgess' *Archæological Survey of Southern India*, Vol. IV, pp. 46 and 49, where the word is misread as *Kônêriṉaḍai-koṇḍâṉ*. Instead of *Kômârapaṉmâraṉ Sundaravarumadêvar* (p. 45), the original reads *Kô-Mâṟapaṉmar-âṉa Sundara-Pâṇḍidêvar, i.e.*, Kô-Mâṟavarman, *alias* Sundara-Pâṇḍyadêva.

[8] *Ibid.*, p. 37, where *Kôṉêr[i]ṉmai-koṇḍâṉ* is misread as *Kônônaṟai-koṇḍâṉ*.

[9] Mr. Sewell's *Lists of Antiquities*, Vol. I, p. 217.

[10] *Ibid.*, Vol. II, p. 106 and p. 109.

TEXT.

First section.

[1.] ஸ்வஸ்தி ஸ்ரீ [||*] ப்ரஸாதஞ்செய்தரு[ளி]ன [தி]ருமுகப்படி ஃ[1] [க*]
[2.] த்ரிபுவனசக்ரவத்தி[2] கொனெரின்மைகொண்டான் பா-
[3.] ண்டிகுலாச[னி]வளநாட்டு தஞ்சாவூர் உடையார் ராஜ-
[4.] ராஜேஸ்வரமுடையார் கொயில் ப[தி]பாதமூலப்பட்டு[டை*]-
[5.] டப்பஞ்சாசாரியர்க்[3] தெவர்கன்மிக்கும் ஸ்ரீமாஹெஸ்வரக்[க*]-
[6.] ண்கா[ணி] செய்வார்களுக்கும் ஸ்ரீகாரியஞ்செய்வானுக்கும் [உ இ*]-
[7.] த்தெவர் தெவதானஇறையிலியான நிலத்து [மூ]ன்றுவ[தும்]
[8.] நாலாவதும் மாறின இந்நாட்டு ஸ்ரீவா[ஸ]கவு[கூடெ]வு[ஹ]ஹிமங்கலத்-
[9.] து[4] [நி]ல்ம் எண்பத்து மூவெவ்லியும் [|*] விராராஜெந்த்ரநெற்குப்-
[10.] ப்பயில் நிலம் ஐஞ்செ முக்காலெ அரைக்[க]ா[ணியு]ம் [|*] கு-
[11.] லொத்துங்கசொழன்நெற்குப்பையில் [நி]லம் பதிமெ-
[12.] ன்றெ முக்காலும் [|*] குலொத்து[ங்]கசொ[ழ]ன்பரிசை [நி]-
[13.] லம் பதினொன்றரையெ மூன்று மாவு[ம்] [|*] நெரியன்[இ]-
[14.] ரை[யூரி]ல் நிலம் ஆறு மாக்கா[ணி] அரைக்காணியு-
[15.] ம் [|*] க[ரு]ந்திட்டைகுடி[யி]ற்[பி]ரிந்த கங்கைகொண்டசெ[ா]-

Second section.

[1.] ழன் நந்தவனம் நிலம் எ[ழு க]ாலும் ஐஞ்சாவ[தி]ன் எ[தி]ரா-
[2.] மாண்டு முதல் பழம்படியெ தெவதான இறை[யி]லியாக
[3.] நிற்க்கக்கடவதாக சொல்லி இப்படி க[ணக்]கிலும் இட்டுக்கொ-
[4.] [ா]ள்ளக்கடவதாக வரிக்கு கூறு செ[ய்]வார்களுக்கும் சொன்னொம் [|*]
[5.] [இ]ந்நிலம் ஐஞ்சாவதின் எதிராமா[ண்டு] முதல் இத்தெவர்க்கு தெவதான-
[6.] இறையிலி[ய]ாகக்கைக்கொள்க [ரு*] எழுதி[னொ]ன் திருமந்திர ஓலை இராஜெ-
[7.] ந்த்ரஸிம்ஹ[5] மூவெ[வ]ந்தவெளான் எ[ழு]த்தென்றும் [|*] விராடராயன் எழுத்தெ-
[8.] தன்றும் [|*] [சி]த்ராராயன் எழுத்தெ[த]ன்றும் [|*] வ[யிர]ாதராயன் எழு[த்]-
[9.] தென்[றும்] [|*] [பல்]லவராயன் [எ]ழுத்தென்றும் [|*] வீரியங்கரா-யன் [எ]-
[10.] ழு[த்]தென்றும் [ரு*] [யா]ண்டு ஐஞ்சாவ[தின்*] [எ]திராமாண்டு நாள் எ(ம்)பதினால் [ப்ர]-
[11.] ஸாதம்[6] செ[ய்*]தருளிய திரு[முக]ப்படி ஃ [ரு*]

---

[1] Here and at the end of this inscription, the sign of the *visarga* combined with the *Piḷḷaiyâr-šuḻi* is used to denote a full stop.

[2] Read த்ரிபுவநசக்ரவர்த்தி.

[3] Read பஞ்சாசாரியனுக்கும் and compare the following beginning of a similar inscription in the temple at Pallâvaram in the Chingleput district:—சுங்கந்தவிர்[த்*]தகுலொத்துங்கசொழதெவர் ,திருமுகப்படி [||*] ஸ்வஸ்தி ஸ்ரீ [||*] திரிபுவநச்சக்கர[வ]த்தி கொநெரிம்மைகொண்டாந் செயங்கொண்டசொழமண்ட-லத்துப்புலியூர்கொட்டமாந குலொத்துங்கசொழவளநாட்டுச்சுரத்தூர்நாட்டுப்பல்லாபுரமாந வாநவந்மா-தெவிச்சதுர்வெதிமங்கலத்து உடையார் திருச்சுரமுடைய நாயநார் கொயில் பதிபாதமூலப்பட்டுடை-ப்பஞ்சாசாரியரும் தெபகந்மியும் ஸ்ரீமாகெசுரக்கண்கா[ணி] செய்வாநும் கொயிற்கணக்கநுங்கண்டு, *etc.*

[4] Read ஸ்ரீவாஸகவுகூடெவுஹிமங்கலத்து.

[5] Read ராஜெந்த்ரஸிம்ஹ.

[6] Read ப்ரஸாதம்.

TRANSLATION.

1. Hail! Prosperity! (*The following are*) the contents of an order (*tirumugam*) which (*the king*) vouchsafed to issue.

2. Tribhuvanachakravartin Kônêrinmai-koṇḍâṉ (*addresses the following order*) to the *Pañchâchârya* (*who wears*) a silk garment (*in honour of*) the feet of the lord of the temple of Râjarâja-Îśvara at Tañjâvûr, (*a city*) in Pâṇḍikulâśaṉ[i]-vaḷanâḍu,[1] to the *Dêvar-kaṉmi*,[2] to those who perform (*the duties of*) overseers (*kaṇkâṇi*) of the *Śrî-Mâhêśvaras*, and to the person who carries on the management of the temple (*śrîkârya*) :—

3. "We have ordered that the tax-free temple-land (*dêvadâna*) of this temple, which was sold in the third and fourth (*years of our reign*),—(*viz.*) eighty-three *vêli* of land in (*the village of*) Śrî-Parântaka-chaturvêdimaṅgalam in this *nâḍu*; five (*vêli*), three quarters and one hundred-and-sixtieth of land in Vîra-Râjêndraṉ-Neṟkuppai;[3] eleven (*vêli*) and three quarters of land in Kulôttuṅga-Śôraṉ-Neṟkuppai; eleven (*vêli*), one half and three twentieths of land (*in*) Kulôttuṅga-Śôraṉ-Pariśai; six twentieths, one eightieth and one hundred-and-sixtieth (*of a vêli*) of land in Nêriyaṉ-[I]rai[yûr]; and seven (*vêli*) and one quarter of land (*in*) the flower-garden (*nandavaṉam*) (*called after*) Gaṅgai-koṇḍa-Śôraṉ, which forms part of Karundiṭṭaikuḍi,—[4] shall remain tax-free temple-land, as of old, from the year which follows after the fifth (*year of our reign*). And we have ordered those (*officers*) who divide (*the land*) for (*levying*) taxes (*vari*), to enter (*this land*) as such in the account (*book*). This land shall be taken possession of by this temple as tax-free temple-land from the year which follows after the fifth (*year of our reign*)."

4. Written by the royal minister (*who writes the king's*) orders,[5] Râjêndrasiṁha-Mûvênda-Vêḷâṉ; (*this is his*) signature. The signature of Virâṭarâyaṉ. The signature of [Chi]trârâyaṉ. The signature of Vay[ir]âdarâyaṉ.[6] The signature of [Pal]-lavarâyaṉ. The signature of Pritiyaṅgaraiyaṉ.

5. (*The above are*) the contents of an order which (*the king*) vouchsafed to issue on the seventh day of the year which followed after the fifth year (*of his reign*).

No. 22. ON THE SOUTH WALL, FIRST AND SECOND TIERS.

This inscription is dated on the 64th day of the 35th year of the reign of Tribhuvanachakravartin Kônêrinmai-koṇḍâṉ and records the grant of the village of Suṅgandavirtta-Śôraṉallûr,[7] which formed part of the town of Karundiṭṭaikuḍi,[8] and which was situated on both banks of the Vîra-Śôra-Vaḍavâṟu[9] and on the north-

---

[1] This is another spelling of Pâṇḍyakulâśani-vaḷanâḍu in No. 1, paragraph 2.

[2] தேவர்கன்மி is the same as தேவகன்மி (Sanskrit *dêvakarmin*), 'a *pujârî*;' see Vol. I, p. 123.

[3] A village called Neṟkuppai had been given to the Tañjâvûr temple by the Chôḷa king Râjarâjadêva according to No. 4, paragraph 17.

[4] See below, note 8.

[5] திருமந்திரு ஓலை is a vulgar spelling of திருமந்திர ஓலை; see page 109, note 5.

[6] A person of the same name is mentioned in Vol. I, p. 108.

[7] *I.e.*, 'the good village (*called after*) Śuṅgandavirtta-Chôḷa.' An inscription at Pallâvaram, the beginning of which is found on page 111, note 3, mentions a king of the name Śuṅgandavirtta-Kulôttuṅga-Chôḷadêva, *alias* Tribhuvanachakravartin Kônêrimmai-koṇḍâṉ.

[8] This is a northern suburb of Tanjore; see the Index of the *Tanjore Manual*, where it is spelled "Karundattángudi."

[9] According to the map of irrigation works, which accompanies the *Tanjore Manual*, the "Vadaváru" is the first river, which is crossed on the north of Tanjore by the road to "Tiruvádi" (Tiruvaiyâṟu).

western extremity of the city of Tañjâvûr. The village was divided into 108 shares, of which 106 were to be enjoyed by the Brâhmaṇas of the village of Sâmantanârâyaṇa-chaturvêdimaṅgalam near Tañjâvûr, and 2 by the temple of Sâmantanârâyaṇa-Viṇṇagar-Emberumâṉ in this village. Both this village and this temple had been called after his own name, and the granted village had been purchased from its former owners, by a person, who is designated in the text as the Toṇḍaimâṉâr, but whose proper name must accordingly have been Sâmantanârâyaṇa. He was apparently a feudatory or high officer of the king, who made the grant at his instance and on his behalf. At the present time the title of Toṇḍaimâṉ is borne by the chiefs of the state of Pudukkôṭṭai in the Trichinopoly district. Their ancestor is reported to have ousted one Pallavarâyaṉ Toṇḍaimâṉ about 1680 A.D.[1] This chief was probably a descendant of Sâmantanârâyaṇa Toṇḍaimâṉ and of Karuṇâkara Toṇḍaimâṉ, who, according to the Tamil poem *Kaliṅgattu-Paraṇi*,[2] was king of the Pallavas, resided at Vaṇḍai[3] and was the prime minister of the Chôḷa king Kulôttuṅga. The title Toṇḍaimâṉ means the king of Toṇḍai[4] or Toṇḍaimaṇḍalam, the Tamil name of the Pallava country, the ancient capital of which was Kâñchîpuram. The numerous Chôḷa inscriptions found at this town prove that the Pallava kingdom must have fallen a prey to the Chôḷas. From the *Kaliṅgattu-Paraṇi* it further appears, that the former rulers of Toṇḍaimaṇḍalam were allowed to retain possession of their dominions as feudatories. In the subjoined inscription they appear in the same position during the time of Kônêriṉmai-koṇḍâṉ.

The chief difficulty in this inscription are the numerous fiscal terms mentioned in connection with the grant. A good many of them had to be left untranslated,[5] while the translation of others is only tentative.

TEXT.

First tier, first section.

[1.] ஸ்வஸ்தி ஸ்ரீ [||*] திரிபுவனச்சக்ரவத்திகள் கோனேரி[ன்]-
[2.] மைகொண்டான் [||*] பாண்டிகு[ல]பதிவளநாட்-
[3.] டுத்தஞ்சாவூர்க்கூற்றத்துத்தஞ்சாவூரி[ல்] தொண்டை-
[4.] டமானர் தம் பேரால் வைத்த அ[க]ரம் சாமந்-
[5.] தநாராயணச்சதுர்வேதிமங்[க]லத்து ச[பை]-
[6.] [த]வேதஸாஸ்த்ரராய் விப்ர[6]வ்ராதங்க[ள]ாயிருக்கும்

First tier, second section.

[1.] வகைசெ[லு]த்திவட்ட[ர்]கள் பேர் நூற்றாறுக்குப்பங்கு நூற்றாறும் இவ்வக[ர]த்து இவ[ர்] பேரால் எழுந்தரு[ளி]வித்த சாமந்தநாரா[ய]ணவிண்ணகர்எம்பெரு-மானுக்குப்ப-

[2.] ங்கு [இர]ண்டும் [ஆ]க[7]ப்பங்கு நூற்றெ[ட்]டுக்கும் முப்பத்தைஞ்சாவது க[ார்] முதல் குடுத்த பாண்டிகுலபதிவளநாட்டுத்தஞ்[ச]ாவூர்க்கூற்றத்துத்தஞ்சாவூர்ப்பற்றில்

---

[1] Mr. Sewell's *Lists of Antiquities*, Vol. II, p. 225.

[2] *Ind. Ant.*, Vol. XIX, p. 337.

[3] Mr. Kanakasabhai Pillai, *ibid.*, p. 340, has satisfactorily identified Vaṇḍai or Vaṇḍainagaram with Vaṇḍalûr, a Railway station south of Pallâvaram in the Chingleput district.

[4] Compare சேரமான், 'the Chêra king,' which occurs in No. 1, paragraphs 34, 51, 52 and 107.

[5] The English meanings which are assigned to some of these terms by Mr. S. M. Naṭêśa Śâstrî in Dr. Burgess' *Archæological Survey of Southern India*, Vol. IV, p. 186, are purely fanciful.

[6] Read ப்ரா.

[7] Read ஆக.

[3.] தென்னகங்கதெவனும் சினத்தனையனும் உள்ளிட்டார் பக்கல் தொண்டைமா-
நார் விலை கொண்ட நகரம் கருந்திட்டைய்குடி ஆன சுங்கந்தவிர்-

[4.] த்ததொழ[1]னல்லூர்க்கு கிழ்பார்க்கெல்லை கருந்திட்டைகுடியான குலொத்து[ங்]க-
சொழன்அள்[ளு]ர்[2] எல்லைக்கும் கருந்திட்டைகுடி ஆன

[5.] கெங்கைகொண்டசொழன் திருனந்தவன எல்லைக்குமெற்கும் [|*] [வீ]ரசொழ-
வடவாற்றுக்குத்தெற்கு[3] கிழ்பார்க்கெல்லை தஞ்சாவூர் நந்தவ-

[6.] னப்பற்று எல்லைக்கு மெற்கும் [|*] தென்பாற்கெல்[லை] மும்மடிசொழன் மதிளு-
க்குக்கிழக்கு நந்தவனப்பற்று எல்லைக்கு வடக்கும் [|*] மதிளு-

[7.] க்கு மெற்கு தஞ்சாவூர்ப்பலதளிப்பற்று எல்லைக்கு வ[ட]க்கும் [|*] மெல்பாற்-
கெல்லை கொடிவனமுடை[ட]யாள் பெருவழிக்குக்கிழக்கும் [|*]

[8.] விரசொழவடவாற்றுக்கு வடகரை. இவ்வாற்றுக்குக்கிழக்கும் [|*] வடபாற்கெல்லை
காடவன்மஹா[தெ]வி ஆன விருதராஜஹயங்கரச்ச-

[9.] தஷ்டெஷ்ரீமங்கலத்து எல்லைக்குத்தெற்கும் [|*] ஆக இன்னான்கெல்லைக்கு உள்ளகப்-
பட்ட அவ . கம[ல்]லகுளமான ஜயதெகவீரஸவநஸீமங்-

Second tier.

[1.] கலம் விளைநிலமும் புன்செய்யும் பலதளிப்பற்று விளை[நி]லமும் பு[ன்]செய்யும்
னந்தவனப்பற்று விளை[நி]லமும் புன்செய்யும் நிக்[கி] இந்நான்கெ[க]ல்லைக்குள்ப்-
பட்ட கரை ஐ[ம்*]ப[தினு]ல்ப்பழந்தெவதாநம்

[2.] நிக்கிப்பொத்தகப்படி படுகைஇறைத்த[ல]வரம்[பி]றை [உ]ட்ப்பட நன்செ[ந்]லம்
அறுபதிற்று வெலியும் [|*] பணிமக்கள்வ்ருத்திநிலம் ஒன்றெ முக்காலெ மூன்று
மாவும் [|*] புன்செய்நிலம் பதினு[லு] வெலியும் [|*] அகாநத்தமும்

[3.] தெவயஜநஸஹியும் மொவராவாலஸஹியும் நிலம் [ஆ]று வெலியும் [|*]
வெள்ளான் நத்தங்க[ள்] குளங்கள் வாய்க்கால்கள் திடல்கள் காடு மெடு உட்பட
நிலம் பன்னிரண்டெ காலெ அரைக்கா[லும்] [|*] ஆக நன்செய் புன்செய்
அகா-

[4.] நத்தம் தெவயஜநமொவராவா(ர)ஸஹி வெ[வ]ள்ளான் நத்தங்கள் குளங்[க]ள்
வாய்க்கால்கள் திடல்கள் காடு மெடு உட்பட பொத்த[க]ப்படி நிலம் தொண்-
ணூற்று நாலெ காலெ அரை மா [|*] இதி[ல் தெ]தன்னகங்கதெவன் காணி-

[5.] யான கரை ஒன்பதுக்கும் விழுக்காடு [நி]லம் பதினொறெ முக்காலெ நாலு மாக்-
காணி அரைக்காணி நீக்கிக்கரை நாற்பத்தொன்றுக்கு நிலம் எழுபத்தெழெ ஆறு
மாவரைக்காணி [|*] இன்னி[ல]ம் எழுபத்தெழெ ஆறு மா-

[6.] வரைக்காணியும் எற்றக்குறைத்தல் [உ]ட்ப[ட] இந்நிலமும் இந்நிலங்களில்[4] மெல்-
நொக்கின மரங்களும் கிழ்நொக்கின கிணறுகளும் மற்றும் எப்பெர்ப்பட்ட
ஸர்வஸ்ராஷிகளும் [உ]ள்படப்பண்டுடையாரை-

[7.] [யு]ம் [ப]ழங்கா[ணி]யா[ள]ரையு[ம்] முதலிற்தவிர்[த்து] இவ்வகரபட்டர்கள் பெர்
நூற்றுருக்கும் சாமந்தநா[ர*]யணவிண்ணகரெம்பெருமானுக்கு[ப்]பங்கு இரண்-
டுக்கும் காணியும் இறையிலியுமாகக்கெ[க]ாண்டு க[ார்] மறு[வ]ம் ஒருபூவும்

[8.] கடைப்பூவும் [அ]ம்பும் [பு]ன்பயிரும் செக்[க]ழநீரும்[5] கமுகும் கொழுந்[து]ம்
மஞ்சளிஞ்சி வாழை கரும்பு உள்ளிட்ட அனைத்துப்பயிரும் செய்து கொள்ள-
வும் கடமை குடிமை காசுகடமை ஒடுக்கும்படி உறைநாழி வெட்டிமெற்பாடி-

[9.] காவல் அ[ள]க்குங்கா[ணம்] க[ார்]த்திகைப்[ப்]பச்சை தரிஇறை செக்கி[றை]ற செ-
ட்டிறை தட்டொலி தட்டா[ர்*]ப்பாட்டம் மாவடை[ட] குளவடை ஒழுக்குநீர்ப்-
பாட்டம் வழிஆயம் இநவரி இடைவரி அழுகல்ச்சரக்கு அங்கா-

---

[1] Read சொழ.
[2] Read சொழனல்லூர்.
[3] Corrected from தெக்கு by the engraver himself.
[4] Read களில்.
[5] Read செங்கழுநீரும்.

[10.] [டி]ப்பாட்டம் உப்பாயம்[1] [உ]ள்[ளி]ட்ட அ[னை]த்தாயவற்கங்களு[2] பஞ்சு[பீ]லி[3] சந்திவிக்கிரகப்பெறு இலாஞ்சினைப்பெறு வா[ச]ல்விநியோகம் படைஇலார்முறை-மை கூற்றிலக்கை க[டை]க்கூட்டிலக்கை தண்டலி-

[11.] வ[க்கை] விடைப்பேர் [ம]ாத[ப்]ப[டி அ]ரைக்கால்வாசி ஊசி[வ]ாசி விலை[த்]-துண்டம் நிராணி கா்வெரிக்குலை தெவைகுடிமை ந[ா]ட்டுபாதி ஆனைக்கூடம் குதிரைப்பந்தி உள்ளிட்ட அனை[த்து] வற்கங்களும் உட்பட

[12.] முப்பத்தைஞ்சாவது கா[ர்] முதல் யஜ்[ஞ]ாங்கமாக உதகபூர்வ்வமாக தாநாதம-நவிக்ரயங்களுக்கு யோக்யமாக ஸர்வமாந இ[றை]யிலியாக ஆசந்த்ராதித்யவற்செல்வதாகத்-தந்தோம் [|*] இப்[ப]டிக்கு இவ்வொலை பிடிபா-

[13.] [ட]ாகக்கொண்டு கல்லிலும் செம்பிலும் வெட்டிக்கொள்க || யாண்டு முப்பத்தை-ஞ்சாவது நாள் அறுபத்து நாலு [|*] இவை மிழலைக்கூற்றத்து துஞ்சலூரு-டையான் காங்கயன் எழுத்து [|*] இ[வை] மி[ழ]லைக்கூற்றத்து துஞ்-

[14.] சலூ[ரு]டையான் பல்லவராயன் [எ]ழுத்து உ

TRANSLATION.

Hail! Prosperity! (*The following is an order of*) Tribhuvanachakravartin Kônêriṉmai-koṇḍâṉ.

"From the rainy season (*kâr*) in the thirty-fifth (*year of our reign*), (*the village of*) Suṅgandavirtta-Śôraṉallûr,—which forms part of the town (*nagara*) of Karundiṭṭaikuḍi in Tañjâvûr-paṟṟu, (*a subdivision*) of Tañjâvûr-kûṟṟam[4] in Pâṇḍikulapati-vaḷanâḍu,[5] and which the Toṇḍaimâṉâr had purchased from Teṉṉagaṅgadêvaṉ, Siṉattaraiyaṉ and other partners (*uḷḷittâr*),—was given for (*providing*) one hundred and eight shares (*paṅgu*), *viz.*, one hundred and six shares for one hundred and six *Chaturvêdi-Bhaṭṭas*, who had studied the *Vêdas* and *Śâstras* and were able to interpret (*them*), (*and who lived*) at Sâmantanârâyaṇa-chaturvêdimaṅgalam,—a village (*agaram*) in (*the neighbourhood of*) Tañjâvûr, (*a city*) in Tañjâvûr-kûṟṟam, (*a subdivision*) of Pâṇḍikulapati-vaḷanâḍu,—which the Toṇḍaimâṉâr had bestowed (*on them and called*) after his own name; and two shares for (*the image of*) Sâmantanârâyaṇa-Viṇṇagar-Emberumâṉ,[6] which he had set up in this village (*and called*) after (*his own*) name. The eastern boundary of (*this village*) is to the west of the boundary of Kulôttuṅga-Śôraṉallûr, which forms part of Karundiṭṭaikuḍi, and of the boundary of the sacred flower-garden (*called after*) Geṅgaikoṇḍa-Śôraṉ,[7] which forms part of Karundiṭṭaikuḍi; (*that part of*) the eastern boundary, which is to the south of the Vîra-Śôra-Vaḍavâṟu (*river*), is to the west of the boundary of Nandavaṉappaṟṟu,[8] (*a quarter of*) Tañjâvûr. (*That part of*) the southern boundary, which is to the east of the wall (*madil*) of Mummaḍi-Śôraṉ, is to the north of the boundary of Nandavaṉappaṟṟu; (*that part of the southern boundary, which is*) to the

[1] This word is injured by cracks and looks like விப்பிராயம். [2] Read வற்கங்களும்.

[3] This term occurs frequently in the Tirupparaṅkuṉṟam inscription (see page 110, note 7), where it is perfectly distinct, though in the published transcript it is read பஞ்சுபீலி.

[4] The same subdivision is mentioned in No. 1, paragraph 2.

[5] This designation corresponds to Pâṇḍyakulâśani-and Pâṇḍikulâśaṉi-vaḷanâḍu in No. 1, paragraph 2, and No. 21, paragraph 2, respectively.

[6] *I.e.*, 'our lord of the Vishṇu temple (*called after*) Sâmantanârâyaṇa.' *Viṇṇagar* is another form of *Viṇṇagaram*, which, to judge from a Kâñchîpuram inscription (Vol. I, p. 87, note 1), seems to be a popular corruption of *Vishṇu-gṛiha*. It occurs in inscriptions at Poygai and Kaṉiyaṉûr; in Vol. I, p. 87, line 1, and in paragraph 1 of the *Progress Report* quoted on page 110, note 6, read *Viṇṇagar* instead of *Viṇṇagara*.

[7] See No. 21, paragraph 3. [8] *I.e.*, 'the quarter of flower-gardens.'

west of the (*same*) wall, is to the north of the boundary of Palataḷipparru,[1] (*a quarter of*) Tañjâvûr. The western boundary is to the east of the high-road (*peru-vaṛi*) of Koḍivaṉam-uḍaiyâḷ; (*that part of the western boundary, which is on*) the northern bank of the Vîra-Śôṛa-Vaḍavâṛu, is (*at the same time*) to the east of this river.[2] The northern boundary is to the south of the boundary of Kâḍavaṉ-mahâdêvî, *alias* Virudarâjabhayaṁkara-chaturvêdimaṅgalam.[3] Altogether, (*the land*) included within these four boundaries,—excluding the cultivated land (*viḷai-nilam*) and the dry land (*puṉśey*) (*of*) Ava..kamallakuḷam, *alias* Jagadêkavîra-Suvarṇamaṅgalam, the cultivated land and the dry land of Palataḷipparru, and the cultivated land and the dry land of Nandavaṉapparru,—(*is divided into*) fifty blocks (*karai*).[4] Of (*these*), the wet land (*naṉśe[y]-nilam*),—excluding ancient gifts to temples (*dêvadâna*), (*and*) including the portion on the bank of the river (*paḍugai-iṛai*) and the portion consisting of the causeways between fields (*talavaramb-iṛai*),—(*contains*), according to the book (*pottagam*),[5] sixty *vêli*; the land on which the (*village*) servants subsist, (*contains*) one (*vêli*), three quarters and three twentieths; the dry land (*puṉśey-nilam*) (*contains*) fourteen *vêli*; the land (*which is occupied by*) the village-site (*agara-nattam*), the place used for sacrificing to the gods (*dêva-yajana-bhûmi*), and the place used as pasture for the cows (*gô-prachâra-bhûmi*),[6] (*contains*) six *vêli*; the land which includes the houses of the cultivators (*Veḷḷâṉ*), the ponds, channels, hills, jungles and mounds, (*contains*) twelve (*vêli*), one quarter and one eighth. Altogether, the land which includes the wet land and dry land, the site of the village, the places used for sacrificing to the gods and as pasture for the cows, and the houses of the cultivators, the ponds, channels, hills, jungles and mounds, (*contains*), according to the book, ninety-four (*vêli*), one quarter and one fortieth. Deducting from this nine blocks in possession (*kâṇi*) of Teṉṉagaṅgadêvaṉ, which contain sixteen (*vêli*) of land, three quarters, four twentieths, one eightieth and one hundred-and-sixtieth, (*there remain*) forty-one blocks, containing seventy-seven (*vêli*) of land, six twentieths and one hundred-and-sixtieth.[7] These seventy-seven, six twentieths and one hundred-and-sixtieth (*vêli*) of land, which may be more or less,[8] we

---

[1] *I.e.*, 'the quarter of many temples.'

[2] This queer description may be explained by assuming that the river which passes the village from east to west, takes a northerly bend on leaving it.

[3] This village might have received its name from the Chôḷa king Kulôttuṅga, one of whose *birudas* was, according to Mr. Kanakasabhai Pillai's abridged translation of the *Kaliṅgattu-Paraṇi*, 'he who was a terror to Virutarâja;' *Ind. Ant.*, Vol. XIX, p. 332.

[4] On this division of land see Mr. H. Stokes' paper 'The custom of "Kareiyid" or periodical redistribution of land in Tanjore,' *Ind. Ant.*, Vol. III, pp. 65 ff.

[5] This expression must refer to the land-register, which is called *kaṇakku* in No. 21, second section, line 3.

[6] Compare the fiscal term *sva-simâ-tṛiṇa-yûti-gôchara-paryanta*; *Ind. Ant.*, Vol. XIV, p. 161, note 26, and Vol. XV, p. 309, note 36.

[7] The whole manipulation is as follows:—

Wet land	.. ..	60 *vêli*.
Land of the village-servants		$1\frac{3}{4}, \frac{3}{20}$,,
Dry land	.. ..	14 ,,
Village-site, &c.	.. ..	6 ,,
Miscellaneous	.. ..	$12\frac{1}{4}, \frac{1}{8}$,,
Total		$94\frac{1}{4}, \frac{1}{40}$ *vêli* = 50 blocks.
Deduct		$16\frac{3}{4}, \frac{4}{20}, \frac{1}{80}, \frac{1}{160}$,, = 9 ,,
Remainder		$77\frac{6}{20}, \frac{1}{160}$ *vêli* = 41 blocks.

[8] This clause seems to provide for possible mistakes in the measurement.

gave,—including the trees overground and the wells underground in this land, and all other benefits (*prâpti*) of whatever kind,[1] having first excluded the former owners and the hereditary proprietors, and having purchased (*it*) as tax-free property (*kâṇi*) for the one hundred and six *Bhaṭṭas* of this village and for the two shares (*of the image*) of Sâmanta-nârâyaṇa-Viṇṇagar-Emberumâṉ,—from the rainy season in the thirty-fifth (*year of our reign*), as a meritorious gift (*dharmadâna*), with libations of water, with the right to bestow, mortgage or sell (*it*), as a tax-free grant of land, to last as long as the moon and the sun. (*This grant*) includes all kinds (*varga*) of taxes (*kaḍamai*) and rights (*kuḍimai*), *viz.*, (*the right*) to cultivate *kâr*,[2] *maṟuvu*,[3] single flowers (? *oru-pû*), flowers for the market (*kaḍai-pû*), lime-trees, dry crops, red water-lilies, areca-palms, betel-vines, saffron, ginger, plantains, sugar-cane and all other crops (*payir*); all kinds of revenue (*âya*), including the tax in money (*kâśu-kaḍamai*), *oḍukkum-paḍi*, *uṟai-nâḻi*,[4] (*the share of*) the village-watchman (? *pâḍi-kâval*) (*who is placed*) over the *Veṭṭis*,[5] (*the share of*) the *Karaṇam* who measures (*the paddy* ?), the unripe (*fruit* ?) in *Kârttigai*, the tax on looms (*taṟi-iṟai*), the tax on oil-mills (*śekk-iṟai*), the tax on trade (*śeṭṭ-iṟai*), *taṭṭoli*, the tax on goldsmiths (*taṭṭâr-pâṭṭam*), (*the dues on*) animals and tanks,[6] the tax on water-courses (*oṛukku-nîr-pâṭṭam*), tolls (*vaṛi-âyam*), *inavari*,[7] the tax on weights (*iḍai-vari*), (*the fine for*) rotten drugs (*aṛugal-śarakku*), the tax on *bâzârs* (*aṅgâḍi-pâṭṭam*), (*and*) the salt-tax (*upp-âyam*); . . . . the elephant-stalls (*and*) the horse-stables. Thus, in accordance with this order (*ôlai*), it shall be engraved on stone and copper. On the sixty-fourth day of the thirty-fifth year (*of our reign*)."

This is the signature of Gâṅgayaṉ, a native of Tuñjalûr in Miṟalai-kûṟṟam. This is the signature of Pallavarâyaṉ, a native of Tuñjalûr in Miṟalai-kûṟṟam.

No. 23. On the south wall, first tier.

This inscription contains an order of king Tirumalaidêva, by which a number of villages were exempted from taxes. This was probably done, because they had been granted to the Tañjâvûr temple. The date of the inscription is Śaka 1377 (expired), the cyclic year *Yuvan*, *i.e.*, A.D. 1455. Consequently, the king to whose reign it belongs, must be distinct from the Karṇâṭa king Tirumalaidêva, whose four inscriptions near Vêlûr are dated in Śaka 1488 (expired).[8] It is not impossible that Tirumalaidêva is identical with Timma, the founder of the second dynasty of Vijayanagara, for whose grandson Narasa, Nṛisiṁha or Narasiṁha we have the dates Śaka 1404 and 1418.[9] In favour of this identification it can be adduced, that in the subjoined inscription, Tirumalaidêva receives the same *birudas* which were borne by Narasiṁhadêva according to an inscription at Viriñchipuram,[10] and

---

[1] Compare இவ்வேரிநீர்ப்ராப்தி ஆற்றுக்கால்ப்ராப்தி வாய்க்கால்ப்ராப்தி in Vol. I, p. 103, text line 19.

[2] According to the *Dictionnaire Tamoul-Français*, this is an inferior kind of paddy, which grows in some localities during the rainy season (*kâr*) and in others after that season.

[3] மறுவு is perhaps the same as மருகு, 'a fragrant plant, *Origanum majoranum*' (Winslow).

[4] On படி or நாழி see page 48, note 5.

[5] See Vol. I, p. 82, note 3, and p. 108, note 6.

[6] With மாவடை குளவடை compare the terms மாவிடை மரவிடை, 'the animals and trees,' which the Tamil dictionaries quote from a deed of sale.

[7] The term இநவரி or இனவரி occurs in Vol. I, Nos. 61, 62 and 78.

[8] Vol. I, page 69 f. Read there *Tirumalaidêva* for *Tirumalaiyadêva*, and in the transcripts of Nos. 43 to 46 திருமலைய்தெவ for திருமலையதெவ.

[9] Vol. I, p. 132, No. 119, and p. 131, No. 115; *Epigraphia Indica*, p. 362.

[10] Vol. I, p. 132, No. 119.

that some of the fiscal terms, which occur in the text of the royal order, are of Kanarese extraction.

Both the spelling and the execution of this inscription are not very careful.[1] Lines 2 to 6 are damaged by a crack, which has caused the loss of a few letters. The language is Tamil, with the exception of line 1, which consists of a Sanskrit *ślôka.*

TEXT.

[1.] தாநபாலநயொர்மெத்யெ தாநாச்ச்ரெயொ[2]நுபாலநம் [|*] தாநாத்[3] ஸ்வர்க்கமவாப்நொதி[4] பாலநாதச்யுதம் பதம் [|| க*]

[2.] [௨] ஸ்வஸ்தி ஸ்ரீ [||*] ஸகாப்த ஆ[யிரத்து] முன்னூற்று எழுபத்து எழின் மெற்செல்லாநின்ற பாவவருஷத்துக்குச்செல்லும்

[3.] யுவவருஷம் சித்திரை மீ [யௌ] . . ஸ்ரீமந்மஹாமண்டலெஸ்வரந மெதிநிஸ்வர[5] கண்ட கட்டாரி சாளுவசாளுவ (தி)திருமலெதெவ-

[4.] மஹாராசர் தஞ்சாவூர் வ . . . ண்டயம் த[ஞ்]சமாமணிகண்டங்குறை நாகளா-புரம் பழமாறன்எரி அன்பதிநு[6] மெல்அகரம்

[5.] வெலங்குடி அம்மைஅ . . . ரம்[7] தென்அரூர் கருயூர்[8] மருவூர் இராசெ-(ந்தி)ரசொழநல்லூர் சுங்கந்தவி[ர்*]த்தசொழநல்லூரான

[6.] திருமலெஇராசபுரம் சமுத்திற . . . புரம் ஆக இந்த அகரங்களில் வாரியநு காரணத்தானுக்கு நீருபம்[9] [உ*] தங்கள் அகரங்களுக்கு அவதாவம-

[7.] க்கனெ ராஜவவக்கனெ [வ்ரு]யாதிஜொடி காணிக்கசொடி தலெயா[ரி]க்கம் மாவடை மரவடை குளவடை மற்று-

[8.] ம் எபெபர்பட[10] பல உபாயிகளு[மி]ழித்து விட அளவுக்கு சந்த்ராதித்யவரையும் ஸர்வமாந்யமாக ஸர்வமெ இருக்கவும் வ [௩*]

[9.] ராஜாவின் அருளி செயல்படிக்கு மந்த்ரமூர்த்தி வெட்டுவித்த[து] [ச*]

TRANSLATION.

1. "Of a gift and protection, protection is more meritorious than a gift; by a gift (*one*) obtains (*only*) heaven, by protection the eternal abode."

2. Let there be prosperity! Fortune! [On the 17th day] of the month of *Śittirai* in the *Yuvan* year, which was current after the *Bhâva* year (*and*) after the Śaka year one thousand three hundred and seventy-seven, the illustrious *Mahâmaṇḍalêśvara Mêdinîśvara Gaṇḍa Kaṭṭâri Sâḷuva-sâḷuva* Tirumalaidêva-mahârâja (*addressed the following*) order (*nirubam*) to Vâriyan, the *Kâraṇattâṉ*[11] in the villages (*agaram*) of Tañjâvûr, ... : . ., Ta[ñ]jamâmaṇigaṇḍaṅgurai, Nâgalâpuram, Paramâraṉêri, Vêlaṅguḍi, (*which was*) the chief village (*of a division*) of fifty (*villages*),[12] Ammaia[ppapu]ram,

---

[1] Plate xix in Dr. Burnell's *South-Indian Palæography*, second edition, is based on this inscription. The table contains three mistakes:—The sign entered as *â* is not ஆ, but a vicarious form of அ; the sign entered as *kû* is not கூ, but கு; and the sign entered as *ḷu* is not ளு, but ஞ்ஞ (Grantha *nnya*).

[2] Read தாநாச்ச்ரெயொ. [3] Read தாநாத். [4] Read தி.

[5] Read மெதிநீஸ்வர. [6] Read ஐம்பதின். [7] Read அம்மைஅப்பபுரம் (?).

[8] Read கருப்பூர். [9] Read நிருபம். [10] Read எப்பெர்பட்ட.

[11] காரணத்தான் is another form of, or a mistake for, காணத்தான், which is used instead of *karaṇam*, 'a village-accountant,' in a Mâmallapuram inscription, Vol. I, No. 40, text line 60.

[12] Another division of fifty villages is mentioned in two Mâmallapuram inscriptions, Vol. I, No. 40, text line 16, and No. 41, text line 33.

Teṉaḷûr, Kāruppûr, Maruvûr,[1] Râjêndra-Śôṟa-nallûr, Śuṅgandavi[r]tta-Śôṟa-nallûr,[2] *alias* Tirumalairâjapuram, and Samudra . . . . . puram:—

3. "Having remitted to your villages . . . . the prime minister's quit-rent (*pradhâni-jôḍi*),[3] the *Karaṇam's* quit-rent (*karaṇikka-jôḍi*), the village-watchman's quit-rent,[4] (*the dues on*) animals, trees and tanks,[5] and all other dues (? *upâdhi*) of whatever kind, (*we order that these villages*) to the extent up to which they were granted, shall remain tax-free (*sarvamânya*) and undisturbed, as long as the moon and the sun endure."

4. Mantramûrti caused (*the above*) to be engraved, as ordered by the king.

---

[1] According to Mr. Sewell's *Lists* (Vol. I, p. 276), Karuppûr and Maruvûr are the names of two villages in the Tañjâvûr tâlluqa.

[2] This village is the object of the grant recorded in No. 22.

[3] See Sanderson's *Canarese Dictionary*, s.v. *jôḍi*.

[4] தலையாரிக்கம் seems to be the Tamil equivalent of the Kanarese term *taḷavâṟike*, which occurs in a Vijayanagara inscription of Kṛishṇarâya; *Epigraphia Indica*, p. 402, note 40.

[5] On மாவடை மரவடை குளவடை see p. 117, note 6.

www.ingramcontent.com/pod-product-compliance
Lightning Source LLC
LaVergne TN
LVHW022026051126
851858LV00004B/58
* 9 7 8 9 3 7 0 7 1 0 1 7 7 *